Vladimir Savchuk

Dịch giả: Phục Sinh và David Tô

BỨT PHÁ

Làm Thế Nào Để Được Tự Do Và Duy Trì Trạng Thái Tự Do

NGUYÊN TÁC: **BREAK FREE**

Tất cả những phần Kinh Thánh trích dẫn trong sách này đều được trích từ bản dịch Truyền Thống và Hiệu Đính Truyền Thống.

Copyright@ 2018 Vladimir Savchuk

All rights reserved.

ISBN: 9781951201982

ISBN-13:978-1-951201-98-2

ĐỀ TẶNG

Tôi dành tặng cuốn sách này cho tất cả những ai hiện đang chiến đấu với những vấn đề vượt quá tầm kiểm soát của mình. Có sự giúp đỡ đang đến.

LỜI CẢM ƠN

Đầu tiên và quan trọng nhất, tôi muốn cảm ơn Lana, người vợ chu đáo, yêu thương và hỗ trợ tôi hết mình. Cảm ơn em vì đã cho phép anh dành tất cả thời gian cần thiết để hoàn thành cuốn sách này.

Cuốn sách này sẽ không tồn tại nếu không có sự giúp đỡ của Krishna Kovalevich, là người đã có công biên tập và kiểm tra sơ lược. Cảm ơn vì đã tận dụng thời gian trong kỳ nghỉ ở Hawaii để giúp tôi thực hiện cuốn sách này.

Tôi đặc biệt mang ơn Erik Vargas vì đã chỉnh sửa và trình bày cuốn sách. Cảm ơn anh vì đã dành thời gian trong kỳ nghỉ hè để giúp hoàn thành dự án này.

Xin cảm ơn Grant Boyer là chuyên gia trong việc hiệu đính đã giúp tôi hoàn thành dự án này. Tôi biết ơn Chúa vì đời sống của anh, là một phước lành cho tôi.

Rất cảm ơn Brittany Still vì đã có một cách nhìn thật tươi mới về dự án này và đã cung cấp tư liệu cho cuốn sách.

Tôi biết ơn Nazar Parkhotyuk vì đã thiết kế bìa sách thật sinh động và giới thiệu cho phương tiện truyền thông xã hội. Cảm ơn anh vì đã sẵn lòng thiết kế đồ họa đặc biệt cho dự án này.

Cảm ơn Eder Abogabir vì những bức ảnh thật đẹp trong cuốn sách này và ảnh của tôi trong phần dành cho tác giả. Tôi trân trọng tấm lòng và ân tứ của anh dành cho gia đình Hungry Generation.

Xin gửi một lời cảm ơn đặc biệt đến Bryson Still vì đã thực hiện phần audio và hòa âm phối khí cho cuốn sách này.

Đối với tôi, không có một ai là quan trọng hơn Đức Thánh Linh trong dự án này. Ngài là Đấng đã đưa tôi từ sự giải cứu đến với thiên mệnh của mình. Ngài đã ở cùng tôi trong mọi thăng trầm của cuộc sống. Cuốn sách này ra đời bởi sự thúc giục của Ngài. Tôi cảm nhận được sự giúp đỡ của Ngài trong suốt quá trình thực hiện dự án này. Cảm ơn Ngài, Chúa Thánh Linh!

MỤC LỤC

LỜI NÓI ĐẦU CỦA BOB LARSON..................7
LỜI BÌNH..................9
GIỚI THIỆU – NGƯỜI GIẾT SƯ TỬ..................17
1. ĐỪNG ĐÁNH CON LỪA..................23
2. SÁU LOẠI TÀ LINH..................35
3. NHỮNG CÁNH CỬA MỞ..................49
4. TẤM VẢI LIỆM..................65
5. BÁNH CỦA CON CÁI..................85
6. TÌM KIẾM TỰ DO..................97
7. MỒI NHỬ CỦA SA-TAN..................111
8. SỰ TỰ DO THẬT..................123
9. PHÁ ĐỔ ĐỒN LŨY..................135
10. ĐỔI MỚI TÂM TRÍ..................149
11. GIỮ LỬA..................165
12. KHI BẠN TRƯỞNG THÀNH..................175
13. CÂU CHUYỆN CỦA HAI SAU-LƠ..................185
14. DẤY LÊN ĐỂ GIẢI CỨU..................195
LÀM THẾ NÀO ĐỂ ĐƯỢC CỨU?..................207
HƯỚNG DẪN NGHIÊN CỨU..................209
GIỚI THIỆU TÁC GIẢ..................224
GIỮ KẾT NỐI..................225
GHI CHÚ..................226

LỜI NÓI ĐẦU

Mục sư Vladimir Savchuk là một mục sư trẻ tuyệt vời mà tôi có vinh dự được biết với tư cách cá nhân. Chức vụ năng động của ông đã dũng cảm tập trung vào các vấn đề chiến trận thuộc linh một cách táo bạo.

Cuốn sách "Bứt Phá" của ông là một cái nhìn rất cần thiết về lĩnh vực giải cứu và đuổi quỷ và bao quát một loạt các chủ đề mà mọi Cơ đốc nhân nên nhận thức được. Tôi đặc biệt thích sự nhấn mạnh của ông về tâm trí được đổi mới trong Đấng Christ và tầm quan trọng của việc giữ sự tự do mà sự giải cứu mang lại. Vì sống ở Arizona nên tôi thấy gần gũi đối với sự giải thích của ông về "những con rắn chết".

Phần Hướng Dẫn Nghiên Cứu hữu ích ở cuối cuốn sách sẽ mang đến cho người đọc cơ hội nắm bắt nhanh chóng những điểm quan trọng nhất. "Bứt Phá" sẽ giúp nhiều người thoát khỏi sự trói buộc của tôn giáo tầm thường và nhận ra rằng thiên mệnh của mỗi Cơ đốc nhân là sống một cuộc đời tự do khỏi những sự đau khổ không cần thiết do ma quỷ gây ra.

Mục sư Savchuk là một tiếng nói tươi mới kêu gọi hội thánh tại thế giới phương Tây kinh nghiệm một đời sống siêu nhiên trong Đấng Christ. Cá nhân tôi cũng mong đợi những điều tuyệt vời từ cuốn sách này và từ con người đặc biệt này của Chúa.

Tiến sĩ. Bob Larson

Chuyên gia hàng đầu thế giới về tôn giáo, thế giới huyền bí và siêu nhiên

Tác giả của 37 cuốn sách, bao gồm: "Larson's Book of Spiritual Warfare," "Larson's Book of World Religions," "Demon Proofing Prayers," "Curse Breaking," "Jezebel," "Dealing with Demons" và bốn cuốn tiểu thuyết hư cấu.

BỨT PHÁ

LỜI BÌNH

Một trong những lý do chính mà Chúa Jesus đến thế giới này là để hủy phá các công việc của ma quỷ (I Giăng 3:8). Thậm chí Chúa Jesus còn tuyên bố rằng Ngài được Đức Thánh Linh xức dầu để giải thoát cho những người bị áp chế (Lu-ca 4:18). Những cuộc đời được giải cứu khỏi sự chiếm hữu và áp chế của ma quỷ là một trong những sự biểu lộ chính diễn ra trong cuộc đời của Chúa Jesus. Chính Chúa Jesus phán: "Còn nếu Ta nhờ Thánh Linh của Đức Chúa Trời mà đuổi quỷ, thì vương quốc Đức Chúa Trời đã đến với các ngươi rồi." (Ma-thi-ơ 12:28). Trong cuốn sách "Bứt Phá", mục sư Vladimir Savchuk giúp chúng ta hiểu được thực tại của thế giới thuộc linh và cách bước đi trong tự do mà chỉ có Chúa Jesus mới có thể ban cho chúng ta. Thông qua kinh nghiệm cá nhân và sự áp dụng Kinh thánh, bạn sẽ nhận được sự hiểu biết và mặc khải về cách để được giải cứu khỏi sự áp chế về tinh thần và thể xác trong đời sống của chính bạn. Khi bạn đọc cuốn sách này, các công việc của kẻ thù sẽ bị phơi bày, và bạn sẽ khám phá ra những quyết định mà bạn phải đưa ra để kinh nghiệm sự tự do thực sự trong Đấng Christ. Đôi mắt của bạn sẽ được mở ra để thấy được cách vận hành trong quyền năng và thẩm quyền mà Chúa đã ban cho các môn đệ của Ngài. Tôi tin rằng Đức Thánh Linh cũng sẽ sử dụng những lời trong cuốn sách này để thêm sức và ban cho bạn đức tin để tin vào một đời sống dư dật và vui mừng mà Chúa Jesus đã hứa với những người tin vào danh Ngài. Hãy sẵn sàng để kinh nghiệm những lời của Chúa Jesus trong đời sống của chính bạn: "Vậy, nếu Con giải phóng các ngươi thì các ngươi thật sự được tự do." (Giăng 8:36).

- Andres Bisonni, Nhà truyền giáo,
Tác giả của sách "My Beloved Holy Spirit"

Cuốn sách "Bứt Phá" của mục sư Vlad Savchuk là một chuyên luận tuyệt vời về thực tại của thế giới thuộc linh và đồn lũy mà các tà linh có thể có trong các lĩnh vực trói buộc thuộc linh. Cuốn sách này trình bày các bước thực tế về cách để thoát ra khỏi những thói quen xấu và bước đi trong sự tự do. Tôi có lời khuyên đọc cuốn sách này dành cho bất kỳ bạn trẻ hoặc nhóm thanh niên nào!

- George Davidiuk, nhà truyền giáo

"Bứt Phá" là cuốn sách vô cùng hấp dẫn! Nó cung cấp cho người đọc những hướng đi vững chắc, đơn giản và thiết thực để bước đi trong sự tự do. Nó không chỉ phơi bày một vấn đề tồn tại, mà còn đưa ra sự hướng dẫn chi tiết về lối thoát!

- Vadim Pekun, nhà truyền giáo

Tôi tin rằng Đức Chúa Trời đã dấy lên mục sư Vlad trong thời kỳ cấp bách này. Bài giảng của ông đang tác động đến hàng ngàn người trên khắp thế giới. Cuối cùng, ông đã xuất bản cuốn sách đầu tiên của mình, ở đây, ông chia sẻ về những sự mặc khải quyền năng về thế giới tâm linh và đưa ra lời khuyên thiết thực về cách để được giải cứu và sống trong sự đắc thắng và tự do. Đây là ý muốn của Đức Chúa Trời dành cho bạn – sự tự do không khoan nhượng, không ngừng nghỉ. Vì lý do này, Đấng Christ đã chết. Vì lý do này, Ngài đã sống lại. Vì lý do này, Ngài đã sai Thánh Linh của Ngài đến. Đã đến lúc cần có sự bứt phá và giúp người khác làm điều tương tự. Hãy nhanh chóng tìm cho mình một cuốn. Cuốn sách này sẽ thay đổi cuộc đời của bạn.

- Evelina Smane, nhà truyền giáo

Tôi tin rằng cuốn sách này sẽ mang lại rất nhiều hy vọng cho những người cảm thấy bị mắc kẹt hoặc bị trói buộc. Cuốn sách này trình bày các bước thực tế về cách để tìm thấy tự do trong Chúa Jesus Christ và chỉ ra những cánh cửa mà qua đó kẻ thù có thể bước vào

LỜI BÌNH

cuộc sống của chúng ta. Kinh thánh nói: "... các con biết lẽ thật và lẽ thật sẽ giải phóng các con." Cuốn sách này chứa đầy những câu kinh thánh sẽ giúp bạn đổi mới tâm trí của mình, đặc biệt là trong lĩnh vực này của cuộc sống. Tôi chân thành khích lệ các bạn đọc cuốn sách này, sẽ không uổng phí chút nào đâu.

- Roman Trachuk, Mục sư của hội thánh Church of Truth

Một chủ đề rất sâu sắc và quan trọng được nói đến trong cuốn sách "Bứt Phá" của Vlad Savchuk. Tôi đã đọc cuốn sách này với sự thích thú chỉ trong hai buổi tối. Những ví dụ thực tế được thuật lại trong cuốn sách này tiết lộ lẽ thật về thực tại của thế giới tâm linh và thẩm quyền mà Đức Chúa Trời đã ban cho chúng ta là những người tin. Cảm ơn anh, Vlad, vì đã viết một cách cởi mở và chân thành về những trận chiến và chiến thắng cá nhân của anh. Tôi chắc chắn rằng, đối với nhiều người, cuốn sách này sẽ rất phù hợp và hữu ích.

- Lika Roman, Hoa hậu Ukraine 2007 Tác giả của "Amazing Life"

"Bứt Phá" là một cuốn sách đầy quyền năng! Trong một nền văn hóa mà hội thánh đang bỏ quên việc rao giảng về ma quỷ, những đồn lũy và sự giải cứu, thì Vladimir đã đánh vào những chủ đề này. Và ông ấy đã rất CHÍNH XÁC! Cuốn sách này chắc chắn là được đồng tác giả bởi chính Đức Thánh Linh. Tôi khích lệ bất cứ ai, cho dù là bạn là người đang vật lộn với một nan đề nào đó hay bạn là một sứ giả của Phúc Âm đang tìm kiếm sự mặc khải về cách giúp đỡ những người cần sự giải cứu ... hãy đọc cuốn sách này!

- Myles Rutherford, Mục sư hội thánh Worship with Church

"Bứt Phá" chứa đầy những sự mặc khải quyền năng đảm bảo sẽ thay đổi đời sống của các tín hữu. Vlad giải thích rõ ràng nhiều lẽ thật Kinh Thánh sẽ làm thay đổi tư duy cũ và giúp các tín hữu tự do bước đi trong sự hiểu biết, tự do và uy quyền. Lối viết của ông có sức ảnh hưởng, dễ nhớ và dễ hiểu vì có sử dụng nhiều minh họa, câu chuyện và lời chứng sống động. Tôi chân thành khuyên bạn đọc cuốn sách này không chỉ cho cá nhân, mà còn đặc biệt là cho nhóm nhỏ cùng với hướng dẫn nghiên cứu. Chiều sâu của nhiều sự mặc khải trong cuốn sách này sẽ được hấp thụ cách tốt nhất trong sự nghiên cứu chậm rãi và mở rộng ra cho một nhóm nhỏ. Tôi đặc biệt giới thiệu "Bứt Phá" cho cả những tín hữu mới và những tín hữu trưởng thành.

- Vic Fomenko, Giám đốc trường Kinh Thánh California Coast Bible College Associate Pastor tại The City Church -Ventura

"Bứt Phá" là cuốn sách vô cùng thiết thực! Nó mang lại cho tôi cái nhìn sâu sắc về cuộc chiến của chính tôi cũng như của những người khác. Cuốn sách này giúp tôi trong cuộc sống cá nhân và trong việc cố vấn cho người khác. Mục sư Vladimir là một diễn giả tuyệt vời và giống như một nghệ sĩ, ông vẽ những bức tranh trong tâm trí bạn khi ông rao giảng!

- Rod Brogado, giáo viên về hưu và là huấn luyện viên cho County Director for Fellowship of Christian Athletes

Thành thật mà nói, thường thì tôi không phải là người hâm mộ những cuốn sách liên quan đến chủ đề ma quỷ, bởi vì thông thường những loại sách này tập trung nhiều vào ma quỷ hơn là vào Chúa Jesus là chìa khóa cho sự giải cứu. Nhưng "Bứt Phá" thì hoàn toàn

LỜI BÌNH

ngược lại. Tôi chưa bao giờ đọc một cuốn sách nào tập trung nhiều hơn vào sự giải cứu và bước đi cách tự do trong Đấng Christ như cuốn sách này. Tôi đã giới thiệu cuốn sách này cho nhiều người, bởi vì tôi tin rằng đây là một vũ khí tuyệt diệu trong tay của mọi tín hữu, chứa đầy những câu chuyện đời thực và kho tàng của sự khôn ngoan trên từng trang sách!

- Philip Renner, Chức vụ Philip Renner

Mục sư Vladimir đã viết một cuốn sách tuyệt vời về cách để được tự do và ở trong sự tự do. Cuốn sách này chứa đầy những lời chứng của những người kinh nghiệm được sự giải cứu và duy trì sự tự do của họ. Nếu bạn có bất kỳ sự nghiện ngập hoặc thói quen nào mà bạn muốn từ bỏ, tôi khuyên bạn nên đọc cuốn sách này.

- Marlando Jordan,
Mục sư của Word of Faith

Cho dù bạn đang ở đâu trên hành trình theo Chúa Jesus, thì cuốn sách này luôn là sự hướng dẫn thiết thực để không chỉ có được tự do thực sự và lâu dài mà còn nhận thấy và nắm bắt được mục đích thực sự của bạn. Nếu bạn đang tự hỏi: "Tại sao có nhiều thứ trong cuộc sống tôi không thay đổi gì cả?" hãy đọc cuốn sách này ... chúng sắp thay đổi rồi.

- Matt Shea, Hạ viện Washington,
4th Legislative District

"Bứt Phá" không chỉ là một tựa sách hay của Vladimir Savchuk mà đây còn là mệnh lệnh và lời hứa của cuốn sách. Được tự do và duy trì sự tự do là điều phân biệt thông điệp sự sống của Chúa Jesus Christ với mọi tôn giáo hoặc triết lý khác. Giăng 8:36 nói: "Vậy, nếu

Con giải phóng các ngươi thì các ngươi thật sự được tự do." Tất cả "sự tự do" khác đều là giả mạo. "Bứt Phá" sẽ hướng bạn đến sự tự do thực sự và lâu dài. Cuốn sách này thách thức bạn đón nhận tất cả sự đắc thắng mà Chúa Jesus đã giành lấy trên thập tự giá. Tôi đặc biệt ấn tượng với tính thực tế và dễ hiểu của cuốn sách này. Hãy bứt phá để đến với sự tự do và duy trì sự tự do!

- Mario Murillo, Chức vụ Living Proof

Chiến trận thuộc linh là có thật, và Mục sư Vlad chắc chắn là đủ tầm để viết một cuốn sách về chủ đề giải cứu. Là mục sư của hội thánh Hungry Generation, ông đã cầu nguyện và chứng kiến nhiều trường hợp được giải cứu khỏi sự nghiện ngập và sự áp chế của ma quỷ. Cuốn sách này chứa đầy những câu kinh thánh, những câu chuyện từ kinh nghiệm cá nhân và lời chứng của nhiều người. Nếu bạn muốn biết các quy tắc để tham gia vào một cuộc chiến thuộc linh, sử dụng chiến thuật nào và làm thế nào để cầu nguyện giải cứu, cuốn sách này là dành cho bạn.

- Roman Sheremeta, Tiến sĩ, Giáo sư
tại Đại học Case Wes tern Reserve

Mục sư Vlad Savchuk được xức dầu cho một thời điểm như thế này - để phục vụ thế hệ này. Ông được Đức Chúa Trời đặc biệt phong chức và ban cho khả năng lãnh đạo và hướng dẫn mọi người thoát khỏi cảnh nô lệ và trói buộc (không chỉ là sự nô lệ và trói buộc về tâm linh, mà còn về tinh thần nữa). Tôi tin rằng cuốn sách này là một công cụ để nhiều người có thể tìm thấy tự do hoàn toàn và nhận thấy tiềm năng đầy trọn của họ để sống một đời sống tự do trong Chúa Jesus Christ.

- Andrey Shapoval, Chức vụ Flame of
Fire. Tác giả của "Predestined"

LỜI BÌNH

Đây là một cuốn sách dễ đọc, một bài trình bày tổng hợp về chức vụ của Mục sư Vlad. Bạn có thể cảm nhận được tấm lòng của ông trong từng trang sách khi lật từ trang đầu tiên. Chủ đề về sự tự do thuộc linh cho các tín hữu là rất quan trọng bởi vì tín hữu không thể nào chung sống với ma quỷ được. Lời cầu nguyện ở cuối mỗi chương là một công cụ hữu hiệu cho phép người đọc dò xét lòng mình và áp dụng nó một cách cá nhân. Những lời chứng của Mục sư Vlad và của những người mà ông từng chăm sóc là rất mạnh mẽ. Tôi tin rằng cuốn sách này sẽ là công cụ cho nhiều người trong việc xác định các đồn lũy bên trong họ và nhận lấy sự tự do cá nhân.

- Peter Golosinki,
Mục sư của hội thánh Connect

Cuốn sách này rất kịp thời và cần thiết cho thế hệ hiện tại. Mục sư Vlad không chỉ chia sẻ tầm quan trọng của việc làm thế nào để nhận được sự tự do trong cuộc sống của chúng ta, mà ông còn chia sẻ cách sống tự do! Tôi yêu thích sự cô đọng và thực tế của Vlad. Những câu chuyện đời thực và trải nghiệm của ông là rất thú vị và quyền năng. Điều tôi yêu thích nhất trong cuốn sách này là nó mang tính trao quyền và khả thi cho bất cứ ai bước đi trong sự tự do. Tôi rất mong muốn giới thiệu cuốn sách này cho nhiều người và sẽ đọc lại nó nhiều lần! Cảm ơn ông, Vlad, phải nói rằng cuốn sách này quý như vàng ròng cho thế hệ của chúng ta!

- Meesh Fomenko, Chức vụ Be Moved

GIỚI THIỆU

NGƯỜI GIẾT SƯ TỬ

Đó là một đêm thứ Năm bình thường khi mà tất cả thanh niên trong hội thánh cùng nhóm lại với nhau để thờ phượng Chúa. Từ bên ngoài tiến vào một chàng thanh niên đẹp trai, cao ráo người Ý. Đêm đó, tôi đã phục vụ hết mình và tha thiết kêu gọi mọi người tiếp nhận Chúa. Chàng thanh niên đó chạy lên phía trước, khóc nức nở và khẩn khoản trước Chúa. Khi buổi nhóm kết thúc, mọi người rời khỏi đền thánh, các bạn trẻ nhóm lại xung quanh chàng trai và lắng nghe anh ta chia sẻ câu chuyện của mình. Tôi thoáng nghe được anh ta nói về những việc anh đã làm và những tội lỗi anh đã phạm; về sự theo đuổi tình dục và tiền bạc.

Anh đã quyết định gia nhập đạo Sa-tan. Điều này xảy ra khi anh cầm trên tay một cuốn sách của Sa-tan và mời gọi Sa-tan nhập vào bên trong anh. Tôi biết rằng tôi phải hướng dẫn anh cầu nguyện ăn năn, để anh có thể hủy bỏ giao ước mà anh đã thiết lập với ma quỷ. Anh tiếp tục kể lại câu chuyện về lý do tại sao anh lại phá vỡ giao ước đó. Anh có một giấc mơ đáng sợ về địa ngục, khiến anh ta vứt bỏ tất cả những sách vở của Sa-tan. Chàng trai trẻ này chỉ muốn sống một cuộc đời bình dị và không còn muốn có liên hệ gì với ma quỷ nữa.

Tôi không thể không ngắt lời chàng trai trẻ này. Tôi hỏi anh có muốn lặp lại một lời cầu nguyện lớn tiếng với tôi để anh có thể hủy bỏ tất cả mọi sự kết nối với vương quốc Sa-tan hay không. Sau đó tôi hướng dẫn anh cầu nguyện lời cầu nguyện đơn giản này: "Con xin ăn năn vì đã lập ước với ma quỷ. Con xin lỗi Chúa vì đã quay lưng lại với Ngài bằng cách lên giường với ma quỷ. Chúa Jesus ơi, xin hãy giải cứu con ngay hôm nay."

Khi tôi nói đến: "Chúa Jesus ơi," người này không thể lặp lại được nữa. Thay vào đó, anh ta bắt đầu có sự biểu lộ tà linh.

Khi đó, tôi mới 17 tuổi và chỉ nhìn thấy sự giải cứu qua video, nhưng chưa bao giờ cầu nguyện cho ai cần sự giải cứu. Vào lúc đó, chỉ còn lại những bạn trẻ và mục sư thì cũng đã đi khỏi. Cảm thấy có một sự pha trộn của sự phấn khích và hồi hộp, tôi được Đức Thánh Linh thúc giục đứng xa anh ta và tiếp tục bảo anh phải nói ra Danh của Chúa Jesus. Một cuộc chiến lạ lùng đã diễn ra với tà linh đang hành hạ cuộc đời anh. Đó là một cuộc chiến không hề đơn giản để anh có thể xưng ra Danh của Chúa Jesus và cầu xin sự tha thứ. Mặt anh biến sắc và tay anh siết lại như muốn đánh ai đó. Anh làm như thể ai đó đang giữ anh ta lại, nhưng không có ai chạm vào anh ta cả. Mọi người đứng dang ra khi anh ngã gục xuống sàn nhà.

Tất cả chúng tôi đều rất phấn khích vì một điều kỳ diệu đã xảy ra. Tuy nhiên, vẫn còn một vấn đề. Anh ta nằm đó bất tỉnh và tôi đứng trong sự lo sợ! Ý nghĩ duy nhất xuất hiện trong đầu tôi là "Chàng trai người Ý này đã bị những gã người Nga giết ngay tại nhà thờ". Ngay lập tức, tôi nhớ lại câu chuyện Kinh thánh kể về việc Chúa Jesus đuổi quỷ ra khỏi một cậu bé. Cậu bé ngã xuống như chết đi, nhưng khi được đỡ lên, cậu bé sống lại và mọi thứ đều ổn. Lựa chọn duy nhất của chúng tôi là đỡ người này dậy, và sau vài phút, anh ta đã tỉnh lại.

Tất cả chúng tôi đều tò mò về những gì vừa xảy ra với anh ấy. Anh nói với chúng tôi rằng một cái gì đó đã điều khiển anh. Có những giọng nói liên tục thúc ép anh ta đấm chúng tôi, tuy nhiên, anh cảm giác có ai đó giữ anh lại. Chàng trai người Ý rất ngạc nhiên khi biết rằng không có ai giữ anh lại! Chắc chắn, đó phải là những thiên sứ của Chúa ở xung quanh anh trong thì giờ giải cứu.

Cuộc sống của chàng trai đó đã thay đổi hoàn toàn sau trận chiến. Ngày hôm sau, khi chúng tôi gặp lại nhau, anh đã làm chứng về việc được chữa lành khỏi một căn bệnh kinh niên. Đây là lần đầu tiên tôi cầu nguyện giải cứu thành công cho một người bị quỷ ám.

GIỚI THIỆU

Có lẽ bạn đã xem những video về sự giải cứu từ chức vụ của chúng tôi. Có những sự biểu lộ rất rõ rệt và ầm ĩ, trong khi những sự biểu lộ khác thì khá lặng lẽ ít thể hiện ra bên ngoài. Những sự biểu lộ thể chất không phải là điều kiện tiên quyết cho sự tự do, tuy nhiên, sự xức dầu của Đức Thánh Linh luôn là điều phải có để nhận được sự giải cứu thực sự.

Trước khi Đa-vít được Chúa sử dụng cách công khai để giết Gô-li-át, ông đã phải một mình đối mặt với những gấu và sư tử. Tôi tin rằng những chiến thắng với tư cách cá nhân sẽ chuẩn bị cho chúng ta có những chiến thắng vang dội. Khi quan sát cuộc đời của Đa-vít, tôi cho rằng ông không thích đối mặt với sư tử. Tôi có thể tưởng tượng ra những kiểu suy nghĩ như – "Tại sao tôi lại bị tấn công?" và, "Đức Chúa Trời đang ở đâu trong những hoàn cảnh như vậy?" – chắn hẳn đã đến với tâm trí ông. Khi Đa-vít bị sư tử tấn công và mất chiên, ông có thể đắm mình trong thất bại và tự thương hại. Tuy nhiên, Đa-vít đã phải đưa ra quyết định không sống trong sự hối tiếc vì thất bại khi mất một con chiên. Do đó, ông chọn cách đứng dậy và chiến đấu để giành lại những gì con sư tử đã đánh cắp của ông. Đa-vít đã không nhận ra rằng cuộc chiến với sư tử cuối cùng sẽ cho ông can đảm và quyết tâm để đối mặt với gã khổng lồ Gô-li-át, cách công khai.

Hôm nay, tôi vẫn tin vào sự giải cứu. Tôi tin vào sự giải cứu, không phải chỉ bởi vì tôi đã chứng kiến nhiều cuộc đời được thay đổi hay vì Chúa Jesus đã truyền bảo chúng ta đuổi quỷ, mà bởi vì chính tôi đã trải nghiệm sự tự do khỏi những thứ khác nhau xảy ra trong cuộc đời tôi.

Ở tuổi 12, tôi vô tình thấy những hình ảnh khiêu dâm. Vào thời điểm đó, tôi đã không quan tâm đến ảnh hưởng của sự tiếp xúc này, vì tôi không hiểu tác động của loại tài liệu này đối với cuộc sống của tôi.

Khi tôi 13 tuổi thì gia đình chuyển đến sống ở Mỹ. Mọi thứ đều rất mới mẻ - đất nước, bạn bè và thậm chí cả ngôn ngữ! Tuy nhiên, dần dà tôi phát hiện ra một chứng nghiện mới, cần sự giải cứu đến từ Đức Chúa Trời.

Sáu tháng sau khi gia đình chúng tôi di cư sang Mỹ, một người hàng xóm nhờ tôi trông nhà cho họ trong bảy ngày. Tôi vô cùng tò mò, muốn tìm hiểu xem người Mỹ sống như thế nào. Bên cạnh công việc hàng ngày là dọn dẹp nhà cửa, cho mèo ăn và cắt cỏ, tôi muốn quan sát toàn bộ ngôi nhà. Khi đang tháy máy như vậy, tôi thấy một bộ băng cát-sét VHS.

Bìa các cuốn băng nói rõ nội dung của chúng – không liên quan gì đến những cuộc Truyền Giảng lớn của Kinda Kuhlman hoặc Billy Graham. Hãy luôn nhớ rằng tội lỗi luôn lén lút và lừa dối. Điều tồi tệ nhất là bạn bắt đầu lừa dối chính mình bằng cách kiếm cớ để làm những điều xác thịt muốn.

Sau tất cả, tôi chỉ muốn kiểm tra lại xem nội dung trong các cuốn băng có khớp với cái bìa của chúng không. Rõ ràng là nó không liên quan gì đến các cuộc Truyền Giảng lớn. Đó là tài liệu khiêu dâm; và thay vì tắt tivi, tôi tiếp tục và xem toàn bộ video. Chính lúc này, có một điều gì đó đã nhập vào tôi.

Hậu quả là, cảm giác tội lỗi và xấu hổ đã xâm chiếm tôi. Tôi cảm thấy ghê tởm chính mình. Tôi ngay lập tức hứa với Chúa rằng tôi sẽ không bao giờ xem một lần nữa, và nhanh chóng ăn năn. Nội trong tuần đó, tôi đã thất hứa.

Trong một vài năm tiếp theo, tôi thấy mình chìm đắm trong phim khiêu dâm. Vâng, tôi biết điều đó là sai, nhưng tôi không thể ngừng xem được. Cho dù tôi đã rất cố gắng từ bỏ bằng cách xưng nhận với mục sư và kiêng ăn mỗi tuần; nhưng chỉ cần một giây phút yếu đuối là tôi lại tái phạm.

Tôi biết rằng tôi không thể tiếp tục sống như thế này nữa. Tôi khao khát được tự do trong vô vọng! Thực tế ập đến khi tôi nhận ra rằng tôi bị ràng buộc với tội lỗi và tôi không thể thực sự hiệu quả trong chức vụ. Ngoài ra, vào thời điểm đó, hôn nhân thậm chí không phải là một lựa chọn, vì điều đó có nghĩa là người vợ tương lai của tôi

GIỚI THIỆU

sẽ phải trải qua nhiều nỗi đau trong khi tôi chiến đấu với vấn đề này.

Khi tôi bắt đầu đọc sách và nghe các bài giảng, Jack Hayford, một chức vụ được kính trọng, đã chia sẻ một câu chuyện về một trong những chấp sự của ông đã được giải cứu khỏi tà linh loạn luân. Sau nhiều năm, vị chấp sự này đã đến với Mục sư Hayford, để xưng nhận về cuộc chiến của ông với phim khiêu dâm, nhờ đó Jack Hayford đã cầu nguyện cho ông.

Trong buổi cầu nguyện đó, Đức Thánh Linh đã tỏ cho mục sư Hayford biết rằng có nhiều lỗ hổng trong tâm hồn người này. Mỗi lỗ hổng đại diện cho một lần quan hệ tình dục trong quá khứ của ông. Mục sư Hayford yêu cầu vị chấp sự này đi tìm một số lượng đá cụ thể, đại diện cho tất cả những lần quan hệ tình dục trong quá khứ dẫn đến sự trói buộc này. Khi người này ăn năn và từ bỏ việc quan hệ tình dục, những viên đá bị ném ra xa về phía đông của một con sông. Sau khi từng hòn đá được ném xuống sông, người này đã hoàn toàn tự do.

Một cảm giác khó chịu xuất hiện trong tôi khi tôi đọc tới đây. Đức Thánh Linh cho tôi thấy được rằng cánh cửa trước của ngôi nhà tâm hồn của tôi đã mở ra với phim khiêu dâm lần đầu tiên vào năm tôi 12 tuổi. Sau đó, cánh cửa sau được mở ra cho ma quỷ khi tôi 13 tuổi. Chúng vẫn chưa được khóa lại!

Tôi đã dành bảy ngày để cầu nguyện và kiêng ăn. Thực sự tan vỡ trước Chúa, tôi ngắt kết nối với mọi thứ trong quá khứ; bao gồm cả hai hình ảnh về việc quan hệ tình dục như thật trong tâm trí tôi mà tôi cần phải cầu xin lòng thương xót của Ngài. Không cảm thấy có gì khác biệt, nhưng tôi chắc chắn có một điều gì đó đã thay đổi.

Kể từ thời điểm đó, một sự thay đổi mạnh mẽ đã xảy ra – những điều mà trước đây tôi không có được. Tôi đã có được ân điển, sự tự kỷ luật và sức mạnh để kiểm soát bản thân khi tôi bị cám dỗ.

Hôm nay, tôi bước đi trong sự tự do và tôi chia sẻ về sự tự do cho người khác. Mọi người đều có thể kinh nghiệm loại tự do này từ

Đức Chúa Trời. Tuy nhiên, tự do chỉ là sự khởi đầu chứ không phải là mục tiêu cuối cùng.

Bạn thấy đấy, mục đích của tự do là để chúng ta có thể phục vụ Chúa và thực hiện sự kêu gọi của Ngài cho đời sống của chúng ta một cách đầy trọn. Có được sự tự do nhưng không phục vụ Đức Chúa Trời cách đầy trọn cũng giống như dân Y-sơ-ra-ên ra khỏi Ai Cập, nhưng không vào được miền đất hứa. Họ đã không chịu làm bất cứ điều gì để đến được với thiên mệnh của mình với sự tự do mà họ mới tìm thấy.

Cuốn sách này không chỉ nói về cách để được giải cứu khỏi ma quỷ, nghiện ngập và sự bất an. Đức Chúa Trời muốn giải thoát bạn khỏi sự trói buộc, để Ngài có thể đưa bạn vào thiên mệnh của mình.

Trong cuốn sách này, tôi muốn cho bạn thấy tự do chỉ là bước đầu tiên. Cách tốt nhất để duy trì sự tự do là sử dụng nó để trưởng thành trong Chúa và đạt được tiềm năng đầy đủ của bạn. Chính điều này sẽ tôn vinh Danh Chúa Jesus trong thế hệ của chúng ta!

Có thể bạn giống như Đa-vít, đang phải đối mặt với sư tử trong lĩnh vực chăn bầy của bạn. Những cuộc chiến bạn trải qua không phải để giết chết bạn, mà là để chuẩn bị bạn cho những điều lớn lao hơn sẽ đến. Đức Chúa Trời kêu gọi bạn giải cứu, chữa lành và cứu vớt thế hệ của này. Khi bạn học cách đánh thắng những con sư tử trong đời sống cá nhân của mình, Đức Chúa Trời sẽ định hình phẩm hạnh của bạn thông qua quá trình này và lan truyền lòng thương xót cho những người mà bạn được kêu gọi để đến với họ. Cũng giống như với Môi-se, việc ông trốn khỏi Ai Cập không chỉ vì bản thân ông, mà là để đưa dân tộc của ông ra khỏi ách nô lệ của Ai Cập! Ngay cả Chúa Jesus Christ - trước khi Ngài có thể đuổi quỷ - đã phải chạm trán với ma quỷ ở nơi đồng vắng.

Bạn phải giành chiến thắng trong các cuộc chiến cá nhân với những con sư tử trước khi bạn có thể giành chiến thắng trước Gô-li-át. Chúng ta hãy cùng nhau học biết cách để xác định, đối đầu, chiến đấu và đánh bại kẻ thù chung của chúng ta.

CHƯƠNG 1

ĐỪNG ĐÁNH CON LỪA

Sáng chủ nhật, ngày 9 tháng 3, một nhóm gồm nhiều người của chúng tôi đến một hội thánh ở Châu Phi. Nói rằng Đức Chúa Trời vận hành đầy quyền năng trong chức vụ đó là vẫn chưa đủ. Mỗi năm ba lần như vậy, chúng tôi đưa các nhóm khác nhau từ Hoa Kỳ đến hội thánh này. Lần này, một nhóm khoảng 50 người đã được tập hợp.

Trong khi đó, một nhóm khủng bố khét tiếng tên là Boko Haram – được biết là đã thảm sát hơn 10.000 Cơ đốc nhân trong chỉ một thập kỷ qua ở Nigeria – đang có mặt ở vùng của chúng tôi. Có năm người đàn ông đã lên một kế hoạch đánh bom thật tỉ mỉ ở một địa điểm được chỉ định, gần lối ra, trong buổi nhóm Chủ nhật mà chúng tôi không hề hay biết. Thật "may mắn", nhóm của chúng tôi lại ngồi rất gần vị trí đó, ngay lối ra. Như bạn có thể tưởng tượng, tất cả những ai ngồi gần lối ra, bao gồm nhóm năm mươi người của chúng tôi, chắc chắn là sẽ chết nếu quả bom phát nổ.

Khi buổi nhóm đang diễn ra, năm kẻ khủng bố này quyết định đi ăn tại một cửa hàng gần đó. Vì các buổi nhóm có thể kéo dài đến bất cứ giờ nào từ 11h đến 17h vào Chủ nhật hàng tuần, thời gian đó cho phép họ ăn uống no nê trước khi buổi nhóm kết thúc. Trong khi đó, chủ cửa hàng mở tivi để xem phát trực tiếp buổi nhóm tại hội thánh. Vị mục sư của hội thánh được thúc giục để cầu nguyện cho tất cả mọi người, kể cả những người đang theo dõi trực tuyến. Quyền năng của Đức Thánh Linh vận hành mạnh mẽ tại cửa hàng đó. Bốn trong số năm kẻ khủng bố nhận ra rằng chúng không thể đối địch với với loại quyền năng này, vì vậy chúng đã nhanh chóng chạy trốn khỏi cửa hàng.

Một kẻ khủng bố đã quyết định ở lại chống trả sự hiện diện

của Chúa. Tuy nhiên, không có sức mạnh nào có thể sánh được với quyền năng của Đức Thánh Linh. Tên khủng bố này cuối cùng đã ngã xuống sàn và sau đó bị ông chủ cửa hàng lôi đến nhà thờ. Vì ngồi ở hàng ghế đầu, nên tôi cũng không biết rõ ai vừa bị kéo vào. Mục sư bước đến và bắt đầu cầu nguyện để anh ta được tự do, và tên khủng bố đã hoàn toàn được giải cứu. Sắc mặt thay đổi, anh ta bắt đầu khóc và quỳ gối tiếp nhận Chúa Jesus. Khi anh ta nói ra ý định thực sự khi đến nhà thờ này, tôi như ngây người ra.

Nếu không có sự can thiệp của Đức Thánh Linh, chắc chắn là chúng tôi đã chết vào cuối ngày hôm đó. Điều làm tôi kinh ngạc nhất là sự thay đổi hoàn toàn mà tôi đã tận mắt chứng kiến; từ một kẻ khủng bố đến một người được giải cứu và rỗi linh hồn. Trước sự việc đó, tôi đã nghĩ rằng những người như anh ta chắc chắn không có cơ hội chuộc lỗi vì lòng họ đã đầy dẫy sự gian ác. Nhưng không phải như vậy, Đức Chúa Trời có thể thay đổi bất kỳ người nào, thậm chí là một kẻ khủng bố. Đức Chúa Trời có thể loại bỏ tất cả những điều xấu xa bên trong một người, dẫn đến một sự biến đổi tất yếu cho cá nhân người đó.

Sự Giải Cứu Đầu Tiên Được Ghi Lại Trong Các Sách Phúc Âm Trong Chức Vụ Của Chúa Jesus

Một lần kia, Chúa Jesus đi vào Nhà Hội - dưới sự xức dầu của Đức Thánh Linh - tà linh trong một người bắt đầu biểu lộ (xem Mác 1:21-28). Chúa Jesus đã không đuổi người đó ra khỏi Nhà Hội, nhưng Ngài đã đuổi tà linh ra khỏi người đó. Tuy nhiên, ngày nay, trong hầu hết các hội thánh, nếu có một tình huống biểu lộ tà linh tương tự như vậy xảy ra, thì người bị chiếm hữu nhiều khả năng sẽ bị đuổi ra ngoài hoặc bị buộc tội là đang gây sự chú ý. Chúa Jesus đã không ngại thực hiện sự giải cứu công khai. Ngài cũng không sợ rằng làm như vậy sẽ đề cao ma quỷ theo một cách nào đó, hay là làm xấu hổ người nhận được sự giải cứu. Khi chúng ta hiểu về thế giới tâm linh, chúng ta sẽ biết cách tấn công các thế lực ma quỷ ảnh hưởng đến một người, đồng thời không làm người đó ngã lòng. Vì làm như vậy, chúng ta có thể chứng thực và xác nhận danh phận thực sự của họ trong Đấng Christ.

Nếu sự hiểu biết của chúng ta về thực tại của cõi siêu nhiên bị méo mó hoặc không rõ ràng, thì chúng ta có xu hướng đi dọn sạch mạng nhện, thay vì trước tiên là phải giết chết con nhện. Đối phó với các triệu chứng thay vì gốc rễ của vấn đề, là một vấn đề nan giải. Thế giới thuộc linh cho thấy tất cả các vấn đề gốc rễ, ngược lại, thế giới thuộc thể chỉ cho thấy những biểu hiện mà thôi. Thế giới thuộc linh tạo ra thế giới thuộc thể và chứa đựng gốc rễ của mọi vấn đề.

Khi Con Lừa Nhìn Thấy Thế Giới Thuộc Linh

Theo quan sát của tôi, nhiều khi, những người ngoài thế gian dường như quan tâm và nhận thức về thế giới tâm linh nhiều hơn là thân thể của Đấng Christ. Trong sách Dân Số Ký, chương 22, có một câu chuyện về một người tên là Ba-la-am. Ông được thuê để rủa sả dân Y-sơ-ra-ên. Đức Chúa Trời đã cảnh báo ông trong một giấc mơ là không được làm điều đó. Bị thúc đẩy bởi lòng tham, ông quyết định không vâng lời Chúa mà cứ đi. Ông cưỡi trên con lừa của mình đến một địa điểm cụ thể. Tuy nhiên, thiên sứ của Chúa đã can thiệp và đứng chặn trên đường. Con lừa, con vật được cho là bị mù về thế giới tâm linh, đã nhìn thấy thiên sứ; trong khi mắt của Ba-la-am thì lại mù lòa trước sự mặc khải này.

Điều này có thể được so sánh với tình trạng thuộc linh của nhiều tín hữu trong thời đại ngày nay. Sở dĩ có như vậy là do tâm lý lo sợ về những gì người ta sẽ nói và cố gắng làm hài lòng người khác, từ đó khiến mắt chúng ta trở nên mù lòa trước thực tại của thế giới thuộc linh. Chính lòng tham và nỗi sợ sẽ làm mù mắt chúng ta trước cõi vô hình.

Những người xung quanh chúng ta, những người không phải là tín đồ của Chúa Jesus Christ, đang khao khát thực tại cõi siêu nhiên mà không hề lo sợ. Phim ảnh, chương trình TV, âm nhạc và sách vở chứa đầy những yếu tố siêu nhiên, khiến mọi người chìm sâu hơn vào bóng tối thay vì đưa ra được câu trả lời cho những mưu cầu tâm linh của họ. Giống như việc Chúa dùng con lừa để thức tỉnh và phán với nhà tiên tri, tôi tin rằng Ngài đang đánh thức hội thánh ngày nay, để nhìn thấy sự đói khát của thế giới đối với cõi siêu nhiên. Thẩm quyền và tầm ảnh hưởng của Đức Chúa Trời vượt trội hơn bất kỳ thế lực nào của kẻ thù.

Khi con lừa nhìn thấy thiên sứ, "… thì tránh qua một bên và đi xuống ruộng." (Dân Số Ký 22:23). Sau đó, "... (con lừa) nép vào vách và ép chân Ba-la-am." (Dân Số Ký 22:25). Tất cả những hành vi bất thường này xảy ra là vì sự phản đối con đường của họ trong cõi vô hình.

Khi con cái bắt đầu cư xử khác đi bằng những sự nghiện ngập và những thói quen không tôn vinh Chúa Jesus, chúng đang quay lưng lại với con đường đúng đắn và làm tan nát cõi lòng của cha mẹ. Có những thế lực thuộc linh đang hậu thuẫn cho những hành động bất tuân này và chúng ta phải sẵn sàng chiến đấu với chúng.

Ba-la-am rất tức giận, do đó ông đã đánh con lừa và gần như giết chết nó. Ông không nhận ra rằng vấn đề không phải là ở con lừa mà là sự chống đối bắt nguồn từ thế giới tâm linh đang ngăn không cho con lừa đi tiếp trên con đường đó. Chúng ta đừng bao giờ phạm phải sai lầm giống như nhà tiên tri Ba-la-am.

Kinh thánh nói rất rõ ràng rằng chúng ta phải chống trả kẻ thù và tiến hành chiến trận thuộc linh nếu chúng ta muốn bước đi trong sự đắc thắng thuộc linh. Chúng ta phải đối phó với kẻ thù trên đường đi, thay vì đánh con lừa. Con lừa đại diện cho các triệu chứng có thể nhìn thấy được, trong khi thiên sứ ngăn cản trên đường nói lên gốc rễ của vấn đề. Ví dụ, nếu có sự xung đột nào trong việc kinh doanh của chúng ta, chúng ta phải giải quyết gốc rễ của nó. Ngoài ra, nếu có sự giới hạn nào trong tài chính của chúng ta, chúng ta phải giải quyết gốc rễ của nó. Hơn nữa, nếu có sự trì trệ nào trong đời sống thuộc linh của chúng ta, chúng ta cũng cần phải giải quyết tận gốc rễ. Đừng chỉ gây áp lực nhiều hơn cho con lừa – thay vào đó hãy mở mắt ra và nhìn thấy rằng bạn đang ở trong một trận chiến chống lại kẻ thù thực sự đang đuổi theo những bước tiến và sự đột phá thuộc linh của bạn.

Sa-tan Là Kẻ Đứng Đằng Sau Tội Lỗi

Một câu chuyện khác minh chứng cho thực tế về những ảnh hưởng của cõi tâm linh là câu chuyện về việc vua Đa-vít kiểm tra dân số Y-sơ-ra-ên. Thật không có gì khó hiểu đối với Đa-vít, việc kiểm tra dân số sẽ khiến Đức Chúa Trời không hài lòng và mang đến sự phán xét. "Sa-tan nổi lên chống lại Y-sơ-ra-ên nên xúi giục Đa-vít kiểm tra dân số." (I Sử Ký 21:1). Đa-vít bắt đầu tin cậy vào sức mạnh của quân đội nhiều hơn là quyền năng của Đức Chúa Trời. Sự kiêu ngạo đã mở cửa ra cho ma quỷ, khiến Đa-vít phạm tội và nhiều người đã phải gánh chịu hậu quả từ hành động của ông. Rõ ràng là nhiều người sẽ bị tổn hại khi người lãnh đạo thất bại ở cấp độ này.

Điều khiến Đa-vít phạm tội được thấy ở đây: "Sa-tan nổi lên chống lại Y-sơ-ra-ên…" Ma quỷ căm ghét chúng ta đến tận xương tủy và nó muốn đẩy những người lãnh đạo vào tội lỗi. Ma quỷ biết rằng nếu nó có thể khiến những người lãnh đạo phạm tội, thì nó có thể đè bẹp đức tin của chúng ta, hoặc ít nhất là làm lung lay đức tin của chúng ta nơi Đức Chúa Trời. Rõ ràng là không ai sa vào tội lỗi mà không có sự xúi giục của ma quỷ. Tuy nhiên, Đa-vít không đổ lỗi cho ma quỷ hay người khác, thay vào đó, ông đã thừa nhận thất bại của mình và ăn năn. Ăn năn là cách duy nhất chúng ta có thể phá vỡ sự ảnh hưởng của ma quỷ trên những sự lựa chọn của chúng ta.

Tội lỗi đầu tiên của nhân loại cũng liên quan đến ảnh hưởng của ma quỷ. A-đam không có ý định làm điều ác, và cũng không có nền văn hóa bên ngoài nào có thể tác động đến quyết định của ông. Tuy nhiên, một con rắn trong vườn đã dụ dỗ và lừa dối A-đam thực hiện hành vi phạm tội. Khác với Đa-vít, A-đam đổ lỗi cho vợ và sau đó, Ê-va đổ lỗi cho ma quỷ (con rắn). Mặc dù Sa-tan đóng vai trò tác nhân, nhưng trách nhiệm của chúng ta là phải ăn năn và để Chúa thanh tẩy chúng ta. Sự ăn năn sẽ không bao giờ diễn ra nếu chúng ta chơi trò đổ lỗi.

Khi Đức Chúa Trời bước vào, không chỉ A-đam và Ê-va bị phán xét, mà con rắn cũng bị nguyền rủa. A-đam và Ê-va không bị rủa sả trực tiếp, nhưng con rắn thì phải bị; và Đức Chúa Trời sẽ không để cho ma quỷ thoát tội được. Thực ra, Ngài xử ma quỷ nghiêm khắc hơn so với tổ phụ đầu tiên của chúng ta, A-đam và Ê-va. Nhiều Cơ đốc nhân ngày nay lại đi bảo vệ cho ma quỷ. Vì những lý do nào đó, chúng ta không muốn đối phó với ma quỷ, mà thay vào đó, chúng ta đổ lỗi cho con người. Những tín hữu nào đối phó với ma quỷ thì bị dán cho cái nhãn là "điên khùng" hoặc "mấy người tào lao".

Đã có lúc Chúa phải sửa sai tôi vì tôi muốn hạ thấp lập trường của mình đối với chiến trận thuộc linh. Tôi biết rằng đây không phải là một chủ đề phổ biến với Cơ đốc giáo chính thống, vì vậy tôi cảm thấy mình cần phải hạ nó xuống. Tuy nhiên, Đức Thánh Linh đã nhắc tôi nhớ đến câu chuyện của vua Sau-lơ, khi ông tha cho kẻ thù mà Đức Chúa Trời đã truyền bảo ông phải tiêu diệt. Khi vua Sau-lơ chọn cách đối đãi tốt với vua dân A-ma-léc, là A-ga, điều đó đã xúc phạm đến Đức Chúa Trời và Ngài không hề hài lòng chút nào. Tôi đã nhanh chóng ăn năn sau một lời quở trách như vậy, và tôi quyết định không cho vua A-ga thêm bất kỳ sự bảo vệ nào nữa. Sa-tan là kẻ thù của Đức Chúa Trời, và do đó, nó cũng là kẻ thù của tôi. Tôi sẽ làm những gì Chúa Jesus đã làm, và tôi sẽ chiến đấu theo như mệnh lệnh của Chúa Jesus. Một khi chúng ta giải quyết được điều này trong lòng, Đức Chúa Trời sẽ hài lòng và ma quỷ sẽ phải ê chề; sau đó, nhiều người sẽ được giải cứu.

Đối Phó Với Gốc Rễ, Chứ Không Phải Bông Trái

Chúa Jesus đã đưa ra một mô hình đặc biệt, thống nhất, khi đối diện với con người. Ngài là Đấng tạo dựng thế giới thuộc linh. Khi Đấng Christ hỏi những người theo Ngài nghĩ gì về Ngài, Phi-e-rơ đã nhanh chóng trả lời: "...Thầy là Đấng Christ, Con Đức Chúa Trời hằng sống." (Ma-thi-ơ 16:16). Chúa Jesus đã không khen ngợi Phi-e-rơ vì sự mặc khải như vậy; thay vào đó, Ngài đã khen ngợi Chúa Cha, là Đấng đã soi sáng cho Phi-e-rơ.

Việc hiểu biết về thế giới tâm linh xuất phát từ sự nhận biết, trước hết và trên hết, rằng tất cả những sự tiến bộ và mặc khải chúng ta nhận được đều là bởi ân điển của Đức Chúa Trời, chứ không phải bởi công đức hay việc lành của chúng ta. Nếu không nhờ Đức Thánh Linh thì không thể nào nên thánh được. Hơn nữa, chúng ta không thể nào tìm đến Đức Chúa Trời nếu Ngài không tìm đến chúng ta trước; chúng ta đừng bao giờ quên điều đó. Cho dù chúng ta có thể làm được bất kỳ việc tốt đẹp nào, thì mọi sự vinh hiển phải luôn thuộc về Chúa. Khi chúng ta quên đi điều này, chúng ta sẽ có xu hướng bỏ qua bài học đắt giá mà Phi-e-rơ đã học được ngay sau khi ông xưng nhận về Chúa Jesus. Khi Chúa Jesus bắt đầu chia sẻ về những đau khổ mà Ngài sắp phải chịu, Phi-e-rơ liền đưa ra lời khuyên cho Chúa Jesus. Phi-e-rơ có ấn tượng rằng sự mặc khải đó là đến từ chính ông, do đó, ông đã có một cái nhìn sai lệch và bắt đầu chỉ dẫn Đức Chúa Trời.

Từ góc độ của con người, Phi-e-rơ chỉ đang cố gắng cứu Chúa Jesus khỏi những đau khổ sắp đến. Nhưng từ góc độ tâm linh, Chúa Jesus nhận thấy rằng lời khuyên này không đến từ Phi-e-rơ, mà đến từ ma quỷ. Điều điên rồ nhất ở đây là, sứ đồ vĩ đại Phi-e-rơ, người vừa mới được Đức Thánh Linh sử dụng để nói ra sự mặc khải; chỉ trong chốc lát, đã để cho ma quỷ sử dụng để nói ra những lời dại dột. Chúng ta có thể thấy rõ rằng vua Đa-vít - một người đẹp lòng Đức Chúa Trời, như được mô tả trong Kinh Thánh - và cả Phi-e-rơ đều trở thành miếng mồi cho sự kiêu ngạo. Sự kiêu ngạo là một cánh cửa rộng mở cho sự xâm nhập của ma quỷ và ngay cả những tín đồ chân chính của Đấng Christ cũng có thể trở thành nạn nhân. Sự kiêu ngạo đã biến một thiên thần hoàn hảo trở thành ác quỷ. Đây là một lời nhắc nhở nghiêm túc trong việc phải chúc tụng Đức Chúa Trời về bất kỳ phước lành hoặc sự tiến bộ nào trong đời sống của chúng ta.

Thường sẽ có những dấu tay của kẻ thù trên bất cứ điều xấu xa nào trong cuộc sống của chúng ta. Chúng ta thấy tự hào khi mọi chuyện đều tốt đẹp, nhưng lại đổ lỗi cho Chúa khi mọi thứ trở nên tồi tệ và không đá động gì đến Sa-tan cả. Con người và cả những phương tiện truyền thông rất hiếm khi quy trách nhiệm cho ma quỷ về những điều xấu xa trên thế giới này.

Kiến trúc sư của tất cả những sai trật là ma quỷ. Điều đó được thể hiện rõ trong lời khuyên sai lầm của Phi-e-rơ dành cho Chúa Jesus, cũng như trong việc chối Chúa của Phi-e-rơ (xem Lu-ca 22:31), trong sự phản bội Chúa Jesus (xem Lu-ca 22:3), và khi A-na-nia nói dối với Đức Thánh Linh (xem Công vụ 5:3). Vì lý do này, sứ đồ Phao-lô khích lệ chúng ta hãy tham gia vào cuộc chiến thuộc linh. Thực tế là việc chúng ta đang sống trên đất này đã đưa chúng ta vào trận chiến thuộc linh rồi; nhưng không phải tất cả các Cơ đốc nhân đều tham chiến.

Quyết Định Và Kết Quả

Chúng ta biết rằng các quyết định đều dẫn đến những kết cục tốt đẹp hoặc tồi tệ. Tuy nhiên, nhiều quyết định tồi tệ bắt nguồn từ sự tác động và ảnh hưởng của thế giới tâm linh. Con trai của Sa-lô-môn, Rô-bô-am, đã đưa ra một quyết định tồi là không làm theo lời khuyên của các trưởng lão trong việc cắt giảm thuế và giảm bớt gánh nặng cho dân sự. Quyết định này đã khiến ông mất đi 11 chi phái, một sự mất mát tàn khốc. Thật không may, 11 chi phái đó đã không bao giờ được tái hợp với nhà Đa-vít. Thật vậy, những hậu quả tồi sẽ theo sau những quyết định tồi. Tuy nhiên, quyết định tồi đó của Rô-bô-am là bắt nguồn từ sự thờ hình tượng của cha ông. Ông không biết rằng mình đã bị định cho thất bại, bởi vì có một lời tiên tri liên quan đến 11 chi phái và việc họ sẽ bị tách ra khỏi nhà Đa-vít.

Vua Rô-bô-am thiếu khôn ngoan vì không đối phó với gốc rễ của quá khứ, trước khi dấn thân vào tương lai. Bạn có bao giờ thắc mắc và tự hỏi mình rằng: "Ai đang ảnh hưởng đến những quyết định của tôi?" hoặc "Tại sao tôi luôn chọn không đúng người để hẹn hò?" hoặc "Tại sao tôi dường như luôn đưa ra những quyết định sai lầm liên quan đến vấn đề tài chính?" Nhiều Cơ đốc nhân sẽ nói với bạn rằng đó là bởi vì bạn không kỷ luật, không được chỉ dạy hoặc không khôn ngoan.

Tuy nhiên, tất cả những biểu hiện này chỉ là triệu chứng bên ngoài, bởi vì gốc rễ thực sự nằm trong cõi thuộc linh vô hình. Quyết định tai hại của Giu-đa - ăn cắp tiền và phản bội Chúa Jesus - đã bị Sa-tan tác động. Chỉ cần một quyết định bị các thế lực thuộc linh đen tối tác động, cũng đủ để hủy hoại cuộc đời của ông. Những quyết định tồi có thể là hệ quả của việc có những con quỷ đang ảnh hưởng đến cuộc sống của chúng ta. Để có thể đưa ra những quyết định đúng đắn, chúng ta phải sống dưới sự ảnh hưởng của Đức Thánh Linh.

Chiến Trận Thuộc Linh Loại Bỏ Cái Ác Ra Khỏi Con Người

Tôi nhớ mình đã từng được gặp Mel Bond - một vị mục sư Tin Lành đầy quyền năng; thông qua ông, Đức Chúa Trời đã đem đến sự chữa lành và giải cứu cho rất nhiều người. Cuộc gặp gỡ đó diễn ra vào năm 2013 tại Hội thánh Hungry Generation. Ông đã chia sẻ về phương cách để chúng ta có thể nhìn thấy trong thế giới thuộc linh. Ông giải thích cách mà ông có thể nhìn thấy được những đốm đen hoặc những con rắn trên một số bộ phận cơ thể của những người bị bệnh. Thậm chí có những lúc ông còn nhìn thấy một con quỷ. Khi ông chạm trán với thực thể ma quỷ đó, nó rời đi và người đó được chữa lành. Chính tôi đã tận mắt chứng kiến ông làm điều đó tại hội nghị của chúng tôi. Tôi được biết rằng Chúa đã chữa lành cho Mel Bond, vợ và các con ông theo cách tương tự như vậy.

Đầu tiên, ông nhận được một khải tượng và nhìn thấy một tà linh đen tối đang ngồi hoặc là đang bám chặt phần cơ thể đang bị đau. Khi ông ra lệnh cho nó rời khỏi đó, sự chữa lành đến ngay lập tức. Chúa Jesus nói: "Không ai có thể vào nhà một người có sức mạnh để cướp tài sản mà không lo trói người ấy trước; phải trói người đó lại, rồi mới cướp nhà người được." (Mác 3:27).

Trận Chiến Thuộc Thể Khác Với Trận Chiến Thuộc Linh

Một cựu chủ tịch của Viện Hàn lâm Khoa học Na Uy và các nhà sử học từ Anh, Ai Cập, Đức và Ấn Độ đã lập bảng và phân tích một số dữ liệu đáng kinh ngạc. Công trình của họ chỉ ra rằng trong 5.600

năm qua, kể từ năm 3.600 TCN, thế giới chỉ biết đến 292 năm hòa bình! Trong khoảng thời gian này, đã có đến 14.351 cuộc chiến lớn nhỏ, trong đó 3,64 tỷ người đã thiệt mạng. Giá trị tài sản bị phá hủy có thể làm thành một chiếc thắt lưng bằng vàng rộng 97,2 dặm và dày 33 feet đeo vòng quanh trái đất của chúng ta. Từ năm 650 TCN, đã có 1.656 cuộc đua vũ trang, trong đó chỉ có 16 cuộc đua là không dẫn đến chiến tranh.

Một cuộc chiến thuộc thể có thể giết chết một người, nhưng nó không thể giết chết cái ác trong một người. Cái ác sẽ tiếp tục trú ngụ bên trong một người cho đến khi có một cuộc chiến thuộc linh loại bỏ được cái ác bên trong người đó. Lý do mà Chúa Jesus không cho các môn đồ tham gia vào một cuộc chiến thuộc thể là bởi vì có một cuộc chiến thuộc linh hệ trọng và ảnh hưởng sâu rộng hơn. Phao-lô khuyên các tín hữu đừng chiến đấu với con người, mà hãy tham chiến trong lĩnh vực thuộc linh. "Chúng tôi dù sống trong thân xác, nhưng không chiến đấu theo cách xác thịt. Vũ khí chúng tôi dùng để chiến đấu không phải là những vũ khí xác thịt, mà là quyền năng của Đức Chúa Trời để phá đổ các đồn lũy" (II Cô-rinh-tô 10:3-4).

Đừng Lãng Phí Sự Xức Dầu Vào Những Trận Chiến Vô Nghĩa

Một trong những lý do chính khiến việc giải cứu không xảy ra trong Cựu Ước là hầu hết mọi người chỉ tham gia vào những cuộc chiến thuộc thể. Để thành công trong chiến trận thuộc linh, chúng ta phải ngừng chiến đấu chống lại con người. "Vì chúng ta chiến đấu, không phải chống lại thịt và máu, nhưng chống lại các quyền thống trị, các thế lực, các kẻ nắm quyền bá chủ thế giới mờ tối nầy, và các thần dữ ở các nơi trên trời" (Ê-phê-sô 6:12). Chừng nào chúng ta còn chiến đấu chống lại thịt và máu, thì chừng đó chúng ta vẫn chưa nhận được sự xức dầu của Chúa để chiến đấu chống lại các thế lực thuộc linh.

Đa-vít là một ví dụ rõ ràng cho chúng ta về điều này. Ông phải rời khỏi một cuộc chiến với các anh trai của ông trước khi ông chiến đấu với Gô-li-át. Các anh trai đã khiêu khích ông bằng sự nghi ngờ rằng động cơ và dã tâm của ông chính là điều đã thu hút ông đến chiến trường. Mặc dù các anh trai của ông là những người lính, nhưng họ không chiến đấu với kẻ thù thực sự, mà thay vào đó, họ lại chiến đấu với chính em trai của mình. Đa-vít đã chọn cách rời xa họ, để bảo toàn sự xức dầu của mình cho trận chiến thực sự.

Chúng ta phải nhớ rằng, không phải trận chiến nào cũng đáng để chiến đấu. Hãy bảo vệ sự xức dầu của bạn, để bạn có thể chiến đấu trong những trận chiến thuộc linh thực sự. Nếu bạn luôn bị lôi kéo vào những chuyện tranh cãi, bàn ra tán vào, biện hộ và trả đũa những kẻ trêu chọc bạn, thì bạn sẽ không còn chút dầu nào để chiến đấu với Gô-li-át trong cuộc đời bạn. Vâng, bạn có thể giành chiến thắng trong cuộc chiến với anh em của mình, nhưng bạn sẽ không còn sức mạnh để chiến đấu chống lại kẻ thù thực sự, là ma quỷ. Vì lý do này, Chúa Jesus vẫn im lặng trước Thống đốc La Mã, Phi-lát. Ý định của Ngài không phải là chiến đấu với người Pha-ri-si và người La Mã, thay vào đó, mục đích duy nhất của Ngài là chiến đấu chống lại các thế lực của bóng tối. Bạn có thể chọn chiến đấu và đánh bại con chồn hôi bất cứ lúc nào, nhưng bạn phải tự hỏi: "Liệu có đáng để chiến đấu để rồi mình phải ngửi cái mùi hôi thối của nó hay không?"

Cầu Nguyện

"Lạy Chúa Jesus, chính con đây đến trước mặt Ngài, mù lòa trước thực tại của thế giới thuộc linh. Như Ngài đã mở mắt cho Ba-ti-mê thể nào, thì xin Ngài cũng hãy mở đôi mắt thuộc linh của con thể ấy. Chúa Thánh Linh ơi, xin xức cho đôi mắt của con bằng dầu của Ngài để con có thể thấy được. Lạy Cha Thiên Thượng, xin giúp con luôn ý thức được rằng Đấng ở trong chúng con là lớn hơn những kẻ chống lại chúng con."

BỨT PHÁ

CHƯƠNG 2

SÁU LOẠI TÀ LINH

Khi mới được 8 tuổi, Kacy đã bị chính cha ruột hiến tế cho tà thần Baal (Ba-anh). Gia đình cô là thành viên của một hội huyền bí. Khi cô lớn lên, ma quỷ bắt đầu kiểm soát cuộc sống của cô. Những suy nghĩ về việc tự tử và rạch, cắt thân thể len lỏi vào. Cứ như thế, cô bị chẩn đoán là mắc chứng tâm thần phân liệt, rối loạn lưỡng cực và các rối loạn tâm thần khác. Vì bị lạm dụng tinh thần, cảm xúc và thể xác quá mức, Kacy đã sống một lối sống đồng tính nữ trong suốt 10 năm. Tà linh này đã gây ra rất nhiều tổn thương về tinh thần và phải được điều trị y tế. Hậu quả là, cô đã phải uống 15 loại thuốc tâm thần khác nhau, bốn lần một ngày.

Năm 2018, cô đã quyết định tham dự hội nghị hàng năm "Raise to Delivery" (Dấy Lên Để Giải Cứu) của Hungry Generation. Tà linh quấy rối cô đã biểu lộ và bị đuổi ra bởi quyền năng của Đức Thánh Linh. Vài tháng sau, cô đã trở lại Hungry Generation và chia sẻ lời chứng về sự giải cứu của mình. Đức Chúa Trời không chỉ giải cứu cô ra khỏi tà linh Baal và đồng tính nữ, Ngài còn chữa lành cô cách hoàn toàn. Các bác sĩ và chuyên gia khuyên rằng sẽ mất ít nhất hai năm để cô có thể ngừng dùng 15 loại thuốc mà cô đang dùng. Tuy nhiên, sau khi được giải cứu, cô đã ngừng uống tất cả các loại thuốc đó; và cơ thể cô không hề gặp bất kỳ tác dụng phụ nào. Cô cũng được kết nối với một hội thánh địa phương và bắt đầu tham gia một lớp học Kinh Thánh hàng tuần; cô bắt đầu đọc Kinh thánh hàng ngày và học thuộc Kinh thánh.

Đây là những gì đã diễn ra với những người được giải cứu để phục vụ Chúa hiệu quả hơn. Không một con quỷ nào có thể sánh được với Đức Thánh Linh, hay là có được quyền năng của danh Chúa Jesus. Đôi khi, các Cơ đốc nhân chỉ tình cờ nói những từ như "quỷ tha, ma bắt" mà không hiểu rằng cuộc sống không phải là một sân chơi, mà là một chiến trường. Sa-tan không phải là trò đùa, nó là một kẻ thù thực sự.

Sai lầm đầu tiên mà hầu hết các tín hữu mắc phải trong cuộc chiến này là đánh giá thấp kẻ thù hoặc thiếu hiểu biết về mục tiêu của chúng. Chúng ta nhận thấy được khi xem hoặc quan sát sự giải cứu, những con quỷ tự gọi mình bằng tên của chúng, chẳng hạn như "Linh Giê-sa-bên", "Linh Thịnh Nộ" và "Linh Sự Chết". Cũng có những lúc, những uế linh tự gọi mình là những thần tượng, con vật hoặc những kẻ khét tiếng trong lịch sử vì những việc xấu xa của họ. Tên của chúng thể hiện bản chất và chức năng của chúng. Nền tảng cho cuộc chiến thuộc linh của chúng ta không được xây dựng trên kinh nghiệm, mà là trên Lời của Đức Chúa Trời. Chúng ta thấy trong Kinh thánh rằng ma quỷ có thể có những cái tên. Chúa Jesus đã làm sáng tỏ chủ đề này trong chức vụ trên đất của Ngài.

Quân Đoàn Đóng Quân Tại Một Vùng

Tôi có được đặc ân đến thăm Y-sơ-ra-ên và tôi đã nhìn thấy Biển hồ Ga-li-lê nơi Chúa Jesus dẹp yên cơn bão, rồi sau đó đi vào thành để giải cứu một người ra khỏi quân đoàn ma quỷ (xem Mác 4:39).

Sự giải cứu đặc biệt này cho thấy rằng nhiều con quỷ có thể sống trong một người, trên thực tế, có đến hàng ngàn con quỷ có thể cư trú trong một người. Ma quỷ cũng đứng đằng sau những hành vi tự hủy hoại bản thân. Một người bị quỷ ám có thể biểu lộ sức mạnh thể chất phi thường.

Trong câu chuyện nói trên, người đàn ông bị quỷ ám sống ở nơi mồ mả. Ma quỷ thích đi lang thang nơi có những ngôi mộ hoặc nghĩa trang. Hãy so sánh điều này với Đức Thánh Linh – Đấng sống trong tín hữu và khiến chúng ta trở thành đền thờ của Đức Chúa Trời hằng sống. Ngược lại, ma quỷ thích cư trú nơi mồ mả. Có thể bạn sẽ thắc mắc tại sao lại như vậy. Đền thờ là nơi của sự sống, còn mồ mả là nơi của sự chết chóc. Mồ lả là nơi từng có sự sống. Đây là lý do tại sao Chúa Jesus gọi những người sống theo tôn giáo là mồ mả - họ từng sống cho Chúa, nhưng bây giờ họ chỉ là nơi mà ma quỷ có thể đến thăm và trú ngụ. Đây cũng là lý do tại sao việc sống nhờ ma-na của ngày hôm qua; sống dựa trên những điều Chúa đã làm từ rất lâu rồi trong cuộc đời bạn, nhưng hiện tại thì không còn nhiệt huyết cho Chúa Jesus nữa là điều cực kỳ nguy hiểm. Ma-na của ngày hôm qua sẽ sinh giòi, vì vậy nếu bạn sống theo những gì Chúa đã làm trong quá khứ, thì cuối cùng bạn sẽ trở thành một ngôi mộ, nơi ma quỷ thích trú ngụ.

Ma quỷ cũng có thể nhập vào con vật, bởi vì chúng là những tà linh đang tìm kiếm cơ thể vật lý. Mục tiêu chính của chúng là chiếm hữu thân thể con người, nhưng nếu cần, chúng sẽ ở trong cơ thể động vật. Vì heo là loài vật bị Chúa coi là ô uế, cho nên không có gì ngạc nhiên khi ma quỷ nhập vào một bầy heo. Do đó, những uế linh sẽ cư ngụ trong những thứ ô uế.

Ra Khỏi Con Người, Nhưng Không Ra Khỏi Đất Nước

Có những tà linh khác nhau kiểm soát các khu vực và vùng lãnh thổ. Trong Cựu Ước, câu trả lời cho những lời cầu nguyện của Đa-ni-ên đến chậm trễ vì bị vua Ba Tư ngăn trở. Đây là một tà linh vùng lãnh thổ đầy sức mạnh vận hành đằng sau Đế chế Ba Tư (xem Đa-ni-ên 10:12). Sứ đồ Phao-lô nói với các Cơ đốc nhân ở Ê-phê-sô rằng chúng ta đang chiến đấu chống lại các quyền thống trị, các thế lực, các kẻ nắm quyền bá chủ, và các thần dữ (xem Ê-phê-sô 6:12). Điều này có thể giải thích tại sao một số khu vực trên thế giới có tỷ lệ tội phạm cao hơn, chẳng hạn như giết người hoặc bạo lực.

Bạn có thể bị sốc khi biết rằng Chúa Jesus tôn trọng yêu cầu của ma quỷ để cho chúng ở lại vùng đó (xem Ma-thi-ơ 8:31-32). Chúa cũng tôn trọng yêu cầu của Sa-tan để tấn công Gióp (xem Gióp 1:12). Hơn nữa, Sa-tan còn đòi sàng sảy Phi-e-rơ như lúa mì (xem Lu-ca 22:31). Chúng ta không biết chính xác tại sao Chúa lại cho phép điều này, nhưng có một điều chắc chắn là việc đó sẽ thúc đẩy chúng ta cầu nguyện và kiêng ăn nhiều hơn. Nếu Sa-tan, một kẻ nổi loạn, có thể được đáp ứng những đòi hỏi của nó, thì chúng ta, con cái của Đức Chúa Trời sẽ được Chúa đáp ứng đến mức nào nữa. Khi chúng ta cầu xin theo ý muốn trọn vẹn của Đức Chúa Trời, thì chúng ta sẽ nhận được câu trả lời cho những lời cầu nguyện của chúng ta.

Ma quỷ cầu xin Chúa Jesus cho chúng được ở lại vùng đó; ngược lại, dân chúng cầu xin Chúa Jesus rời khỏi vùng đó. Chúa Jesus đã tôn trọng cả hai yêu cầu đó. Tuy nhiên, người được giải cứu, xin rời khỏi vùng đó để đi theo Chúa Jesus đã bị từ chối. Chúng ta có thể đưa ra một nhận định đó là Chúa Jesus muốn để ông ở lại vùng đất bị ma quỷ chiếm đóng. Lời chứng của ông sẽ có sức mạnh để giúp ích cho khu vực đó. Chúa Jesus luôn đặt để các đại diện của Ngài ở những vùng đất khước từ Ngài, để qua lời chứng của họ, người ta có thể có cơ hội thứ hai tiếp nhận Ngài. Khi Đức Chúa Trời giải cứu bạn, Ngài làm điều đó với mục đích là để bạn giúp đỡ người khác, những người bị trói buộc bởi những tà linh tương tự để họ cũng được tự do.

Ma Quỷ Biết Nói

Điều đáng nói và khác biệt về sự giải cứu này là Chúa Jesus đã chất vấn ma quỷ. Điều này cho thấy rằng ma quỷ có thể nói. Tuy nhiên, chúng ta không được cung cấp bất kỳ sự hướng dẫn nào về việc tìm kiếm thông tin hoặc là nói chuyện với kẻ thù, mà chỉ là phải đuổi nó ra. Những gì chúng ta hiểu ở đây là Chúa Jesus đã hỏi ma quỷ. Có những ca đuổi quỉ chúng ta hỏi tên của chúng, như Chúa Jesus đã làm. Chúng ta hỏi: "Mày đã nhập vào người này bằng cách nào?" và "Mày đã làm gì với người này?" Khi những tà linh hét lên, chúng thường thú nhận rằng vì người đó đã phạm tội và chúng cũng thừa nhận là chúng ghét sự cầu nguyện đến mức nào. Đây giống như một lời nhắc nhở cho các tín hữu rằng ma quỷ nhập vào một người thông qua tội lỗi và mục đích duy nhất của nó là tìm cách cướp, giết và hủy diệt.

Ví dụ, Đức Chúa Trời bảo Ghê-đê-ôn đến gần trại quân của kẻ

thù để lắng nghe chúng nói những gì. Lời Đức Chúa Trời là quá đủ cho Ghê-đê-ôn rồi, nhưng Đức Chúa Trời cũng muốn Ghê-đê-ôn nghe cùng một thông điệp từ kẻ thù của ông. Chúng ta luôn nói với những bạn trẻ: "Hãy tránh xa tội lỗi, hiếu kính cha mẹ và gần gũi Chúa", nhưng một số vẫn không chú ý đến những lời này. Tuy nhiên, khi những bạn trẻ chứng kiến sự giải cứu, họ sẽ thấy ma quỷ đã lợi dụng những người sống trong tội lỗi như thế nào và điều này sẽ mang họ đến với sự kính sợ Chúa. Chúng ta không cần phải cho ma quỷ biết rằng cầu nguyện có sức mạnh như thế nào; tuy nhiên, chúng ta sẽ cảm thấy hài lòng khi nghe ma quỷ hét lên rằng cầu nguyện giống như lửa thiêu đốt chúng. Điều này cho chúng ta biết rằng cầu nguyện và kiêng ăn là vũ khí đầy quyền năng chống lại vương quốc bóng tối.

Những người đến và nhận lời cầu nguyện tại hội thánh hoặc hội nghị của chúng tôi được yêu cầu ký vào một tờ đơn về sự giải cứu, cho phép chúng tôi chia sẻ lời chứng của họ trực tuyến để tôn vinh Đức Chúa Trời. Có những lần, nhiều vị mục sư đã chỉ trích việc làm này. Họ cho rằng việc chia sẻ nội dung này cách công khai như vậy khiến mọi người bối rối và đề cao ma quỷ. Trái lại, chúng tôi lại nhận thấy rằng việc làm này cho thấy sự giải cứu sẽ làm ma quỷ bị sỉ nhục, gây dựng đức tin của mọi người và đem đến sự kính sợ Chúa cho thế hệ mới này. Trong tất cả các sách Phúc Âm, chúng ta đều thấy Chúa Jesus đuổi quỷ và Ngài cũng không làm điều đó cách kín nhiệm. Ngài đuổi quỷ không phải để trình diễn mà là để tôn vinh Đức Chúa Trời và mang đến sự giúp đỡ cho những người gặp khó khăn.

Tên Ma Quỷ Tiết Lộ Bản Chất Ma Quỷ

Kinh Thánh cho biết tên của ma quỷ, như là một dấu hiệu cho thấy bản chất những hoạt động của chúng trong đời sống của con người. Chúng ta biết rằng ma quỷ là những thiên sứ sa ngã phục vụ Sa-tan (xem Khải Huyền 12:8-9). Ma quỷ là cách gọi chung của các tà linh, uế linh, linh đồng cốt, linh dối trá, và quỷ sứ của Sa-tan. Vì ma quỷ không phải là Đức Chúa Trời, nó không thể ở mọi nơi cùng một lúc, vì vậy nó thực hiện hầu hết các công việc bẩn thỉu thông qua những tên tay sai quỷ quái của nó.

Mục tiêu của chúng là lôi kéo, quấy rối, hành hạ, trói buộc, gây nghiện, làm ô uế, lừa dối và tấn công thân thể con người. Chúng ta hãy cùng xem xét một vài tên gọi của các tà linh được đề cập trong Kinh thánh.

Linh Sợ Hãi

Kinh thánh nói rằng có một linh sợ hãi (xem II Ti-mô-thê 1:7). Sứ đồ Phao-lô viết cho mục sư trẻ Ti-mô-thê để nói với ông rằng Đức Chúa Trời không ban cho chúng ta linh sợ hãi (tinh thần nhút nhát). Loại sợ hãi này khác với loại sợ hãi tự nhiên, được ban cho bởi Đức Chúa Trời để bảo vệ chúng ta khỏi những nguy hiểm tự nhiên. Nó cũng khác với sự kính sợ Chúa, là sự thán phục Đức Chúa Trời và tôn vinh Ngài. Còn linh sợ hãi là hoàn toàn đến từ ma quỷ, bởi vì nó làm tê liệt tiềm năng của chúng ta và giam cầm chúng ta. Như một vấn đề thực tế, mọi thứ trong vương quốc của Sa-tan đều được vận hành bởi sợ hãi. Trái lại, mọi thứ trong vương quốc của Đức Chúa Trời đều được vận hành bởi đức tin. Chúng ta phải hiểu rằng ma quỷ tạo ra những nỗi sợ hãi không tự nhiên để xâm chiếm cuộc sống của chúng ta; chẳng hạn như sợ hoàn cảnh, sợ chết, sợ lái xe, hoặc sợ con người. Vì những lý do đó, người ta có thể trải qua những nỗi sợ đến phát điên, sợ hãi kinh niên, hoang tưởng, sợ cô đơn, sợ thất bại, sợ mất việc làm, sợ kết hôn, sợ bệnh, lo lắng thái quá, và những cơn ác mộng.

Sau khi kết hôn, người vợ xinh đẹp của tôi bắt đầu bị một tà linh tấn công trong đêm lúc cô ấy ngủ. Cô ấy liên tục gặp ác mộng đáng sợ. Có những lúc tôi giật mình thức dậy vì tiếng la của cô ấy do nỗi đau cô ấy trải qua trong giấc ngủ. Những cơn ác mộng này thực sự ảnh hưởng đến tâm trạng của cô ấy vào ban ngày, khiến mối quan hệ của chúng tôi khá là đau khổ. Chúng tạo cảm giác cô đơn, khiến cô ấy khó có thể làm việc và tham gia vào chức vụ. Nhiều người trong chúng ta có xu hướng nghĩ rằng đây chỉ là cảm xúc, và tôi cũng nghĩ như vậy. Đến một lúc, chúng tôi nhận thấy rằng điều này có nguồn gốc sâu xa hơn chỉ là cảm xúc của cô ấy. Tình cảnh này đã ảnh hưởng đến chúng tôi rất nhiều, bởi vì nó xảy ra vào mỗi đêm. Rồi chúng tôi hiểu được rằng vấn đề này là đến từ ma quỷ. Khi đó, chúng tôi đã tuyên chiến với nó và cũng nhờ những người khác cầu nguyện cho chúng tôi nữa. Và rồi, tà linh đã bị đánh bại; quyền năng, tình yêu thương, và tinh thần mạnh mẽ trở thành một phần trong lối sống mới của vợ tôi. Sợ hãi sẽ luôn muốn kiểm soát chúng ta, giới hạn tiềm năng của chúng ta và làm tê liệt niềm vui bên trong của chúng ta. Đức Chúa Trời không bao giờ ban cho chúng ta một linh sợ hãi, thay vào đó, Ngài là một người Cha tốt lành và Ngài ban cho chúng ta linh yêu thương và tốt lành.

Linh Dâm Dục

Linh dâm dục, hay còn gọi là loạn luân, là linh thường thấy nhất trong nền văn hóa của chúng ta (xem Ô-sê 5:4). Linh dâm dục chính là thế lực tà ác đằng sau những vấn nạn khiêu dâm, ngoại tình, gian dâm, mại dâm và đồng tính luyến ái. Nhiều khi, con quỷ này sẽ mang đến những giấc mơ về tình dục, và sẽ làm cho giống như là người chồng hay người vợ trong thế giới linh của chúng ta. Con quỷ này đẩy người độc thân sa vào tình dục trước hôn nhân và ngược lại, cũng chính nó, chia rẽ các cặp vợ chồng và khiến họ không thể vui hưởng sự mật thiết thực sự trong hôn nhân.

Linh dâm dục không thực sự nhắm đến tình dục, mục đích duy nhất của nó là khiến cho chúng ta sa vào tội lỗi. Hậu quả của sự tham dục này sẽ không bao giờ hết và nó không bao giờ được thỏa mãn. Hầu hết những người có dính dáng đến những hành vi dâm dục cho thấy rằng họ không chỉ đang làm thỏa mãn xác thịt, mà còn có một điều gì đó khác đang thúc đẩy họ thực hiện những hành vi này.

Bản thân tôi cũng đã được giải cứu khỏi linh của sự khiêu dâm, và tôi có thể làm chứng rằng vào một số thời điểm, tà linh này nắm quyền kiểm soát và đẩy tôi ra khỏi giới hạn. Tôi không đổ lỗi cho ma quỷ về hành động của mình. Tuy nhiên, tôi nhận ra rằng dù tôi có cố gắng ngăn chặn, ăn năn và hứa hẹn sẽ không bao giờ làm điều đó một lần nữa, thì tôi vẫn còn bị thu hút bởi những tài liệu khiêu dâm. Tôi thực sự căm ghét tình cảnh khó khăn lúc đó.

BỨT PHÁ

Linh Trói Buộc

Nhiều người không nhận ra rằng đằng sau tất cả những cơn nghiện là một linh trói buộc (xem Rô-ma 8:15). Con quỷ này khiến mọi người lâm vào cảnh nghiện rượu, ma túy, thuốc lá, cờ bạc và trò chơi điện tử.

Cũng có những chứng nghiện nhẹ hơn được cho là do linh này gây ra, chẳng hạn như nghiện đồ ăn, TV, điện thoại, máy tính, tiền bạc, công việc, ngủ và sự chậm trễ dai dẳng. Nhiều chương trình phục hồi không có hiệu quả, bởi vì họ không xử lý được gốc rễ của chứng nghiện. Chứng nghiện có thể được so sánh với một mạng nhện và ma quỷ chính là một con nhện. Chừng nào chúng ta giết được con nhện, dọn sạch mạng nhện, thì chừng đó mới có hiệu quả thực sự.

Một người lãnh đạo hội thánh kia đã từng chia sẻ một lời chứng về sự tự do khỏi thuốc lá. Sau khi trở thành Cơ đốc nhân, ông vẫn không thể bỏ thuốc được. Sau đó, sau một buổi nhóm tối, ông đi dạo trên đường phố, và Đức Chúa Trời đột nhiên mở mắt cho ông để ông có thể nhìn thấy trong thế giới tâm linh. Ông nhìn thấy hai con quỷ ngồi trên dây điện và ông nghe chúng nói chuyện với nhau. Một con quỷ nói với con còn lại: "Nhìn kìa, ông ta vừa ra khỏi hội thánh, ông ta sẽ bỏ hút thuốc đó." Con quỷ kia trả lời: "Ông ta sẽ hút thuốc ngay khi tao làm thế này." Con quỷ đó giật một sợi dây và, ngay lập tức, người lãnh đạo hội thánh này bắt đầu có một sự thôi thúc hút thuốc. Ngay lúc đó ông nhận ra rằng sự thôi thúc hút thuốc của mình là do con quỷ này giật dây. Một cơn giận thánh nổi lên, và ông đã chống lại sự thôi thúc bị ma quỷ tác động đó. Từ giây phút đó, ông được tự do, không bao giờ hút thuốc nữa. Khi Đức Thánh Linh ban cho chúng ta những ước muốn của Ngài, ở chiều ngược lại, ma quỷ cũng sẽ cố gắng thực hiện những thôi thúc mạnh mẽ khiến chúng ta say xỉn, hút thuốc, xem phim khiêu dâm, bài bạc, lừa lọc và làm đủ thứ việc vô luân khác.

SÁU LOẠI TÀ LINH

Linh Bệnh Tật

Một linh khác mà chúng ta tìm thấy trong Kinh thánh là linh bệnh tật (xem Lu-ca 13:11; Mác 9:25). Thông thường, những con quỷ này đứng đằng sau các bệnh dị ứng, tiểu đường, viêm khớp, ung thư, suy nhược mãn tính, rối loạn tâm thần, vấn đề về lưng, suy nội tạng, rối loạn thần kinh, phát ban mãn tính và nhiễm nấm. Chúng ta không nên ngạc nhiên về điều này vì Chúa Jesus đã chữa lành những người bị ma quỷ áp chế (xem Công vụ 10:38). Đức Chúa Trời không hề giáng bệnh tật cho con người; rõ ràng là người ta đang bị ma quỷ áp chế khi thân thể của họ bị bệnh.

Nếu bệnh tật đến từ Đức Chúa Trời, thì mọi nỗ lực tìm đến bác sĩ và uống thuốc sẽ là một sự xúc phạm trực tiếp đến ý muốn của Đức Chúa Trời. Bệnh tật luôn đến từ thế lực xấu. Chúng ta thừa nhận thực tế này từ thứ Hai đến thứ Bảy, nhưng vào Chủ nhật, vì một số lý do, chúng ta hành xử như thể bệnh tật là một điều tốt. Chúa Jesus đã mang tất cả bệnh tật của chúng ta đến thập tự giá với Ngài, cùng với tất cả tội lỗi của chúng ta. Tất cả những ai đến với Chúa Jesus khi Ngài còn thi hành chức vụ trên đất và xin được chữa lành, thì đều được chữa lành. Công tác hoàn tất của Ngài trên thập tự giá là tiêu chuẩn của chúng ta. Có thể bạn sẽ thắc mắc: "Còn ông Gióp thì sao?", "Cái dằm của Phao-lô thì sao?" Chúa Jesus là tiêu chuẩn của chúng ta, không phải Gióp mà cũng chẳng phải Phao-lô. Chúa Jesus là Đức Chúa Trời. Ngài là sự mặc khải chính xác nhất về bản chất của Chúa Cha. Tôi không hề thấy bất kỳ trường hợp nào mà một người bệnh cầu xin Chúa Jesus chữa lành, bị Ngài từ chối.

Thật thú vị khi lưu ý một chi tiết là Chúa Jesus không cầu nguyện chữa lành, Ngài chỉ đơn giản là chữa lành cho mọi người. Ngài quở trách bệnh tật, dù chỉ là một cơn sốt bình thường (xem Lu-ca 4:39). Chúa Jesus cũng ra lệnh cho một người phụ nữ kia được tự do khỏi bệnh còng lưng đã gây khó khăn cho bà trong suốt mười tám năm (xem Lu-ca 13:12). Phúc Âm Lu-ca cho thấy rất rõ rằng Chúa Jesus đã không nói: "Hãy được lành bệnh", vì bệnh của bà là do ma quỷ áp chế. Chúa Jesus đã xác nhận lẽ thật này bằng cách nói rằng

Sa-tan đã trói buộc bà ấy trong mười tám năm (xem Lu-ca 13:16).

Một lý do mà chúng ta không thấy có nhiều sự chữa lành là bởi vì chúng ta chỉ cầu nguyện cho sự chữa lành, thay vì đuổi linh bệnh tật đi. Trong một hội nghị của chúng tôi, có một người từ tiểu bang khác đến để nhận sự chữa lành. Ông bị bệnh bạch cầu khá nặng. Tuy nhiên, do đến muộn, ông đã không được đứng vào hàng người được cầu nguyện. Nhưng trong buổi nhóm, có một lời cầu nguyện chung cho mọi người tham dự. Lửa Thánh Linh giáng xuống trong hội trường của chúng tôi, và những uế linh bắt đầu biểu lộ và bị trục xuất. Người đàn ông này thấy mình nằm trên sàn, được giải cứu trong danh Chúa Jesus. Khi ông trở về nhà, việc điều trị của ông đã hoàn thành và các bác sĩ xác nhận rằng ông đã hoàn toàn lành bệnh. Ông ấy điều trị sáu tháng một lần, và mỗi lần kiểm tra như vậy các bác sĩ đều xác nhận rằng ông vẫn khỏe mạnh, vì sự vinh hiển của Đức Chúa Trời. Ngay lúc mà linh bệnh tật bị đuổi ra, sự chữa lành cũng đến theo sau.

Một lần khác, một trong những cặp vợ chồng trẻ trong đội của chúng tôi đã đưa mẹ của họ đến để được cầu nguyện. Người phụ nữ này mắc hội chứng ngưng thở khi ngủ, vì vậy bà phải ngủ với một chiếc máy trong đêm và luôn mệt mỏi. Trong thì giờ cầu nguyện của chúng tôi, linh ngưng thở khi ngủ này đã bị trục xuất. Bà cảm thấy rất khỏe khoắn khi về nhà và có thể ngủ mà không cần máy trợ thở. Sau đó, khi một bác sĩ khám cho bà, ông ta xác nhận rằng bà hoàn toàn không còn bị rối loạn giấc ngủ nữa. Linh bệnh tật có thể mang đến căn bệnh nan y, nhưng Thánh Linh của Đức Chúa Trời sẽ luôn mang đến giải pháp lâu dài cho căn bệnh đó.

Chúng ta thấy trong Kinh thánh và từ kinh nghiệm của mình, ma quỷ có thể mang đến bệnh tật. Tuy nhiên, điều này không có nghĩa là mọi người bị bệnh đều là do bị quỷ ám. Kinh thánh không dạy hay là bảo chúng ta tin như vậy.

Linh Kiêu Ngạo

Linh kiêu ngạo cũng là một con quỷ thực sự (xem Châm Ngôn 16:18). Như Sa-lô-môn dạy chúng ta, linh này đi trước sự hủy diệt. Điều này có nghĩa là trước khi ma quỷ có thể mang đến sự hủy diệt, trước tiên nó sẽ sai đến một con quỷ có tên là kiêu ngạo. Linh này mang đến sự ngạo mạn, thù hèn, nổi loạn, tự cao tự đại, ham muốn quyền lực, chỉ trích, giận dữ, cô lập, độc ác và ghen tị.

Về bản chất, kiêu ngạo là sự tôn thờ thần tượng của bản thân. Kiêu ngạo là quốc giáo của địa ngục. Thực ra, mức độ kiêu ngạo của một người tỉ lệ thuận với số lượng quỷ trong người đó. Chính sự kiêu ngạo đã làm tha hóa Lucifer, thiên thần được xức dầu, trở thành Sa-tan (xem Ê-xê-chi-ên 28:14). Tà linh này chắc chắn sẽ phá hủy mọi thứ mà nó xâm nhập.

Sự kiêu ngạo sẽ tạo ra một cánh cửa luôn mở trong lòng của chúng ta để ma quỷ mang đến thất bại. Nói cách khác, sự tự cao tự đại mang đến sự kiêu ngạo, sự kiêu ngạo thu hút ma quỷ, và con quỷ này sẽ mang đến sự thất bại. Khi Chúa Jesus nói với các môn đệ của Ngài rằng tất cả bọn họ cuối cùng sẽ rời bỏ Ngài, Phi-e-rơ đã không đồng ý. Phi-e-rơ đã quá tự tin và kiêu ngạo về sự kết ước của ông với Chúa Jesus. Ma quỷ sau đó đã lợi dụng điều này, và bởi đó, nó đòi sàng sảy Phi-e-rơ chứ không phải các môn đệ khác (xem Lu-ca 22:31).

Khi chúng ta chiều theo linh của sự kiêu ngạo, cuối cùng nó sẽ đem chúng ta đến với sự hủy diệt. Vì vậy, tốt nhất là hãy bước đi trong sự khiêm nhường, vì đây là thái độ sẽ thu hút Đức Thánh Linh và quyền năng của Ngài.

Linh Phi-tôn (Con Trăn)

Cuối cùng, có một linh được gọi là linh quỷ Phi-tôn hay là linh bói toán (xem Công vụ 16:16). Linh này vận hành thông qua những tổ chức huyền bí như Hội Tam Điểm, Khoa Luận Giáo, các hội kín, Thời Đại Mới, tôn giáo phương đông, bói toán, thư dây chuyền, chánh thuật - tà thuật, kêu gọi quỷ dữ, thôi miên, thần số học, thờ quỷ Sa-tan, phù thủy, siêu linh, cầu cơ, tử vi, cung hoàng đạo và bùa đuổi bắt giấc mơ (một loại bùa của thổ dân Ojibwa ở châu Mỹ.)

Tôi có một người bạn thân, một vị mục sư tuyệt vời. Không lâu trước đây, con gái của anh đã nhận được sự giải cứu khỏi linh Phi-tôn. Linh này nhập vào cô gái thông qua việc hút cỏ (chất kích thích), dính líu đến thế giới huyền bí, và đặc biệt là Hội Tam Điểm. Tuy nhiên, không có con rắn, con trăn nào có thể sánh được với Chiên Con của Đức Chúa Trời, do đó, cô gái đã được giải cứu khỏi linh quấy rối này.

Quỷ Phi-tôn luôn tìm cách lừa dối. Có một cô gái được nói đến trong sách Công vụ, chương 16, bị quỷ ám và nói tiên tri rất đúng dưới sự ảnh hưởng của con quỷ này. Nếu sứ đồ Phao-lô không có ân tứ phân biệt các linh, chắc có lẽ ông đã yêu cầu cô gái này hỗ trợ ông trong việc truyền bá "Phúc Âm".

Sự ký thuật đầu tiên của Kinh thánh về ma quỷ là khi nó bước vào thế giới của chúng ta trong hình dạng một con rắn. Và sự đề cập cuối cùng về ma quỷ là cũng ở trong hình dạng một con rắn.

Phi-tôn (con trăn) khác với hầu hết các loài rắn. Thật thú vị khi lưu ý rằng hầu hết các loài côn trùng cắn để hút máu, rắn cắn để phát tán chất độc, nhưng con trăn giết chết nạn nhân của nó bằng cách siết chặt. Linh con trăn này nhắm đến hơi thở thuộc linh của chúng ta. Nó sẽ bóp nghẹt đời sống thuộc linh của chúng ta với Đức Thánh Linh, và nó làm điều này bằng cách thao túng, đe dọa và thống trị.

Khác với Thánh Linh, ma quỷ luôn tìm cách kiểm soát, thống trị và đe dọa con người. Chúng ta phải thận trọng để không rơi vào tình cảnh khó khăn này. Bất cứ ai dùng danh Chúa, nhưng cố gắng kiểm soát và thống trị người khác vẫn đang chịu ảnh hưởng của tà linh này. Ngược lại, Đức Thánh Linh giống như một con chim bồ câu; Ngài không ép buộc, kiểm soát, lừa dối, thao túng hoặc đe dọa. Vì vậy, điều quan trọng là những người lãnh đạo cần phải gìn giữ tấm lòng của họ để không bị ảnh hưởng bởi quỷ Phi-tôn (linh con trăn).

Như chúng ta có thể thấy, ma quỷ có tên và tên của chúng tiết lộ về chức năng thực sự của chúng. Có thể lắm, một số linh được đề cập ở trên, đang hành động trong cuộc sống của bạn ngày hôm nay. Tuy nhiên, hãy yên tâm vì có sự tự do thực sự cho bạn trong Chúa Jesus. Sự tự do tuyệt vời này cũng thật như sự trói buộc mà có thể bạn đang ở trong đó.

Cầu Nguyện

"Lạy Chúa Jesus, tạ ơn Chúa vì đã ban Thánh Linh ngự vào lòng con. Xin ban cho con sức mạnh để được giống như bản chất của chim bồ câu. Con ăn năn về bất kỳ tội lỗi thao túng nào. Xin tha thứ cho con, nếu con có dùng vị trí của mình để thống trị và đe dọa người khác. Con xin ăn năn về bất kỳ sự kiêu ngạo và sự tự tin thái quá nào đã khiến con hành động giống ma quỷ hơn. Con xin ăn năn về mọi sự tham muốn mà con đã cho phép nó có tác động trong cuộc sống của con. Xin tha thứ cho con, Cha ơi!

Con trục xuất mọi linh của sự sợ hãi và nhận lấy linh quyền năng, yêu thương và một tâm trí lành mạnh. Con trục xuất mọi tà linh đằng sau bất kỳ sự trói buộc hay nghiện ngập nào. Bất kỳ công việc ma quỷ nào đằng sau bệnh tật và đau ốm của con, con ra lệnh cho nó phải cuốn gói ra đi trong Danh Chúa Jesus. Con chống lại mọi hình thức đe dọa, thống trị và thao túng mà nó dùng để chống lại con. Chúa Thánh Linh ơi, cảm ơn vì sự giúp đỡ của Ngài."

BỨT PHÁ

CHƯƠNG 3

NHỮNG CÁNH CỬA MỞ

Một trong những điều khiến tôi khó chịu là những cánh cửa mở. Tôi sẽ không cầu nguyện cho đến khi tất cả những cánh cửa trong phòng hoặc nơi tôn nghiêm được đóng lại. Những cánh cửa nào đang mở là tôi biết ngay. Thường xuyên có những người ở trong nhà của vợ chồng tôi. Vì vậy, tôi hay nhắc nhở những người đó nhớ đóng tất cả các cửa ra vào và cửa sổ trước khi họ rời khỏi nhà. Một lần kia, chúng tôi có một sự kiện tại công viên địa phương, đội thờ phượng của chúng tôi ca ngợi Chúa ở đó. Chúng tôi đã ở công viên suốt cả ngày, tối đến chúng tôi mới về nhà.

Khi vào nhà và vừa bước đến phòng khách, tôi đột nhiên cảm thấy một cơn gió nhẹ. Ngay lúc đó, tôi nghĩ rằng mình đang trải nghiệm một điều gì đó rất thuộc linh như trong sách Công vụ chương 2. Sau đó, tôi nghe thấy những tiếng ồn ngoài đường phố vọng vào một trong những căn phòng trong nhà. Khi tôi bắt đầu đi đến căn phòng đó, tôi nhận thấy nhiều ngăn kéo trong nhà bếp bị kéo ra, nhiều thứ bị xáo trộn. Khoảnh khắc bước vào phòng, tôi thấy toàn bộ căn phòng bị lục tung, như thể một cơn lốc xoáy tàn khốc vừa đi qua nơi này. Mọi thứ trong căn phòng đều bị đảo lộn. Rèm cửa sổ thì bị gỡ xuống và bỏ bên cạnh cửa sổ. Có những dấu găng tay trên khắp tường và trên khung cửa sổ đang bị mở toang.

Chúng tôi nhận ra rằng một kẻ đột nhập đã vào nhà chúng tôi khi chúng tôi đang ở công viên. Đó thực sự là một cảm giác đáng sợ, và chúng tôi có một cảm giác rất khó chịu, bởi vì kẻ đột nhập này đã xâm phạm quyền riêng tư của chúng tôi. Kẻ đột nhập đã lục lọi tất cả những đồ đạc của chúng tôi, bao gồm cả những thứ trong nhà để xe. Nhưng điều kỳ lạ là, tôi nhận thấy máy tính, iPad, đồ trang sức và mọi thứ khác vẫn còn đó. Không có đồ đạc nào của chúng tôi bị mất, ngoại trừ chiếc xe. Trớ trêu thay, chiếc xe bị đánh cắp không phải là xe của chúng tôi. Đó là chiếc xe mà chúng tôi được cho mượn, bởi vì chúng tôi đã cho đi cả hai chiếc xe chúng tôi có. Nhà của chúng tôi đã bị đột nhập, nhưng chỉ có chiếc xe đó bị lấy đi mà thôi.

Rõ ràng là tên trộm này đã để ý chúng tôi từ lâu và chờ đợi thời cơ thích hợp - khi mọi người đã rời khỏi nhà - để đột nhập. Hắn đã thành công chỉ vì có một người đã quên khóa cửa sổ.

Sau khi chúng tôi hoàn tất hồ sơ tường trình với cảnh sát, một việc rất thú vị đã xảy ra. Người ở trong căn phòng đó - căn phòng bị trộm - cũng chính là người đã nhìn thấy chiếc xe bị đánh cắp của chúng tôi ở một bãi đậu xe gần đó, và thấy có những người từ trong xe bước ra. Khi cảnh sát đến đó, họ tìm thấy một ghi chú trong xe có dòng chữ: "Xin lỗi vì đã lấy cắp chiếc xe của anh". May mắn cho chúng tôi, tên trộm đã hồi tâm chuyển ý. Chúng tôi cũng đã học được một bài học rất giá trị ngày hôm đó! Nếu chúng ta muốn bảo vệ bản thân khỏi một tên trộm, chúng ta phải đảm bảo rằng tất cả những cửa ra vào và cửa sổ của chúng ta đều được khóa lại, vì một tên trộm sẽ luôn tìm kiếm những cánh cửa mở.

Sa-tan là một tên trộm; và, vì là một tên trộm, nó hoạt động về đêm (xem Giăng 10:10). Nó rất thích làm việc trong bóng tối và ẩn danh. Sau khi những hoạt động ma quỷ của nó diễn ra, sẽ luôn có những mất mát trong cuộc sống của chúng ta. Tuy nhiên, có một sự khác biệt giữa bị lạc mất và bị đánh cắp. Chúng ta bị mất đồ đạc do sơ suất, và nhiều khi chúng ta có thể tìm lại được những món đồ này khi chúng ta nhớ ra nơi chúng ta để chúng. Nhưng, khi một đồ vật nào đó bị đánh cắp, thì đó luôn là công việc của một tên trộm.

Khi sự vui mừng, bình an hoặc thanh sạch bị mất đi, thì bạn có thể chắc chắn rằng ma quỷ - giống như kẻ trộm, đã đi ngang qua cuộc đời bạn và đánh cắp những điều đó từ nơi bạn. Nhưng cũng giống như một tên trộm, nó không thể nào lấy được thứ gì nếu chúng ta đảm bảo được rằng mình có một đời sống thánh khiết. Sa-tan luôn nghiên cứu chúng ta, tìm xem có một cánh cửa sổ nào đang mở ra, để nó có thể lợi dụng cơ hội đó đột nhập vào và lấy đi nhiều thứ. Bạn phải hiểu được rằng, tên trộm sẽ không chuyển đến sống ở nhà tôi, nhưng nó chỉ ghé thăm và lấy đi một thứ gì đó. Nếu Sa-tan không thể chiếm hữu bạn bằng cách sống trong bạn, thì nó sẽ cố gắng phá bạn bằng cách lấy đi những thứ có thể lấy được nếu bạn mở ra cho nó một cánh cửa của sự thỏa hiệp.

Tội Lỗi Là Con Ngựa Thành Troia

Sa-tan chỉ có thể hoạt động khi con người phạm tội. Đức Chúa Trời không thể vận hành nếu không có đức tin của chúng ta và, tương tự như vậy, Sa-tan cũng không thể làm gì nếu không có sự tồn tại của tội lỗi. Tội lỗi chính là giấy thông hành để Sa-tan bước vào đời sống của một người. Kinh thánh cảnh báo: "... đừng tạo một cơ hội nào cho ma quỷ." (Ê-phê-sô 4:27). Câu Kinh thánh này được viết để khuyên răn các Cơ đốc nhân. Là Cơ đốc nhân, chúng ta có thể mở cánh cửa của đời sống mình ra cho ma quỷ khi chúng ta nhượng bộ những hành vi tội lỗi. A-đam và Ê-va đã phải ở dưới sự thống trị của Sa-tan vì hành động cố ý phạm tội của họ. Tuy nhiên, "chúa của đời này" không có quyền gì trên Chúa Jesus, vì Ngài là Đấng vô tội (xem Giăng 14:30).

Có một câu chuyện nổi tiếng về Cuộc Chiến Thành Troia, kể về việc quân Hy Lạp đã sử dụng một con ngựa bằng gỗ để vào được thành của kẻ thù và giành thắng lợi trong cuộc chiến. Sau cuộc vây hãm 10 năm ròng rã không có kết quả, quân Hy Lạp đã tạo ra một con ngựa gỗ khổng lồ và giấu những chiến binh tinh nhuệ nhất bên trong. Những người trong thành nghĩ rằng đó là một món quà từ người Hy Lạp mà không hề nhận ra đó chỉ là một cái bẫy. Tương tự như vậy, tội lỗi luôn có vẻ như là một món quà, thú vui hay là trò tiêu khiển, nhưng đó là một cái bẫy từ ma quỷ.

Trong Sáng Thế Ký, chương 3, chúng ta được ban cho một cái nhìn sâu sắc về các đặc tính của ma quỷ. Nó rất xảo quyệt, ranh mãnh và lừa lọc. Tội lỗi không chỉ là một sự xúc phạm đến Đức Chúa Trời, mà đó còn là sự nổi loạn trực tiếp chống lại ý muốn của Ngài. Tội lỗi cũng là một cánh cửa mở để từ đó ma quỷ có thể tấn công, áp chế và, trong một số trường hợp, chiếm hữu một người.

Kẻ thù của chúng ta luôn giới thiệu tội lỗi như một điều gì đó đáng thèm khát khiến chúng ta ham thích. Tuy nhiên, đằng sau hậu trường, tội lỗi luôn có một kế hoạch ẩn giấu được chúa của thế giới mờ tối thiết lập.

Chúng ta có thể thấy được mưu mô này - trong câu chuyện về Đa-li-la và Sam-sôn (xem Các Quan Xét 16). Sam-sôn si mê Đa-li-la, một phụ nữ Phi-li-tin, nhưng đây là một mối quan hệ tình cảm không được phép. Kẻ thù của Sam-sôn, người Phi-li-tin, đã lợi dụng mối quan hệ yêu đương này và cấu kết với Đa-li-la để đánh bại Sam-sôn. Đa-li-la chỉ giả vờ yêu Sam-sôn, hễ có cơ hội là cô ta sẽ báo cáo lại cho người Phi-li-tin về sự tiến triển trong việc khám phá bí mật sức mạnh siêu nhiên của Sam-sôn. Thực ra, cô ta giấu những người Phi-li-tin trong nhà mình để bắt Sam-sôn ngay khi ông mất đi sức mạnh phi thường của mình. Người Phi-li-tin trả tiền cho Đa-li-la để hợp tác với họ.

Tương tự như vậy, tội lỗi giống như Đa-li-la, nó mang đến niềm vui nhất thời, nhưng nhiệm vụ duy nhất của tội lỗi là thực hiện mệnh lệnh của Sa-tan. Tội lỗi không quan tâm đến phúc lợi của chúng ta. Trong khi chúng ta đang vui vẻ với tội lỗi, Sa-tan đã chuẩn bị ma quỷ để tấn công, hành hạ và áp chế chúng ta. Giống như người Phi-li-tin đứng đằng sau hành động của Đa-li-la để hạ gục Sam-sôn, Sa-tan cũng sử dụng chiến thuật này để hoàn thành nhiệm vụ đánh bại bạn. Đối với Sam-sôn, Đa-li-la là cánh cửa mở, mà người Phi-li-tin dùng để đánh bại ông. Bây giờ, chúng ta hãy cùng nhìn vào một số cánh cửa mở mà ma quỷ sử dụng, trong thế hệ của chúng ta, để xâm nhập vào và đánh bại chúng ta.

Cánh Cửa Huyền Bí

Từ "huyền bí" có nghĩa đen là "bị che khuất khỏi tầm nhìn." Nó là một điều gì đó bị che giấu, bí mật và bí ẩn. Huyền bí ở đây là chiêm tinh, phù thủy, yêu thuật, bói toán, ma thuật đen, ma thuật trắng, bảng cầu cơ, thông linh, bói bài, tử vi và trò chuyện với người chết. Tất cả những sự thực hành này đều là cánh cửa rộng mở cho ma quỷ bước vào đời sống của chúng ta. Sự huyền bí cũng bao gồm việc tham gia vào các tôn giáo sai trật trực tiếp hoặc gián tiếp tôn thờ ma quỷ. Cơ đốc nhân chúng ta đừng bao giờ tham gia hoặc rơi vào những việc thực hành ma quỷ này.

Có một chuyện mà tôi sẽ không bao giờ quên, khi chúng tôi đang cầu nguyện cho một chàng trai trẻ kia bị quỷ ám. Những con quỷ này đã nhập vào cậu ta khi cậu ta đến một ngôi mộ và mời gọi nó. Chàng trai này đã tức giận Chúa, bởi vì em trai của cậu ta vừa qua đời. Ngay trước ngôi mộ, một cái gì đó đã nhập vào cậu. Sau đó cậu như trở thành một người khác. Sự hung dữ, tức giận và nổi loạn đã xâm chiếm cậu. Cậu ta bị đuổi học và sau đó bị tống vào tù vì hành hung người khác. Trong quá trình đó, cậu ta vẫn xem mình là một Cơ đốc nhân. Trong buổi nhóm sáng chủ nhật của chúng tôi, những con quỷ trong cậu ta không thể đứng nổi trước sự hiện diện của Chúa, vì vậy chúng đã biểu lộ. Cậu ấy sau đó đã được giải cứu, ăn năn tội lỗi của mình và được Đức Chúa Trời phục hồi.

Tôi tin chắc rằng các Cơ đốc nhân chân chính đừng nên làm như vậy, bởi vì khi chúng ta bước vào lãnh thổ của ma quỷ, chúng sẽ đến và tấn công chúng ta. Cũng có những trường hợp cha mẹ hiến tế con mình cho ma quỷ, và điều này dẫn đến việc ma quỷ nhập vào chúng. Tôi vẫn còn nhớ như in một trong những ca giải cứu dữ dội nhất mà tôi từng chứng kiến. Ca giải cứu này liên quan đến một cô gái trẻ bị cha mẹ hiến tế cho Sa-tan, và đã trở thành phù thủy thông qua một giao ước bằng máu. Cô gái này đã 17 tuổi khi đến tham dự buổi nhóm sáng chủ nhật của chúng tôi với bạn bè của cô từ một tiểu bang khác. Trong khi cầu nguyện, ma quỷ bắt đầu biểu lộ và, bởi quyền năng của Chúa Jesus, chúng đã bị đuổi ra. Tôi đã được nhắc nhở vào ngày hôm đó rằng có sức mạnh trong việc hiến dâng các em bé – dù là cho Chúa hay là cho quỷ, và thế giới thuộc linh hoàn toàn nhận thức được điều này.

BỨT PHÁ

Trong Cựu Ước, Đức Chúa Trời đã diệt trừ các dân tộc ngoại giáo bằng cách ban cho dân Y-sơ-ra-ên sức mạnh để đuổi họ đi, vì sự bói toán, tà thuật và phù phép của họ (xem Phục Truyền 18:9-14). Đức Chúa Trời cũng cảnh báo dân của Ngài, là Y-sơ-ra-ên, rằng họ không được tham gia vào các tập tục ma quỷ này, nếu không, Ngài sẽ đối mặt chống lại họ (xem Lê-vi Ký 20:6). Từ Kinh thánh, chúng ta được biết rằng dân Y-sơ-ra-ên đã rơi vào tình trạng thờ lạy các thần tượng, phù phép và đồng cốt - tất cả những tập tục xúc phạm đến Đức Chúa Trời.

Là Cơ đốc nhân, tất cả chúng ta đều bị cám dỗ; và chúng ta có thể sa vào tội lỗi vì những ham muốn xác thịt của chúng ta. Nhưng việc cố tình tìm đến vương quốc Sa-tan để được giúp đỡ, hoặc vì tò mò, sẽ gây bất lợi cho linh hồn của chúng ta. Có những người tìm đến các phù thủy để được chữa lành và có sự đột phá. Một mặt, Sa-tan có thể cho bạn một sự chữa lành hoặc một sự đột phá nào đó, nhưng mặt khác, nó sẽ lấy đi sự tự do của bạn. Do đó, bạn sẽ bị vương quốc bóng tối chế ngự, và mục đích duy nhất của nó là hủy diệt. Tuy nhiên, hầu hết những người trong thế hệ chúng ta tìm kiếm vương quốc bóng tối chỉ vì tò mò, nghĩ rằng đó là một hành động vô tội. Nhưng đây không phải là một hành vô tội đâu.

Thời còn bé ở Ukraine, tôi đã từng bị chó cắn và phải đi khâu. Cô chủ của con chó là hàng xóm và cũng là gia sư dạy toán của tôi. Tôi thường đến nhà để nhờ cô ấy chỉ bài. Chừng nào con chó còn bị xích lại, thì chừng đó nó không thể đụng đến tôi được; điều duy nhất nó có thể làm là sủa, chứ không cắn được.

Thế giới thuộc linh cũng tương tự như vậy. Chừng nào chúng ta còn ở trong vương quốc của Đức Chúa Trời, thì chừng đó Sa-tan chỉ có thể cám dỗ chứ không thể đụng đến chúng ta được. Tuy nhiên, có một hôm tôi đến nhà cô ấy để học và tôi nhận thấy rằng con chó không có ở vị trí thường thấy của nó. Tôi cho rằng nó đang ở một nơi khác, nhưng vì quá tò mò, tôi quyết định chạy tới đó để xem. Và, "ngạc nhiên chưa", con chó đang nằm sau ngôi nhà của nó. Thế là, nó nhảy chồm lên và táp liền mấy phát vào chân tôi. May mắn thay, cô chủ của con chó cũng là một bác sĩ, đã kịp thời cứu giá và khâu vết thương cho tôi.

Nếu bạn có dính líu đến thế giới huyền bí, thì bạn đang bước vào lãnh thổ của ma quỷ. Bạn có thể chắc chắn một điều là nó sẽ cắn - tấn công và đem đến nỗi đau cho cuộc sống của bạn. Dù là vì lý do gì mà bạn đã làm điều dại dột này, thì bạn cũng cần phải ăn năn tội lỗi này ngay hôm nay, chấm dứt và từ bỏ nó. Nếu bạn đang phải khổ sở vì có liên quan đến thế giới huyền bí thì Chúa Jesus chính là hy vọng duy nhất cho sự giải cứu của bạn.

Cánh Cửa Của Những Thứ Bị Rủa Sả

Chúng ta cần hiểu rằng sức mạnh tuôn chảy qua con người, nơi chốn, con vật và cả đồ vật. Theo Kinh thánh, ma quỷ có thể chiếm hữu những con heo (xem Ma-thi-ơ 8:28-34). Đức Chúa Trời có thể sử dụng bất kỳ phương tiện nào để bày tỏ chính Ngài. Ngài cũng có thể sử dụng các vật thể, như cây gậy của Môi-se, để biểu lộ quyền năng của Ngài để thực hiện phép lạ (xem Xuất 4:3). Đức Chúa Trời đã dùng sông Giô-đanh để chữa lành cho Na-a-man (xem II Các Vua 5). Ngài cũng có thể sử dụng dầu để chữa bệnh (xem Gia-cơ 5:14). Trong một sự việc khác, Chúa Jesus đã dùng nước bọt của Ngài để đem đến sự chữa lành cho một người mù (xem Ma-thi-ơ 8:22-26). Hơn thế nữa, Đức Chúa Trời có thể dùng đồ mà Chúa Jesus đang mặc để chữa lành bệnh rong huyết kinh niên của một người phụ nữ kia (xem Ma-thi-ơ 9:20-22). Chưa dừng lại tại đó, những chiếc khăn tay và tạp dề được sứ đồ Phao-lô chạm vào đã mang đến sự giải cứu cho những người bị áp chế (xem Công vụ 19:12). Ngược lại, ma quỷ là kẻ chỉ giỏi bắt chước; và nó không thể tạo ra thứ gì cả, mà chỉ sao chép. Đây là lý do tại sao hầu hết những thứ ma thuật hoạt động thông qua các vật thể, chẳng hạn như bùa chú và bùa đuổi bắt giấc mơ.

Trong Cựu Ước, có một câu chuyện về một người tên là A-can đã lấy những vật bị cấm khi chiến đấu trong trận chiến Giê-ri-cô. Ông không chỉ vi phạm giao ước với Đức Chúa Trời, mà còn mang đến một sự rủa sả trên toàn bộ trại quân Y-sơ-ra-ên, dẫn đến cái chết của 36 binh lính, chưa kể việc cả gia đình ông ngay sau đó đều bị xử tử (xem Giô-suê 7:11-25).

Có những vật thể đã bị hiến tế cho ma quỷ phải bị tiêu hủy, và những vật thể như thế không được phép ở trong nhà của chúng ta. Những thầy bùa và phù thủy niệm chú cho những lá bùa để làm những công việc bẩn thỉu của họ. Rất nhiều lá bùa như vậy đã được đem đến và bán trong các cửa hàng, và chúng có thể đem nhiều lời rủa sả vào cuộc đời của nhiều người. Kinh thánh tuyên bố: "Anh em phải thiêu hủy hình tượng các thần của chúng. Đừng tham muốn rồi lấy cho mình bạc hay vàng trên các tượng ấy kẻo anh em bị mắc bẫy, vì đó là thứ ghê tởm đối với Giê-hô-va Đức Chúa Trời của anh em." (Phục Truyền 7:25). Đây là lý do tại sao trong một cuộc phục hưng tại thành Ê-phê-sô, người ta đã thiêu hủy hết những sách vở tà thuật của họ (xem Công vụ 19:19).

Trong một kỳ hội nghị của hội thánh chúng tôi, một thành viên hội thánh đã đưa em gái của mình đến để được cầu nguyện. Cô gái này không thể làm việc vì hay khóc không kiểm soát được. Đội cầu nguyện của chúng tôi đã hiệp lại cầu nguyện, cô ấy bắt đầu nôn thốc nôn tháo, và sau đó cảm thấy được nhẹ nhõm. Tuy nhiên, ngay ngày hôm sau, vào thứ Hai, khi cô bước vào nhà mình, mọi chuyện đã tái diễn như trước. Sau khi nhận được một cuộc gọi, chúng tôi đã đến nhà cô ấy, tôi nhìn thấy cô ấy đang quỳ gối trên sàn nhà tắm, nôn mửa ra đó và khóc không kiểm soát được. Cô ấy không thể nói chuyện. Chúng tôi bắt đầu đi qua đi lại, cầu nguyện trong ngôi nhà, và cô ấy thì vẫn đang ở trong nhà tắm. Tôi cầu xin Chúa tỏ cho tôi biết nguyên nhân của sự điên rồ này trong cuộc đời cô ấy.

Sau đó, tôi nhìn thấy một tờ giấy nhỏ được dán ở lối vào, trên đó có dòng chữ tiếng Tây Ban Nha. Trong đó có từ "diablo", có nghĩa là "ma quỷ" trong tiếng Tây Ban Nha. Tôi hỏi cô ấy tại sao nó được dán ở đó, và cô ấy trả lời rằng một người phụ nữ nào đó ở Mê-xi-cô đã đưa cho bạn trai cũ của cô ấy mảnh giấy có lời tụng niệm này để bảo vệ ngôi nhà của họ. Ban đầu, tôi thấy nó cũng không có gì đặc biệt, nhưng không biết vì lý do gì, tôi lại bắt đầu có cảm giác kỳ lạ về nó. Cô tiếp tục kể: bạn trai cũ của cô, khi đến thăm Mê-xi-cô, đã đến gặp bà lão này – người có sự pha trộn giữa thế giới huyền bí và tôn giáo. Sau đó, bà lão này đã ban "phước lành" cho anh ta. Bà ta đã đưa thêm cho anh ta một số vật thể ngoài lời tụng niệm này. Ba ta đảm bảo với anh rằng nếu mối quan hệ giữa hai người đổ vỡ, thì những điều tồi tệ sẽ xảy ra. Cho nên, khi bị người bạn trai kia chia tay, cô bắt đầu nôn mửa và khóc rất nhiều.

Chúng tôi quyết định dọn sạch những đồ vật đến từ mụ phù thủy kia, cùng với lời tụng niệm được viết trên tờ giấy và vứt chúng vào thùng rác. Ngay thời điểm những món đồ đó bị vứt đi, nét mặt của cô ấy liền biến đổi, tiếng khóc và sự nôn mửa cũng lập tức dừng lại. Sau đó, cuộc sống của cô đã trở lại bình thường, và tiếp tục công việc làm y tá của cô. Về sau, người bạn trai của cô cũng đến để được chúng tôi cầu nguyện cho và cũng đã được giải cứu và nhận được sự cứu rỗi. Đây là một ví dụ về cách mà các đồ vật, lời tụng niệm và bùa chú - được những đầy tớ của Sa-tan cung cấp - có sức mạnh triệu hồi tà linh ma quỷ.

Những ngôi nhà cũng có thể bị nguyền rủa – người thế gian gọi chúng là "những ngôi nhà bị ma ám" cũng có lý do cả. Thông thường, nếu một vụ giết người hoặc tự sát xảy ra ở một nơi nào đó, thì những tà linh có thể bắt đầu đánh dấu lãnh thổ đó, và những điều xấu xa có thể phát triển và ảnh hưởng đến những người đến nơi đây. Việc luôn phải cầu nguyện phó thác, phá hủy mọi công việc của kẻ thù trên ngôi nhà đó là điều rất quan trọng.

Có một câu chuyện thường được kể trong thị trấn của chúng tôi về một người đã tự tử trong nhà mình. Sau đó, ngôi nhà đã được cho thuê và cả ba cặp vợ chồng chuyển đến sống ở đó đều có một kết cục là ly hôn. Chưa hết, có lần kia, một người khác cũng chuyển đến đó. Người này nghe những tiếng động và nhìn thấy đồ đạc di chuyển vào ban đêm. Những hoạt động huyền bí này là có thật, vì vậy chúng ta không cần phải ngạc nhiên như Thánh Linh của Đức Chúa Trời cũng rất thật. Có những nơi nhất định mà Thánh Linh của Đức Chúa Trời biểu lộ rõ ràng hơn, vì sự cầu nguyện và kiêng ăn của mọi người. Đây là lý do tại sao nhiều người bước vào những cấu trúc vật lý - như nhà thờ và khán phòng - và cảm nhận được tình yêu thương, sự bình an và niềm vui của Đức Chúa Trời.

Nguyên tắc này cũng áp dụng cho các phương tiện đi lại. Có một câu chuyện về James Dean, một tay đua xe hơi. Anh ta sở hữu một chiếc Porsche Spyder có tên là "Chiếc Xe Tử Thần" hay "Gã Khốn Tí Hon". James Dean mua chiếc xe này để đua ở Salinas, California. Nhiều người bạn của anh đã tìm hiểu về chiếc xe này; họ cảnh báo anh đừng nên lái nó nếu không anh sẽ chết trong vòng một tuần. Đó chính xác là những gì đã xảy ra. Một tuần sau, James Dean đã chết trên đường đến trường đua trong một tai nạn xe hơi khủng khiếp.

Bởi vì chiếc xe đua này đã được điều khiển bởi một người rất nổi tiếng, tất cả các bộ phận của chiếc xe đã được bán với giá cao. Động cơ từ chiếc xe nguyên bản của Dean đã được lắp vào một chiếc xe khác, và liên quan đến một vụ tai nạn khiến tài xế thiệt mạng. Sau đó, một tài xế khác đã mua hệ thống truyền động là một bộ phận của "Gã Khốn Tí Hon" và cũng bị thương khi xe của anh ta bị lật. Người ta cho biết rằng hai chiếc lốp của chiếc xe đã văng trúng một chàng trai. Hai chiếc lốp này đã nổ tung ngay trên đường đua, khiến anh ta mất kiểm soát và chiếc xe chỉ chịu dừng lại sau khi phóng xuống một con mương. Chưa hết, khi chiếc Porsche Spyder này đang được cất giữ trong nhà để xe ở California; tòa nhà đó bốc cháy và mọi thứ ở đó đều bị thiêu rụi, ngoại trừ chiếc xe. Sau đó, một tài xế xe tải khi đang vận chuyển chiếc xe này, đã bị mất lái và chiếc "Gã Khốn Tí Hon" đã từ trên sàn xe tải lao xuống và đâm chết anh ta. Thậm chí còn có nhiều chuyện khác đã xảy ra mà tôi không thể nói hết được, nhưng đây là một lời nhắc nhở để bạn cầu nguyện cho chiếc xe của mình. Nhiều khi bạn không thể nào biết hết được những gì đã xảy ra với nó và ai đã lái nó. Bạn muốn chiếc xe đó đưa bạn đi từ điểm A đến điểm B, chứ không phải là đến đám tang của bạn hay là đến với một tai nạn khủng khiếp.

Có thể chúng ta đã mua, thừa kế hoặc nhận một món quà như búp bê voodoo, rắn, rồng, Pokemon, vật phẩm chế tác dùng trong sự thờ cúng, sách tử vi của Sa-tan, tạp chí khiêu dâm, bùa may mắn, hoặc bùa đuổi bắt giấc mơ. Chúng ta phải sẵn sàng vứt bỏ những món đồ này và từ bỏ mọi sự kết nối mà Sa-tan có thể có trong nhà hoặc trong cuộc sống của chúng ta.

Ngoài ra, nếu chúng ta có bất kỳ mối quan hệ tình cảm nào mà đã kết thúc, thì hãy nên bỏ đi tất cả những món quà và vật phẩm mà người đó tặng cho bạn. Những món đồ này có chứa đựng trong đó tình cảm có thể ảnh hưởng đến một mối quan hệ trong tương lai.

Tôi được thuyết phục, và đó là niềm tin của tôi, rằng những người theo Chúa Jesus hoàn toàn không nên có liên hệ gì đến lễ Halloween. Người sáng lập Hội Sa-tan nói: "Tôi vui mừng vì những vị phụ huynh Cơ đốc đã cho con cái họ thờ phượng ma quỷ ít nhất là một đêm trong một năm." Sự giáng sinh và phục sinh của Chúa Jesus có ý nghĩa như thế nào đối với chúng ta, thì Halloween cũng có ý nghĩa như vậy đối với thế giới huyền bí. Halloween cổ súy cho sự sợ hãi, bóng tối và sự chết; còn Cơ đốc giáo lan truyền tình yêu thương, ánh sáng và sự sống.

Hãy tránh bước vào lãnh thổ của ma quỷ bằng cách đem những thứ ma mị vào nhà bạn. Trong bất cứ ngôi nhà nào bạn chuyển đến hoặc chiếc xe bạn mua, hãy cầu nguyện một lời cầu nguyện cung hiến đặc biệt dành cho nó. Và đừng tham dự vào những việc làm đen tối vô nghĩa bằng cách tham gia vào các sự kiện rõ ràng là đang tôn cao ma quỷ.

Cánh Cửa Tổn Thương

Khi tôi dùng bữa tối với Bob Larson – người đã thực hiện hơn 30.000 ca giải cứu và được nhiều người coi là chuyên gia trên thế giới về thế giới huyền bí và đuổi quỷ - tôi đã hỏi ông: "Cánh cửa thông thường nhất mà qua đó ma quỷ xâm nhập vào khắp các nước phương tây của chúng ta là gì?" Ông cho tôi biết rằng ở tất cả các châu lục khác, hầu hết các trường hợp liên quan đến ma quỷ là do thế giới huyền bí, còn ở các nước phương tây, thì đó là do sự lạm dụng.

Như vậy, ma quỷ có thể bước vào thông qua sự lạm dụng, tổn thương, khước từ, lạm dụng tình dục, hãm hiếp và quấy rối tình dục, từ đó tạo ra những tổn thương và sự không tha thứ trong con người. Dường như thật không công bằng chút nào, vì nhiều người không hề có lỗi, nhưng họ phải trải qua những sự việc khủng khiếp này. Họ là nạn nhân, và tệ hơn nữa, bây giờ họ phải đối mặt với những hậu quả thuộc linh. Khi nhà tôi bị đột nhập, không phải tôi là người để cửa sổ mở cho kẻ trộm lẻn vào, mà đó là một người sống trong nhà tôi. Chúng ta phải hiểu rằng những quyết định của người khác, chẳng hạn như của các thành viên trong gia đình chúng ta, cũng có thể mở cửa để ma quỷ tấn công đời sống của chúng ta.

Có những sự cố khiến linh của sự khước từ nhập vào trong một người, bởi vì đối với cha mẹ của họ, họ là đứa con ngoài ý muốn. Đây là trường hợp của nhiều trẻ em được sinh ra từ những "mối tình một đêm" hoặc quan hệ tình dục trước hôn nhân. Tôi lớn lên trong một nền văn hóa Ngũ Tuần truyền thống mạnh mẽ, và ở đây, người ta được mong đợi sinh con càng nhiều càng tốt. Kế hoạch hóa gia đình, hoặc sử dụng các phương pháp phòng ngừa khác để tránh có con, là không thể chấp nhận được. Nhiều đứa trẻ được sinh ra trong các gia đình đông con đều biết đến sự khước từ này từ những bà mẹ của chúng, chỉ vì gia đình quá đông người. Nói ra thì có vẻ cũng không có gì nghiêm trọng, nhưng tình trạng này có thể tạo ra một linh khước từ trong cuộc sống của đứa trẻ đó. Sự khước từ đó sau này sẽ biểu lộ ra trong cuộc sống, qua sự nổi loạn hoặc các hành vi xấu khác.

Tôi đã gặp không biết bao nhiêu bà mẹ không muốn có nhiều con, nhưng giáo điều nhà thờ buộc họ phải như thế. Họ sinh ra những đứa trẻ làm gánh nặng cho họ, và những đứa trẻ này lớn lên và hành xử khác với những đứa trẻ khác. Khi những đứa trẻ này lớn lên, Đức Thánh Linh bày tỏ cho chúng biết nguyên nhân của cảm giác bị khước từ đã bị gieo vào trong chúng - thông qua những lời nói và thái độ của cha mẹ - trong khi chúng vẫn còn trong bụng mẹ. Nhiều đứa trẻ đã gặp rắc rối trong suốt cuộc đời của chúng.

Những người mẹ này phải ăn năn trước mặt Chúa và xin lỗi con cái của họ. Họ cần phải cầu nguyện với con của họ để loại bỏ bất kỳ dấu vết nào của sự khước từ, bởi vì điều này có thể khiến chúng dễ rơi vào sự nổi loạn. Nếu bạn là một đứa con ngoài ý muốn - và bạn quan sát thấy có linh của sự khước từ và nổi loạn trong cuộc sống của bạn - thì bạn cũng có thể được tự do trong danh Chúa Jesus.

Bị khước từ ngay khi còn trong bụng mẹ không phải là cách duy nhất sự tổn thương và khước từ xảy ra. Lớn lên mà không có cha là một cách khác. Chúng ta sống trong một thế hệ không cha. Phần lớn những kẻ giết người lớn lên mà không có cha. Hầu hết những học sinh bỏ học không có cha. Những đứa trẻ vô gia cư và du thủ du thực thường xuất thân trong những gia đình không cha. Tình trạng lạm dụng trẻ em đã tăng lên đáng báo động trong những thập kỷ gần đây. Lạm dụng tình dục tăng vọt. Sự vắng mặt của người cha cũng tai hại như sự khước từ ngay trong bụng mẹ. Chính sự khước từ đó sinh ra sự nổi loạn. Chúng ta trừng phạt sự nổi loạn, nhưng hiếm khi đối phó với gốc rễ của nó là sự khước từ.

"Vậy, hãy ăn năn việc ác của anh và cầu nguyện với Chúa, để may ra Ngài sẽ tha thứ ý tưởng ấy trong lòng anh. Vì tôi thấy anh đang ở trong mật đắng và trong xiềng xích tội ác." (Công vụ 8:22-23). Thuật sĩ Si-môn, người đã sử dụng tà thuật như một phương tiện để kiểm soát con người, đang ở trong xiềng xích tội ác. Nhờ Đức Thánh Linh, sứ đồ Phi-e-rơ đã cho thấy được vấn đề thực sự. Thuật sĩ Si-môn này đã bị đầu độc bởi sự cay đắng dẫn đến sự trói buộc nghiêm trọng trên chính ông ta. Si-môn đã được cứu và báp-têm, nhưng gốc rễ của sự cay đắng này vẫn chưa được xử lí. Chất độc của sự cay đắng đã mở ra cánh cửa cho sự trói buộc trong sự gian ác. Nếu bạn nghĩ rằng bạn có quyền để cay đắng, thì Sa-tan cũng nghĩ rằng nó có quyền trói buộc bạn. Nếu bạn muốn thoát khỏi sự kìm kẹp này của ma quỷ, thì bạn phải xử lí tận gốc rễ sự cay đắng độc hại bằng cái xẻng của sự tha thứ.

BỨT PHÁ

Nhiều người trong chúng ta đã quá quen thuộc với câu chuyện ngụ ngôn mà Chúa Jesus đã kể về việc một người đầy tớ kia được tha cho một khoản nợ khổng lồ, nhưng đến lượt mình, anh ta từ chối tha nợ cho người một người đầy tớ khác đã nợ anh ta một khoản nhỏ (xem Ma-thi-ơ 18:34). Vì lí do đó, người chủ đã giao anh ta cho những kẻ tra tấn. Những kẻ tra tấn này là những con quỷ xâm chiếm và áp chế thông qua những cánh cửa mở ra của sự vấp phạm và cay đắng. Khi chúng ta nhận được sự tha thứ từ Đức Chúa Trời nhưng sau đó lại từ chối tha thứ cho những người làm tổn thương chúng ta, thì nó sẽ mở ra cánh cửa cho sự đau khổ của đến từ ma quỷ.

Có một cô gái trẻ đang sống lối sống đồng tính nữ được mời đến một trong những hội nghị của chúng tôi thông qua phương tiện truyền thông xã hội. Cô cho biết rằng khi còn là một cô bé, cô đã bị một người họ hàng quấy rối tình dục. Cô giải thích rằng cô cảm thấy có gì đó đã vào bên trong cô sau sự việc đó. Trong khi chúng tôi cầu nguyện, tà linh bắt đầu biểu lộ và bởi quyền năng của Đức Thánh Linh, nó đã bị đuổi cổ. Hôm nay – bởi sự đổi mới tâm trí và môn đồ hóa – cô gái trẻ này đang phục vụ trong đội ngũ của chúng tôi và ngày càng tăng trưởng trong Đấng Christ. Linh đồng tính nữ trong cô giờ đây chỉ là chuyện quá khứ mà thôi.

Tôi tin chắc rằng không chỉ có hành động lạm dụng mới mời gọi ma quỷ, mà còn là phản ứng của chúng ta đối với trải nghiệm đó. Nhiều vị anh hùng trong Kinh thánh, bao gồm cả Cứu Chúa của chúng ta, đã bị đối xử vô cùng phũ phàng, nhưng vẫn một lòng với Đức Chúa Trời.

Sự phản bội là những gì xảy ra với chúng ta, cay đắng là phản ứng của chúng ta với nó. Sự phản bội là những gì mọi người làm, và cay đắng là những gì chúng ta cho phép phát triển. Thay vào đó, chúng ta phải học cách xưng nhận tội lỗi của mình, tha thứ cho những người làm tổn thương chúng ta, kháng cự kẻ thù và trở thành một phần của một cộng đồng những người tin. Chúng ta cũng cần tiếp nhận những lời tư vấn và, đến thời điểm, những vết thương đó sẽ lành.

NHỮNG CÁNH CỬA MỞ

Mọi cánh cửa đang mở đều có thể được đóng lại thông qua sự ăn năn của chúng ta. Đổi lại, sự ăn năn sẽ dẫn chúng ta đến với một đời sống thánh khiết và tự do.

Cầu Nguyện

"Thưa Cha Thiên Thượng, Lời Ngài nói rằng Chúa Jesus là cánh Cửa của chiên. Vì thờ ơ và dại dột, con đã mở cửa ra cho thế giới huyền bí trong cuộc đời mình. Con vô cùng hối tiếc về điều này và xin ăn năn. Con dọn sạch tất cả những đồ vật bất khiết ra khỏi ngôi nhà, khỏi chiếc xe của con. Chúa Jesus ơi, xin hãy thanh tẩy đời sống của con bằng huyết của Ngài. Ôi, Thánh Linh ơi, xin hãy tẩy sạch mọi dấu vết của sự khước từ trong cuộc đời con bởi ngọn lửa tình yêu của Ngài. Hôm nay, con xin tiếp nhận Lời Ngài: con được Ngài đón nhận, và con đóng lại những cánh cửa nào đang mở ra cho ma quỷ ngay giờ này. Chúa Jesus ơi, con xin mở lòng ra với Ngài và với Lời của Ngài."

BỨT PHÁ

CHƯƠNG 4

TẤM VẢI LIỆM

Lần đầu tiên tôi gặp Eder là tại sân bóng. Cả hai chúng tôi đều yêu thích bóng đá. Sau một trận bóng, tôi đã mời anh ấy tham gia vào đội của chúng tôi luôn. Mặc dù cả hai chúng tôi đều không giỏi tiếng Anh, nhưng tôi đã vận dụng hết khả năng nói tiếng Anh của mình để đưa anh ấy đến với một mối quan hệ gần gũi hơn với Chúa Jesus. Mặc dù chàng thanh niên này đã dâng đời sống mình cho Chúa Jesus, nhưng anh vẫn còn thường xuyên tiệc tùng vào cuối tuần. Sau một thời gian, anh chuyển đến New York – tại đây, anh gặp được tình yêu của đời mình, Tatiana – và không lâu sau đó, họ kết hôn với nhau. Cả Eder và Tatiana đều xuất thân từ những gia đình tan vỡ, hôn nhân của bố mẹ hai người đều kết thúc trong sự ly hôn. Khi anh còn ở Tri-cities, tôi đã cảnh báo anh về sự rủa sả dây chuyền đối với sự ly hôn. Tôi nói rằng, một ngày kia, có thể anh sẽ phải đối mặt với sự rủa sả dây chuyền đó. Tôi cũng nói thêm với anh ấy là những buổi "tiệc tùng cuối tuần" của anh ấy chính là dành thời gian cho ma quỷ, và nó sẽ khiến anh lặp lại vết xe đổ của cha mẹ anh.

Không lâu sau khi kết hôn, tôi nhận được tin nhắn từ vợ Eder; tin nhắn cho biết anh ấy đang rối bời và có ý định rời xa vợ. Họ không cãi nhau hay là có vấn đề gì cả. Thực ra là mọi chuyện vẫn đang rất êm thấm. Tất cả điều này xảy ra đột ngột, và rồi cảm giác bị mắc kẹt đã bao trùm anh và giấc mơ tươi đẹp của anh. Điều có vẻ kỳ lạ với tôi là cô ấy là tất cả những gì anh ấy muốn, nhưng giờ đây anh ấy không còn muốn nữa. Không có bất kì lý do rõ ràng nào cho sự đổ vỡ của cuộc hôn nhân mới này.

Tôi nhớ là mình đã trò chuyện với anh qua điện thoại và giải thích rằng chính ma quỷ đã đưa những cảm xúc đó vào trong anh ta, để anh tiếp tục dây chuyền ly hôn trong các thế hệ gia đình. Tôi khích lệ anh rằng nhờ sự cầu nguyện và chống trả sự rủa sả dây chuyền, anh có thể đánh bại nó và nhận lãnh phước lành dây chuyền. Một trong những điểm tốt của Eder là anh ấy biết khiêm tốn và sẵn sàng lắng nghe. Vì vậy, chúng tôi đã cầu nguyện và anh ấy quyết định cho cuộc hôn nhân của mình thêm một cơ hội. Sau vài tháng, tôi nhận được tin rằng mọi thứ đang trở nên tốt hơn và họ đang tận hưởng một cuộc hôn nhân hạnh phúc.

Ít lâu sau, Eder và Tatiana chuyển đến Tri-cities, họ giao dâng và kết ước cuộc đời mình cho Chúa Jesus. Sau đó, họ quyết định nhận lãnh phép báp-têm. Khi họ đang cố gắng hòa nhập với cộng đồng mới và tìm kiếm công việc, cảm giác xa cách quay trở lại và ý nghĩ quay trở lại chốn cũ đã xâm chiếm tâm trí của Eder. Chúng tôi quyết định gặp nhau tại một quán cà phê Starbucks, và tôi giải thích với anh: ma quỷ đang bắn phát súng cuối cùng để biến ly hôn trở thành một phần của cuộc đời anh. Tôi trấn an anh ta rằng anh đã thoát khỏi điều đó, nhưng cũng giống như Pha-ra-ôn đuổi theo và tấn công dân Y-sơ-ra-ên ba ngày sau khi họ rời khỏi Ai Cập, bây giờ cũng vậy, ma quỷ đã bắn phát súng cuối cùng vào liên minh Eder và Tatiana. Dân Y-sơ-ra-ên không nhượng bộ, họ cũng không quay trở lại Ai Cập để được giải cứu lần nữa. Thay vào đó, họ cứ tiến về phía trước và Đức Chúa Trời đã nhấn chìm Pha-ra-ôn và quân đội của ông ta dưới biển.

Nói theo kiểu tiên tri, tôi cảm thấy rằng nếu Eder không nhượng bộ những cảm giác chia ly đó, thì những cảm giác đó sẽ dừng lại vĩnh viễn. Chúng tôi đã cầu nguyện và tiếp tục hành trình. Đã hơn sáu năm kể từ cuộc gặp đó, bây giờ, họ đang mong đợi đứa con thứ ba của hai người. Kể từ đó, anh đã tìm thấy niềm đam mê với nghề nhiếp ảnh. Hai con người này, Eder và Tatiana, yêu thương nhau tha thiết; họ là một tấm gương tuyệt vời cho nhiều cặp vợ chồng khác, để cho thấy rằng bạn có quyền không cho phép lịch sử quyết định số phận của bạn.

TẤM VẢI LIỆM

Những Lời Rủa Sả Là Có Thật

Lẽ thật về những lời rủa sả bị đa số các Cơ đốc nhân ở Mỹ không tin. Mặt khác, phản ứng của những người sống ở vùng Ca-ri-bê, Nam và Trung Mỹ, Châu Phi, Ấn Độ, Châu Á và Viễn Đông, là rất khác nhau. Trong hàng trăm năm, đất nước Mỹ đã được hưởng những lợi ích của văn hóa Cơ đốc. Như một kết quả tất yếu, chúng ta (nước Mỹ) không cần nhiều sự giải thoát khỏi thế giới huyền bí hay sự thờ lạy hình tượng. Tuy nhiên, điều này đang thay đổi vì sự gia tăng của các tôn giáo sai lạc ở Mỹ.

Khi A-đam và Ê-va phạm tội, nó đã mang đến một sự rủa sả trong việc sinh con cái và sự rủa sả trên đất (xem Sáng Thế Ký 3:17-18). Đứa con đầu lòng của họ đã sát hại chính em trai mình, điều này cũng dẫn đến một sự rủa sả khác (xem Sáng Thế Ký 4:11-16). Khi con trai của Nô-ê làm mất lòng cha mình, một lời rủa sả cũng đã được nói ra (xem Sáng Thế Ký 9:24-27). Mô hình những lời nguyền rủa này vẫn tiếp diễn trong suốt Cựu Ước.

Chúng ta có thể thấy cách rõ ràng rằng phá vỡ các điều răn của Đức Chúa Trời sẽ đem đến sự rủa sả, và vâng giữ lời Đức Chúa Trời sẽ đem đến phước lành. Nếu bạn tin vào phước lành, thì bạn cũng đã hiểu được sự tồn tại của sự rủa sả.

Được phước có nghĩa là được ban quyền năng để gia tăng. Đức Chúa Trời ban phước cho tổ tiên chúng ta, là A-đam và Ê-va; Ngài cũng ban phước cho Nô-ê và Áp-ra-ham. Chúa Jesus ban phước cho các môn đồ trước khi về Thiên đàng, vì phước lành là sự ban quyền năng.

Một trong những minh họa rõ nhất được nhìn thấy trong cuộc đời của Chúa Jesus. Khi Chúa Jesus chúc phước cho một vài ổ bánh được dâng cho Ngài, chúng đã hóa ra rất nhiều; nhưng khi Ngài rủa sả cây vả, nó liền khô héo (xem Ma-thi-ơ 14:19; 21:19). Do đó, bất cứ điều gì được ban phước, nó sẽ được nhân lên nhiều lần, và bất cứ điều gì bị rủa sả, nó sẽ bị hao hụt dần. Phước hạnh đẩy bạn về phía trước, trong khi đó, sự rủa sả giữ bạn lại. Chương 28 của sách Phục Truyền liệt kê tất cả các phước lành và rủa sả có thể đến với bạn và ở trên bạn. Có những căn bệnh mãn tính, nỗi sợ hãi và ám ảnh, những chu kỳ tiêu cực trong gia đình, những cái chết sớm, thiếu thốn và nghèo đói, khuynh hướng dễ bị tai nạn, ly dị và sự khô hạn.

Chúa Jesus đã chết trên thập tự giá cho tất cả tội lỗi của chúng ta. Tuy nhiên, không chỉ cho tội lỗi của chúng ta, mà còn là để hủy phá sức mạnh và hậu quả của những tội lỗi đó. Đây là lý do tại sao những lằn đòn Ngài chịu có quyền năng chữa lành mọi bệnh tật. Bằng cách chết trên thập tự giá, Ngài đã loại bỏ sức mạnh của sự rủa sả. Ngài có thể chịu chết vì bị ném đá, bị chặt đầu, hoặc bất kỳ hình thức nào khác. Nhưng Đức Chúa Trời đã chọn giải quyết vấn đề sự rủa sả bằng sự đóng đinh của Chúa Jesus.

Kinh thánh chép: "Đáng rủa thay cho kẻ bị treo trên cây gỗ" (xem Ga-la-ti 3:13). Tự do khỏi những sự rủa sả đã được bao gồm trong công tác hoàn tất và sự cứu chuộc tại thập tự giá. Khi chúng ta được cứu, sự tự do này cũng được hứa ban cho chúng ta. Như với tất cả các lợi ích khác được Đức Chúa Trời ban cho tại đồi Gô-gô-tha, chúng ta cần phải sở hữu chúng, chứ không chỉ là công bố rằng chúng thuộc về chúng ta. Đức Chúa Trời đã ban miền đất hứa cho dân Y-sơ-ra-ên, nhưng họ vẫn không thể sống trong đó cho đến khi nào họ chiếm hữu được vùng đất mà họ đã được hứa ban. Điều tương tự về Vùng Đất Hứa cũng được áp dụng cho chúng ta trong sự đắc thắng tội lỗi, sự rủa sả và ma quỷ.

Sống Nhưng Bị Trói Buộc

Sự sống lại của La-xa-rơ vẽ lên một bức tranh tuyệt đẹp về sự hủy phá lời rủa sả. La-xa-rơ là một người bạn tốt của Chúa Jesus. Ông bị bệnh và qua đời. Tội lỗi hoạt động theo cách tương tự và nó không làm cho chúng ta trở thành những người xấu, thực ra, nó làm điều tồi tệ hơn, nó khiến cho chúng ta trở thành những người chết. Tuy nhiên, Chúa Jesus đã đến nơi đó và phán một lời khiến La-xa-rơ sống lại từ cõi chết. Cũng vậy, sự cứu rỗi chỉ đến qua Chúa Jesus và đem chúng ta từ sự chết đến với sự sống. La-xa-rơ đã chết và bị buộc vải liệm, và mặt bị phủ khăn. Chúa Jesus bảo: "Hãy mở cho anh ấy, và để anh ấy đi." (Giăng 11:44). Nói cách khác, La-xa-ra đã sống lại, nhưng vẫn bị buộc vải liệm.

Khi chúng ta chết về mặt tâm linh, điều đó có nghĩa là kẻ thù của chúng ta đã trói buộc chúng ta. Trói người chết đối với nó là một việc dễ dàng, nhưng nó gần như không thể trói buộc người sống được. Cách tốt nhất để tránh những sự rủa sả là ở gần Đức Thánh Linh nhất có thể. Đây là lý do tại sao mục tiêu khó đánh nhất là mục tiêu di động. Những tấm vải liệm này đã quấn lấy tay, chân và khuôn mặt La-xa-rơ. Hãy nhớ rằng, La-xa-rơ đã sống lại, nhưng vẫn còn bị ràng buộc trong việc đi lại (chân), làm việc (tay), nhìn và nghe (mặt). Ma quỷ thích trói chân chúng ta, để chúng ta không thể bước theo Chúa. Nó cũng tìm cách xích tay chúng ta lại, để chúng ta không thể giơ lên trong sự cầu nguyện và thờ phượng Đấng Cứu Rỗi của chúng ta. Kẻ thù cũng che mặt chúng ta, để chúng ta không thể nhìn thấy Chúa, nghe tiếng Chúa, không nếm trải sự hiện diện kì diệu của Ngài.

Khi bạn bị ràng buộc, điều đó không nhất thiết có nghĩa là bạn đã chết; nó đơn giản có nghĩa là bạn bị giới hạn. Có những lúc, trong buổi nhóm tại hội thánh, tôi đã minh họa nguyên tắc này bằng cách lấy băng keo và quấn xung quanh tai, mắt, tay và chân của một người. Sau đó, tôi bảo người bị ràng buộc đó cố gắng bước đi. Mọi người đều cười phá lên, tất nhiên, bởi vì người đó không nhìn thấy mình đang đi đâu. Sau đó, anh ta cố gắng chạy, nhưng không thể; Cho nên, thay vào đó, anh ta đã cố gắng nhảy. Nếu người đó không cẩn thận, anh ta sẽ rất dễ bị ngã và làm mình bị thương. Sau đó, tôi nói với khán giả của mình rằng người này đại diện cho một Cơ đốc nhân bị trói buộc – vẫn đang còn sống, nhưng bị giới hạn. Kiểu Cơ đốc nhân này thiếu tính nhất quán. Người ta có thể nghĩ rằng nếu một người thực sự được tái sinh, thì người đó sẽ không gặp phải vấn đề này.

La-xa-rơ thực sự là đang sống, nhưng ông bị ràng buộc. Có thể bạn cũng giống như La-xa-rơ, bạn đã được tái sinh, nhưng bạn vẫn mang trên mình những tấm vải liệm, những tổn thương trong quá khứ và những căn bệnh kinh niên truyền sang bạn từ thế hệ này sang thế hệ khác. Dường như tất cả mọi người trong dòng họ của bạn đều đã ly hôn, liên tục thiếu thốn về tài chính, dễ bị tai nạn hoặc dường như có một đám mây đen đi theo bạn mọi nơi bạn đi ngăn trở những phước lành của Chúa. Chúa Jesus truyền lệnh cho các môn đồ của Ngài mở ra cho La-xa-rơ. Tôi rất vui vì họ đã làm điều đó.

Tương tự như vậy, cuốn sách này là một nhiệm vụ được Chúa giao phó để giúp bạn tìm thấy sự tự do trong danh của Ngài. Trước khi tiếp tục, chúng ta hãy cùng xem ba loại vải liệm mà ma quỷ sử dụng để kìm hãm con người và hạn chế tiềm năng của họ.

Sự Rủa Sả Qua Các Thế Hệ

Đây là những lời rủa sả được truyền qua các thế hệ, gây ra cùng những vấn đề và rắc rối mà tất cả các tổ tiên của chúng ta đã trải qua. Kinh thánh mô tả đó là "vì tội của cha ông" (xem Dân Số Ký 14:18). Chẳng hạn, Áp-ra-ham có một người cha thờ lạy thần tượng (xem Giô-suê 24:2). Xuất phát từ quá khứ của những tập tục huyền bí, Áp-ra-ham phải đối mặt với một số vấn đề; một trong số đó là sợ hãi và nói dối rất nhiều về vợ mình. Con trai của Áp-ra-ham, Y-sác, cũng nói dối về vợ mình. Sau đó, cháu trai của Áp-ra-ham cũng đã nói dối về quyền trưởng tử của mình và những đứa chắt của ông đã nói dối về những gì xảy ra với Giô-sép. Thêm nữa, nói dối không phải là vấn đề thế hệ duy nhất được truyền lại, nhiều người vợ của họ còn bị ảnh hưởng sự hiếm muộn.

Khi chúng ta được sinh ra, nhiều đặc điểm được truyền lại từ cha mẹ của chúng ta thông qua gen di truyền. Ví dụ, màu tóc, màu mắt, màu da và nhiều đặc điểm thể chất khác. Hơn thế nữa, những đặc điểm tính cách cũng được truyền lại cho thế hệ tiếp theo. Các thống kê xác nhận rằng khả năng chúng ta nghiện rượu sẽ tăng gấp 10 lần nếu cha mẹ chúng ta nghiện rượu.

Chúng ta thừa hưởng những đặc điểm xấu thông qua gen của

cha mẹ, nhưng chúng chỉ nằm im lìm ở đó và được kích hoạt bởi các lựa chọn và hành động của chúng ta. Nguyên tắc này áp dụng cho cả phước lành và rủa sả qua các thế hệ. Mặc dù là có những đặc điểm và khuynh hướng nhất định được di truyền qua gen của cha mẹ chúng ta, nhưng điều đó không có nghĩa là chúng phải được kích hoạt. Trải nghiệm tiêu cực, những người bạn bạn tồi và lựa chọn sai là những điều sẽ kích hoạt các đặc điểm di truyền tiêu cực. Khi chúng ta ở giữa vòng các tín hữu, hãy lấp đầy tâm trí của chúng ta bằng Lời Chúa và đưa ra những lựa chọn tôn vinh Ngài, khi đó những điều tiêu cực được thừa hưởng bởi cha mẹ chúng ta sẽ không được kích hoạt.

Chúng ta phải hiểu rằng chúng ta sẽ mang hình phạt vì những lựa chọn của tổ tiên chúng ta (xem Ê-xê-chi-ên 18:2).

Hai Gia Tộc: Edwards và Jukes

Có một nghiên cứu được thực hiện bởi A.E. Winship, về hai gia tộc - một gia tộc là hậu tự của Jonathan Edwards và gia tộc còn lại là của Max Jukes. Winship đã đến thăm các nhà tù tiểu bang và gặp những tên tội phạm là hậu duệ của gia tộc Max Jukes. Sau khi tra cứu hồ sơ, báo cáo và lời khai của họ, ông biết được Max Jukes, một người vô thần, sống một cuộc đời gian ác. Ông ta kết hôn với một người đàn bà ngỗ ngáo, và từ "cái nồi" với "cái vung" đó sinh ra 310 con cháu chết vì nghèo đói, 150 tên tội phạm, 7 kẻ giết người, 100 kẻ ghiện rượu, và hơn một nửa số phụ nữ là gái mại dâm. 540 người con cháu của ông làm tiêu tốn 1.250.000 đô-la của nhà nước.

Một thời gian sau, A.E. Winship được yêu cầu chuẩn bị một bài báo về Jonathan Edwards, một nhà truyền đạo thanh giáo có một vợ và 11 đứa con. Winship phát hiện ra rằng dòng họ Edwards đã sản sinh ra những con người thành công sau: một người trở thành phó tổng thống Mỹ, ba người là thượng nghị sĩ Hoa Kỳ, ba người là thống đốc, ba người là thị trưởng, 13 người là hiệu trưởng trường đại học, 30 người là thẩm phán, 65 người là giáo sư, 100 người là luật sư và 100 người ở trong chức vụ - giáo sĩ, mục sư và nhà thần học. Không cần phải là một nhà khoa học lỗi lạc mới có thể thấy được rằng có một sự tương phản lớn giữa hai gia tộc này.

"Sự nguyền rủa của Đức Giê-hô-va ở trong nhà kẻ ác" (Châm Ngôn 3:33). Sự nguyền rủa không chỉ ở trên kẻ ác mà còn trên cả nhà của kẻ ác. Những lời nguyền rủa này sẽ tiếp diễn từ thế hệ này sang thế hệ khác cho đến khi có ai đó đối mặt và chấm dứt chúng.

Lời Nguyền Kennedy

Lời nguyền Kennedy là một thuật ngữ được sử dụng để mô tả một loạt các sự kiện không may xảy ra với các thành viên của gia tộc Kennedy người Mỹ. Một số nhà phê bình cho rằng đây chỉ là một trải nghiệm bình thường đối với hầu hết các gia tộc. Tuy nhiên, Thượng nghị sĩ Edward "Ted" Kennedy, thực sự nghi ngại rằng có phải gia tộc của ông là nạn nhân của một "lời nguyền khủng khiếp" - như thể lời nguyền đó rất thực.

Dưới đây chỉ là sơ lược về Lời Nguyền Kennedy:

1941 - Rosemary Kennedy mắc chứng tâm trạng thất thường, đó là dấu hiệu của khuyết tật tâm thần. Cha cô – vì sợ tiếng tăm của gia tộc Kennedy sẽ bị hủy hoại, đã cho tiến hành một ca phẫu thuật cắt thùy não khiến cô không thể nói hay đi lại được. Và sau đó, Rosemary phải sống trong một dưỡng đường cho đến khi qua đời vào năm 2005.

Ngày 12 tháng 8 năm 1944 - Joseph P. Kennedy Jr. đã tử nạn trong một vụ nổ máy bay, ở Anh, trong Thế chiến II.

Ngày 13 tháng 5 năm 1948 - Kathleen Cavendish, Nữ hầu tước xứ Hartington chết trong một vụ tai nạn máy bay ở Pháp.

Ngày 9 tháng 8 năm 1963 - Patrick Bouvier Kennedy bị sinh non và chết hai ngày sau đó do một hội chứng hô hấp.

Ngày 22 tháng 11 năm 1963 - Tổng thống Hoa Kỳ John F. Kennedy bị ám sát ở Texas.

Ngày 19 tháng 6 năm 1964 - Thượng nghị sĩ Hoa Kỳ Ted Kennedy có liên quan đến một vụ tai nạn máy bay - hai người, bao gồm phi công, đã thiệt mạng. Ông đã được một thượng nghị sĩ khác cứu bởi bằng cách kéo ra khỏi máy bay và phải nhập viện; để được điều trị do xương gãy nghiêm trọng, chảy máu trong và phổi bị thủng.

Ngày 5 tháng 6 năm 1968 - Thượng nghị sĩ Hoa Kỳ Robert F. Kennedy bị Sirhan Sirhan ám sát tại Los Angeles, ngay sau khi giành chiến thắng trong cuộc tranh cử tổng thống.

Ngày 18 tháng 7 năm 1969 - Ted Kennedy bất ngờ mất lái, khiến chiếc xe lao xuống hồ từ một cây cầu ở đảo Chappaquiddick. Người đi cùng ông, Mary Jo Kopechne, bị bỏ lại trong xe; ông đã bỏ đi và sau đó cảm thấy tội lỗi vì rời khỏi hiện trường mà không cứu người đó. Ngay sau đó, trong một chương trình phát sóng trên truyền hình, Ted nói rằng trong đêm đó, ông đã tự hỏi "Liệu có một lời nguyền khủng khiếp nào đó đang thực sự treo lơ lửng trên gia tộc Kennedy?"

Ngày 13 tháng 8 năm 1973 - Joseph P. Kennedy II gặp nạn khi lái xe jeep, khiến người đi cùng ông bị tàn tật.

Ngày 25 tháng 4 năm 1984 - David A. Kennedy chết do dùng quá liều cocaine và pethidine trong phòng khách sạn ở Florida.

Ngày 1 tháng 4 năm 1991 - William Kennedy Smith hãm hiếp một phụ nữ trẻ trong khu bất động sản Kennedy ở Florida; ông ta bị bắt và bị buộc tội. Tuy nhiên, với sự can thiệp của truyền thông, Smith đã được tuyên bố vô tội.

Ngày 31 tháng 12 năm 1997 - Michael LeMoyne Kennedy chết trong một tai nạn trượt tuyết ở Colorado.

Ngày 16 tháng 7 năm 1999 - John F. Kennedy Jr. – tự lái chiếc máy bay của mình – đã qua đời trong một vụ tai nạn máy bay trên Đại Tây Dương, cùng với vợ và chị dâu của ông.

Ngày 16 tháng 9 năm 2011 - Kara Kennedy lên cơn đau tim khi đang tập thể dục tại một câu lạc bộ sức khỏe ở tuổi 51. Chưa hết, bà đã bị ung thư phổi chín năm trước đó; và được tiến hành phẫu thuật cắt bỏ một phần phổi.

Ngày 16 tháng 5 năm 2012 - Mary Richardson Kennedy đã tự sát tại nhà riêng ở New York.

Rõ ràng là những tai nạn khủng khiếp và những cái chết trước kỳ này không bình thường chút nào. Kinh thánh bày tỏ cho chúng ta biết được rằng đây là những dấu hiệu của lời rủa sả qua các thế hệ. Tuy nhiên, như chúng ta đã thấy, giàu có và danh tiếng cũng không thể ngăn được lời nguyền; chỉ có Chúa Jesus là Đấng nắm giữ quyền năng mới có thể phá vỡ những lời nguyền này.

Đối Phó Với Kẻ Thù Của Cha

Nhiều năm trước, tôi đã mua một bất động sản để cho thuê, nhằm tạo thu nhập thụ động. Khu nhà này không được quản lý tốt bởi các chủ sở hữu trước đó. Ngôi nhà cần được tân trang và khu đất đòi hỏi rất nhiều việc phải làm. Không có thảm cỏ mà chỉ toàn là cỏ dại. Tôi không hề trồng cỏ dại. Tôi thực sự thất vọng khi nhìn thấy cỏ dại mọc đầy ở đó và không có thảm cỏ. Người chủ sở hữu trước đã để lại rất nhiều việc phải làm. Thay vì đổ lỗi cho chủ sở hữu trước không làm công việc của mình, tôi, chậm mà chắc, dùng các loại hóa chất để diệt cỏ dại, giúp thảm cỏ phát triển mạnh. Trước lúc bất động sản đó được bán lại, bãi cỏ đã trở nên xanh rờn và tươi tốt. Tôi đã nhượng lại bất động sản đó với một bãi cỏ rất đẹp cho chủ sở hữu tiếp theo.

Có thể cha mẹ của bạn đã không giải quyết một số vấn đề và do đó, những vấn đề này vẫn còn ảnh hưởng đến bạn. Kinh thánh không bảo chúng ta đổ lỗi cho người khác, nhưng bảo chúng ta chống trả ma quỷ và giải quyết tận gốc rễ vấn đề.

Khi Sa-lô-môn thừa kế ngai vàng từ cha mình là vua Đa-vít, ông cũng "thừa hưởng" một số kẻ thù mà cha ông vẫn chưa đối phó. Tôi thực sự thích cách Đa-vít cảnh báo Sa-lô-môn về những kẻ thù đó, tuy nhiên, dù sao thì Sa-lô-môn vẫn phải đối phó với kẻ thù. Vua

Đa-vít qua đời, nhưng kẻ thù của ông vẫn còn đó và gây hấn với Sa-lô-môn.

Ma quỷ và những lời nguyền rủa không chết cùng với con người; thay vào đó, chúng tiếp tục làm khổ sở các thế hệ tiếp theo. Sa-lô-môn biết rằng trước khi ông có thể vững lập vương quốc của mình, ông phải loại bỏ "những con quỷ" của cha ông. Thật không may, không phải tất cả chúng ta đều có những người làm cha mẹ truyền đạt thật rõ ràng cho chúng ta về những thói quen và đặc điểm xấu cụ thể. Do đó, chúng ta sẽ phải đối đầu với những kẻ thù này trong cuộc sống của chúng ta, bởi vì cha mẹ chúng ta vẫn chưa xử lý chúng. Sa-lô-môn – người được xem là khôn ngoan nhất hành tinh – ưu tiên hàng đầu cho việc đối phó với những kẻ thù của cha mình, trước khi xây dựng đền thờ trong vương quốc của mình. Kết quả là, vua Sa-lô-môn đã lưu đày một số người và xử tử những kẻ khác, như Kinh thánh xác nhận: "Như vậy, vương quốc được vững bền trong tay Sa-lô-môn" (I Các Vua 2:46).

Cho đến khi bạn hành quyết và lưu đày những lời rủa sả qua các thế hệ, thì khi đó bạn sẽ được vững lập trong các phước lành của Đức Chúa Trời.

Công Bố Lời Rủa Sả

Những sự nguyền rủa thế hệ được truyền lại, nhưng nó được phát ra từ môi miệng. Sống chết đều là do nơi quyền của lưỡi. (xem Châm Ngôn 18:21). Như vậy, lời nói chính là phương tiện đem đến sự rủa sả và phước lành.

Bây giờ, ai là người có thể nói ra những lời nguyền rủa này? Chúng ta biết rằng Đức Chúa Trời đã công bố một lời rủa sả trên con rắn và trên đất (xem Sáng Thế Ký 3:14; 3:17; 5:29). Chúa hứa sẽ rủa sả những kẻ nào rủa sả Áp-ra-ham (xem Sáng Thế Ký 12:3). Chúng ta cũng đã được biết trong các chương trước, việc thực hành các tập tục huyền bí là lý do chính khiến Chúa công bố một lời rủa sả đối với một cá nhân.

Tuy nhiên, không chỉ Đức Chúa Trời, mà còn cả những người của Đức Chúa Trời, cũng có thể công bố một lời rủa sả. Chẳng hạn, Giô-suê rủa sả thành Giê-ri-cô, vua Đa-vít rủa sả núi Ghinh-bô-ba, tiên tri Ê-li-sê rủa sả người đầy tớ của mình, và Chúa Jesus rủa sả cây vả (xem Giô-suê 6:26; II Sa-mu-ên 2:21; II Các Vua 5:26-27).

Người của Đức Chúa Trời có trách nhiệm to lớn trong việc chúc phước cho người khác, chứ không phải rủa sả. Chúng ta có thể nói vì Giô-suê và Ê-li-sê đã rủa sả người khác, nên chúng ta cũng làm điều tương tự – không đúng. Khi các môn đệ của Chúa Jesus muốn thiêu rụi thành Sa-ma-ri, họ đã sử dụng câu chuyện của Ê-li làm cơ sở Kinh thánh cho sự hủy diệt. Chúa Jesus trả lời họ như sau: "Nhưng Đức Chúa Jêsus quay lại quở trách hai người và nói: 'Các con không biết linh nào xui giục mình.'" (Lu-ca 9:55). Thực tế là Thánh Linh của Đấng Christ luôn muốn chúc phước cho mọi người.

Tôi nhớ mình đã cầu nguyện cho một người phụ nữ kia. Mục sư của hội thánh mà cô tham dự nói với cô ấy nếu có ai rời khỏi hội thánh của ông, con cái họ sẽ sinh hư. Người phụ nữ này rời khỏi hội thánh của ông và tất cả các con của cô bắt đầu sinh hư thật. Cô đến để cầu nguyện chống lại những lời mà cô tin rằng đã ảnh hưởng đến gia đình cô. Nghĩa vụ duy nhất của chúng ta, với tư cách là người hầu việc Chúa, phải là rủa sả tất cả bệnh tật, ma quỷ và những công việc xấu xa của bóng tối – chứ không phải là rủa sả người khác.

Không chỉ những người của Đức Chúa Trời mới có quyền công bố những lời rủa sả, mà cả những người đứng trong vị trí thẩm quyền cũng nắm giữ quyền tương tự. Cha mẹ có quyền này đối với con cái và người chồng có quyền này đối với người vợ. Những người cha có một uy quyền lớn lao trong thế giới tâm linh, có thể được thực thi bằng cách nói ra một lời chúc phước hoặc rủa sả con cái họ. Nô-ê là một người cha được nhiều người biết đến. Ông đã rủa sả con trai mình, Cham, vì một lỗi lầm. Lời rủa sả đó đã ảnh hưởng đến các thế hệ sau Cham.

Không ai là hoàn hảo, nhưng việc công bố phước lành cho mọi

người giúp họ trở nên tốt đẹp hơn. Khi người ta mắc lỗi, phạm tội, khiến chúng ta mất lòng tin hoặc khiến chúng ta bị tổn thương sâu sắc, chúng ta phải đưa ra một quyết định – khai phóng những thế lực tà ác hay là khai phóng những phước lành bằng lời nói của chúng ta. Những lời như "Đồ vô tích sự", "Đồ ngu", "Mày chả bao giờ làm được trò trống gì", "Sao mày mãi mà chẳng khá lên được tí nào vậy?", "Mập như heo", "Đồ xấu xí" và "Thứ như mày, chết cho rồi" có vẻ như không có gì to tác, nhưng ma quỷ luôn rình rập và bám víu vào bất cứ thứ gì có thể để đem những điều xấu xa vào cuộc sống của con người.

Khi tôi đang chia sẻ tại một hội trại, có một chàng trai đến để được cầu nguyện. Cậu ta vật lộn với việc đạt điểm cao và mẹ cậu luôn nói: "Sao mày chậm dữ vậy hả con?" hay "Đồ ngu!" Với những giọt nước mắt lăn dài, cậu thú nhận rằng những lời này trở thành một sợi dây xích kiềm hãm tiến độ học tập của cậu. Chúng tôi đã cầu nguyện, xóa bỏ và thay thế những lời đó bằng những lời tích cực. Tôi đã nói những điều ngược lại và chúc phước cho cậu ấy trong vai trò giống như một người cha.

Một nguồn khác của "lời rủa sả" là đến từ những tay sai của ma quỷ - những pháp sư và thầy phù thủy. Những tay phù thủy trù ẻo những người mà họ muốn hãm hại. Đó là lý do tại sao trong Kinh thánh, Ba-lác đã thuê Ba-la-am rủa sả dân Y-sơ-ra-ên, để họ bị bại trận trong cuộc chiến. Chúng ta không cần phải sợ bất kỳ lời trù ẻo hay rủa sả nào đến từ đầy tớ của Sa-tan.

Tôi đã nghe rất nhiều lời thú tội và lời chứng của những người, vì ghen ghét, đã thuê một tay phù thủy trù ẻo để khiến kẻ thù của họ gặp xui xẻo. Vấn đề ở đây là lời trù ẻo của họ nhắm đến kẻ thù, thường quay trở lại với họ. Vì vậy, là Cơ đốc nhân, chúng ta không cần phải sợ ma quỷ và những lời trù ẻo của nó.

"Lời rủa sả vô cớ chẳng hề xảy đến" (Châm Ngôn 26:2). Matthew Henry đã chia sẻ quan điểm của mình trong một lời bình luận của ông: "Người bị nguyền rủa vô cớ, dù là những lời rủa sả cay nghiệt hay những lời lẽ cay đắng, đều vô hại như con chim bay qua đầu, hay như những lời nguyền rủa của Gô-li-át đối với Đa-vít mà thôi. Nó sẽ bay đi như chim sẻ hay chim bồ câu hoang, không ai biết ở đâu, cho đến khi chúng quay trở về đúng vị trí của chúng, vì lời rủa sả sẽ quay trở lại đúng nơi mà nó đã được thốt ra." Nếu chúng ta hầu việc Chúa, thì Chúa sẽ bảo vệ chúng ta - ngay cả khi chúng ta không nhận thấy điều đó.

Khi Bạn Nguyền Rủa Chính Mình

Nguồn cuối cùng của "những lời rủa sả" là chính chúng ta. Đó là khi chúng ta tự nguyền rủa chính mình. Những điều mà chúng ta luôn nói về, nói với chính chúng ta có thể trở thành nhà tù giam giữ chính chúng ta.

Đức Chúa Trời bảo vệ con cái của Áp-ra-ham khỏi những lời rủa sả từ người khác, nhưng từ chính chúng ta thì không. Người Do Thái cũng công bố một lời rủa sả cho chính họ (xem Ma-thi-ơ 27:24-25).

Một trong những lý do mà tôi không thể thốt là vì lời thề tạo ra một sự nguyền rủa. Khi chúng ta thề, chúng ta đang khai phóng những lời nguyền. Chúng ta phải ăn năn và đừng bao giờ áp đặt những lời nguyền rủa lên chính mình, và hãy thay thế chúng bằng Lời Chúa và những suy nghĩ tích cực về chúng ta. Chẳng hạn, khi chúng ta bị bệnh, chúng ta phải căn chỉnh chính mình với Lời Chúa và công bố: "Tôi sẽ chẳng chết đâu, nhưng được sống" (xem Thi Thiên 118:17). Ngoài ra, khi chúng ta cảm thấy yếu đuối, hãy công bố: "Tôi là mạnh mẽ" và "Tôi là người thắng hơn người chiến thắng nhờ Chúa Jesus" (xem Giô-ên 3:10; Rô-ma 8:37).

Tôi không có ý cho rằng chúng ta nên phủ nhận những vấn đề đang tồn tại, nhưng điều quan trọng là chúng ta không để cho các vấn đề đó có cơ hội ảnh hưởng và tác động tiêu cực đến chúng ta. Ví dụ, khi tôi cảm thấy bị bệnh, tôi sẽ nói: "Tôi không phải là một người đau yếu cố gắng để khỏe mạnh hơn, tôi là một người khỏe mạnh chiến đấu với bệnh tật." Nếu bạn đang chiến đấu với những khuynh hướng tội lỗi trong cuộc sống của mình, thì hãy nói như sau: "Tôi không phải là một tội nhân cố gắng trở nên thánh thiện, tôi là một người công chính chiến đấu với tội lỗi."

Đức Chúa Trời muốn chúng ta ăn năn mọi lời nói tiêu cực mà chúng ta đã nói với chính mình và thay thế chúng bằng những lời công bố tích cực từ Lời của Ngài. Khi Phi-e-rơ chối không biết Chúa Jesus đến ba lần, Chúa Jesus không chỉ tha thứ cho ông, Ngài còn đảo ngược sức mạnh của những lời nói đó bằng cách khiến cho Phi-e-rơ nói điều ngược lại ba lần.

Dính Phải Lời Nguyền

Như tôi đã đề cập, những lời rủa sả thế hệ được truyền lại từ các thế hệ trước. Mặt khác, "lời rủa sả" được công bố ra từ miệng người khác hoặc từ chính miệng chúng ta. Tuy nhiên, việc "dính phải lời nguyền" là khi luật gieo và gặt kích hoạt trong cuộc sống của chúng ta. Lời rủa sả của Giô-tham là một ví dụ điển hình (xem Các Quan Xét 9). Khi A-bi-mê-léc giết chết 70 anh em của mình vô cớ và dân thành Si-chem đã đón nhận kẻ giết người này làm thủ lĩnh của họ, Giô-tham đã nguyền rủa A-bi-mê-léc và cả thành Si-chem. Dân thành và thủ lĩnh mới của họ được tạm hưởng phước trong ba năm, nhưng sau đó các vấn đề bắt đầu nảy sinh. "Đức Chúa Trời sai một ác thần gây sự bất hòa giữa A-bi-mê-léc và người Si-chem, khiến người Si-chem chống lại A-bi-mê-léc." (Các Quan Xét 9:23).

Linh bệnh tật sẽ xuất hiện ở bất cứ nơi nào có lời rủa sả. Những tà linh này luôn gây ra xung đột và các vấn đề mà cuối cùng dẫn đến sự hủy diệt. Hậu quả là một cái chết nhục nhã đã đến với A-bi-mê-léc vì ông phải gặt được những gì mình đã gieo. "Đức Chúa Trời cũng báo trả dân thành Si-chem về mọi điều ác mà họ đã làm. Tai họa giáng xuống đầu họ đúng như lời nguyền rủa của Giô-tham, con trai Giê-ru-ba-anh" (Các Quan Xét 9:57). Như chúng ta có thể thấy, những thế lực thuộc linh đứng đằng sau tất cả những tai họa xảy ra với A-bi-mê-léc và dân thành Si-chem. Những thế lực thuộc linh đen tối luôn đem đến sự rủa sả.

BỨT PHÁ

Bảy Nguyên Nhân Dẫn Đến Sự Rủa Sả Theo Kinh Thánh

1. Thờ lạy hình tượng (xem Phục Truyền 27:15). Như chúng ta đã biết, sự thờ hình tượng, tập tục huyền bí và phù phép là những cánh cửa mở ra cho những sự rủa sả.

2. Bất kính đối với cha mẹ (xem Phục Truyền 27:16). Trong 10 điều răn, điều duy nhất kèm theo một phước lành là điều răn hiếu kính cha mẹ của chúng ta. Nếu có một phước lành được gắn liền với việc hiếu kính cha mẹ, thì cũng chắc chắn là việc bất kính đối với cha mẹ cũng sẽ mang đến một sự rủa sả. Tôi luôn khuyên các bạn thanh thiếu niên: "Nếu các bạn muốn sống lâu và có một cuộc sống tốt đẹp, hãy hiếu kính cha mẹ của mình." Điều răn này quan trọng hơn cả sự giáo dục và những mối quan hệ của bạn.

3. Bất công đối với kẻ yếu thế và bất lực (xem Phục Truyền 27:18-19). Khi chúng ta đối xử bất công đối với những người khác, nó cũng sẽ mang đến sự rủa sả. Ca-in đã bị nguyền rủa sau khi ông giết chết em trai của mình (xem Sáng Thế Ký 4:11-12). Phá thai chính là giết người, và nó cũng mang đến sự rủa sả. Trước đây tôi đã từng phục vụ cho những người bị quỷ ám sau khi họ có hành vi phá thai. Khi chúng ta lấy đi mạng sống của ai đó hoặc làm cho ai đó bị tổn thương sâu sắc – đặc biệt là những người yếu thế hoặc thiệt thòi – chúng ta đang mở cửa ra cho những rắc rối.

4. Tình dục bất khiết, trái với tự nhiên và loạn luân (xem Phục Truyền 27:20-23). Tình dục không phải chỉ là một hành động thể xác, nó còn là một vấn đề thuộc linh. Một cá nhân trở nên một với một cá nhân khác khi họ quan hệ với nhau (xem I Cô-rinh-tô 6:16). Bao cao su có thể giúp ngăn ngừa bệnh lây nhiễm qua đường tình dục, nhưng không thể ngăn ngừa quỷ tình dục. Ma quỷ có thể được chuyển từ người này sang người khác thông qua hành vi tình dục. Tôi đã nghe được rất nhiều lời chứng của những người từng ở trong vương quốc tối tăm - được ma quỷ giao nhiệm vụ chiêu mộ càng nhiều người càng tốt bằng cách quan hệ tình dục với họ. Được bảo vệ trước những cuộc tấn công từ ma quỷ là một trong những lợi ích của việc sống một đời sống thanh sạch, thánh thiện, và giữ gìn tình dục ở trong giới hạn hôn nhân.

5. Chống người Do Thái (xem Sáng thế Ký 12:3). Các đế chế hùng mạnh tấn công người Do Thái, cố gắng quét sạch họ ra khỏi hành tinh này, đều đã phải trả giá đắt. Đức Chúa Trời hứa rằng những kẻ nào rủa sả dân Y-sơ-ra-ên sẽ bị rủa sả. Chúng ta đều biết Adolf Hitler, thủ lĩnh của Đức Quốc xã – kẻ bị ám ảnh bởi việc tiêu diệt người Do Thái – hắn và chế độ của hắn đã phải đón nhận một cái kết tàn khốc. Ngày hôm nay, nhiều người trong thế giới Ả Rập tiếp tục di sản độc ác này. Mặc dù thế giới Ả Rập có rất nhiều dầu mỏ và tiền của, nhưng họ vẫn phải hứng chịu những lời nguyền rủa. Như Bret Stephens của Tạp chí Phố Wall cho biết: "Ngày nay, vẫn không hề có một trường đại học lớn nào ở thế giới Ả Rập, không có cơ sở khoa học bản địa ngay ngo nào cả, văn hóa thì còi cọc. Năm 2015, Văn phòng Bằng sáng chế Hoa Kỳ đã báo cáo có đến 3.804 bằng sáng chế là của Y-sơ-ra-ên, so với 364 của Ả Rập Saudi, 56 của Các Tiểu vương quốc Ả Rập Thống nhất và 30 của Ai Cập." Ngoài ra, chúng ta đừng quên rằng mọi trước giả của Kinh Thánh đều là người Do Thái, và chính Đấng Cứu Rỗi của chúng ta cũng ra từ dân tộc Do Thái. Ngài là vị vua sắp hiện đến, Đấng sẽ ngồi trên ngai Đa-vít. Chúng ta cần tiếp tục cầu nguyện cho sự hòa bình của Giê-ru-sa-lem và phước lành của Đức Chúa Trời sẽ được khai phóng trong đời sống của chúng ta.

6. Trộm cắp và khai man. Đức Giê-hô-va vạn quân phán: "Ta sẽ khiến cuốn sách nầy đi ra, nó sẽ vào nhà kẻ trộm và vào nhà kẻ nhân danh Ta mà thề dối. Nó sẽ ở lại trong nhà kẻ ấy và sẽ thiêu hủy nhà ấy, cả gỗ lẫn đá." (Xa-cha-ri 5:4). Trộm cắp là tội lỗi vì nó phá vỡ một trong những điều răn của Chúa. Nó cũng mở cửa ra cho sự rủa sả đến với gia đình chúng ta. Giu-đa là môn đệ của Chúa Jesus, nhưng ông là một kẻ trộm. Hành vi trộm cắp đã dẫn lối đến với sự chiếm hữu bởi ma quỷ và cuối cùng là sự hủy diệt dành cho Giu-đa. Khi chúng ta có những người làm việc cho chúng ta, và chúng ta không trả lương xứng đáng, mà lại làm giàu từ công sức lao động của họ, thì một lời nguyền rủa sẽ vào trong vào nhà của chúng ta và tàn phá cuộc sống của chúng ta. Cướp bóc, trộm cắp, mạo danh, lạm dụng của công, ăn cắp tài sản trí tuệ bất hợp pháp – là những hành động gieo ra mà sẽ khiến chúng ta phải gặt lấy nhiều sự rủa sả.

Những kẻ trộm cắp, chẳng hạn như A-can, Ghê-ha-xi, Giu-đa và những tên trộm trên thập tự giá, tất cả đều phải chịu một lời nguyền rủa cho hành động của họ - nhưng Chúa Jesus muốn tha thứ cho hai tên trộm và phá bỏ sức mạnh của sự nguyền rủa trên cuộc sống của họ. Chúa Jesus bị đóng đinh giữa hai tên trộm, một người được phá bỏ lời nguyền và nhận được sự cứu rỗi, một người giữ lại lời nguyền và chết đi mà lời nguyền thì vẫn còn đó. Khi Xa-chê nhận được sự cứu rỗi, ông hứa sẽ trả lại những tài sản mà ông đã lấy của họ. Chúa Jesus đã không ngăn ông ta làm điều đó. Thật vậy, Ngài nói: "Hôm nay sự cứu rỗi đã vào nhà nầy, vì người nầy cũng là con cháu Áp-ra-ham" (Lu-ca 19:9).

Nếu chúng ta muốn phá vỡ những lời nguyền về tài chính đến từ sự trộm cắp, chúng ta cần phải xin lỗi và bồi thường lại cho những người mà chúng ta đã gây tổn hại cho họ. Trong nhóm của chúng tôi có những người đã ăn cắp những thứ từ các cửa hàng và những người khác, và kết quả là, họ luôn gặp vấn đề về tài chính. Một lần kia, trong khi cầu nguyện và kiêng ăn, Đức Thánh Linh đã cáo trách những thành viên đó trong nhóm chúng tôi; do đó, họ đã xin lỗi những người mà họ đã ăn cắp và có sự sửa đổi. Họ có thể phải chịu xấu hổ, nhưng có sự thay đổi diễn ra khi họ hành động giống như Xa-chê đã làm. Nhờ đó, phước lành của Đức Chúa Trời đã đổ xuống trên tài chính của họ và tình hình tài chính của họ đã được cải thiện.

Ngoài ra, việc trộm cắp không chỉ giới hạn ở việc lấy những gì không thuộc về chúng ta, mà đó còn là giữ lại tiền phần mười. "Các con bị nguyền rủa vì tất cả các con, cả nước, đều ăn trộm Ta" (Ma-la-chi 3:9). Khi chúng ta giữ lại tiền phần mười, chúng ta đang mở cánh cửa của tài chính ra cho sự rủa sả. Chúng ta đang ăn trộm của Chúa và không cho Ngài cơ hội ban phước cho chúng ta.

TẤM VẢI LIỆM

Cầu Nguyện

"Thưa Cha Thiên Thượng, con đến với Ngài với lòng biết ơn vì đã sai Chúa Jesus đến để chết trên thập tự giá vì tội lỗi của con. Bởi sự chết của Ngài, giờ đây, Ngài đã hóa giải tất cả những sự rủa sả chống lại con. Con xin ăn năn những tội lỗi của tổ phụ con vì đã không hầu việc Ngài, mà đi hầu việc ma quỷ. Con ăn năn về bất cứ lời lẽ nào con nói về bản thân mà không phù hợp với Lời của Ngài. Con ăn năn về bất kỳ sự đau lòng nào con đã gây ra cho cha mẹ con. Xin hãy xóa bỏ tất cả những sự nổi loạn nào có trong lòng con. Xin hãy tha thứ cho con những khi con không đưa tay ra giúp đỡ những người gặp khó khăn trong khi con có khả năng làm điều đó. Bất cứ thứ gì con đã lấy cắp, con xin ăn năn ngay hôm nay và hứa sẽ không tái phạm, xin hãy hủy phá sự rủa sả đến từ điều đó bởi quyền năng của huyết Chúa Jesus. Bất cứ điều gì xấu xa đã được di truyền qua DNA thông qua gia đình ta, ta bẻ gãy nó, trong Danh Chúa Jesus. Ta bẻ gãy tất cả những lời chết chóc đến trên ta từ những người có thẩm quyền. Ta hủy bỏ mọi lời trù ẻo của các phù thủy. Không vũ khí nào chế ra chống lại ta được thành công, nhân danh Chúa Jesus. Xin Đức Thánh Linh giúp con bước đi trong các phước lành của Đức Chúa Trời và chuyển lại cho thế hệ tiếp theo."

BÚT PHÁ

CHƯƠNG 5

BÁNH CHO CON CÁI

Cách đây rất lâu, có một câu chuyện kể về một vị mục sư di cư sang Mỹ trên một con tàu. Hành trình này kéo dài 21 ngày. Ông bán tất cả mọi thứ mình có để mua vé, nhưng không có đủ tiền để mua thức ăn đắt tiền trên tàu. Thay vào đó, ông mang một túi lớn đựng đầy phô mai và bánh quy. Mỗi ngày khi người ta đến quán ăn để ăn, ông ấy đi lên boong tàu và ăn pho mát với bánh quy giòn ở đó. Nghe thấy tiếng cười nhạo của những người trong quán ăn, người hành khách tội nghiệp này đã tự nhắc nhở mình rằng, mặc dù ông không được ăn những món ăn ngon, nhưng ít ra thì ông cũng đang trên đường đi đến Mỹ. Vào ngày cuối cùng, một quý ông đến với vị mục sư này và hỏi tại sao ông không ăn cùng với mọi người trong quán ăn. Ông ấy cảm thấy xấu hổ và trả lời rằng ông quá nghèo không có tiền để vào đó. Người bạn mới của ông trả lời: "Thức ăn trong tất cả các bữa tiệc tự chọn và nhà hàng đã được bao gồm trong vé của anh rồi mà."

Chúng ta, những người tin nơi Chúa Jesus, đều đang trên đường đi đến Thiên đàng. Chúa Jesus đã mua chiếc vé đó cho chúng ta bằng sự chết của Ngài trên thập tự giá. Có những phước lành khác bao gồm trong sự cứu rỗi. Sự cứu rỗi không chỉ là một tấm vé vào thiên đàng, nó là cánh cửa dẫn đến đồng cỏ xanh tươi của vương quốc.

Sự Cứu Rỗi Trong Ba Thì

Tâm linh của chúng ta được cứu qua sự tái sinh, linh hồn của chúng ta được cứu qua sự nên thánh và thân thể của chúng ta sẽ được cứu tại thời điểm phục sinh. Là những tính hữu, chúng ta đã được cứu, chúng ta hiện đang được cứu và chúng ta sẽ được cứu trong tương lai.

Đầu tiên, chúng ta thấy rằng một Cơ đốc nhân đã được cứu bằng cách được chuyển từ vương quốc tối tăm sang vương quốc của Đấng Christ, từ sự chết sang sự sống. "Vì nhờ ân điển, bởi đức tin mà anh em được cứu…" (Ê-phê-sô 2:8).

Thứ hai, chúng ta đang trong quá trình được cứu. Phao-lô nói với những người ở thành Cô-rinh-tô là "...những người đang được cứu" (II Cô-rinh-tô 2:15 – bản tiếng Anh). Ông cũng bảo những người ở thành Phi-líp "... hãy lấy lòng sợ sệt run rẩy mà hoàn tất sự cứu rỗi của chính mình vì Đức Chúa Trời là Đấng đang hành động trong anh em..." (Phi-líp 2:12-13). Sự cứu rỗi này xảy ra trong linh hồn của chúng ta, nơi Đức Thánh Linh mang đến sự đổi mới cho tâm trí, sự chữa lành cho cảm xúc và sự tự do cho ý chí của chúng ta. Linh hồn của chúng ta là phần đang được cứu trong khi chúng ta ở trên đất này.

Thứ ba, phần tương lai của sự cứu rỗi của chúng ta được Phao-lô nhắc đến hai lần, "... chúng ta sẽ được cứu ..." (Rô-ma 5:9-10). Không phải trong quá khứ, cũng không phải trong hiện tại. Đây là phần của tương lai chúng ta. Phao-lô cũng đưa ra một tuyên bố thú vị: "Hiện nay sự cứu rỗi đã gần với chúng ta hơn lúc chúng ta mới tin" (Rô-ma 13:11). Đó là những gì chúng ta trải nghiệm được khi ở trong một thân thể mới thông qua sự phục sinh.

Như bạn thấy đó, sự cứu rỗi không chỉ là một sự kiện mà là một quá trình. Sự cứu rỗi trong thì hiện tại là nơi diễn ra sự đổi mới tâm trí, chữa lành linh hồn, đóng đinh xác thịt chúng ta.

Cơ Đốc Nhân Có Thể Bị Quỷ Nhập Không?

Khi một Cơ đốc nhân được giải cứu khỏi ma quỷ hoặc những lời rủa sả, điều đó không có nghĩa là những tà linh này sống trong tâm linh của người đó. Đức Thánh Linh chiếm hữu tâm linh của người tin, nhưng ma quỷ có thể quấy rối, hành hạ và áp chế linh hồn của họ. Đức Thánh Linh chiếm hữu các tín hữu, có nghĩa là họ thuộc về Ngài. Tà linh ma quỷ tìm cách áp chế Cơ đốc nhân bằng cách kiểm soát một phần cuộc sống của họ. Bị hành hạ bởi ma quỷ không có nghĩa là bạn không được cứu. Điều đó cũng không có nghĩa là những tà linh đó đang chiếm hữu bạn.

Tiến sĩ Derek Prince, người có ảnh hưởng mạnh mẽ đến cuộc đời của tôi trong lĩnh vực giải cứu, đã chia sẻ trong một cuộc nói chuyện của ông rằng từ ngữ Hy Lạp mà các trước giả Tân Ước sử dụng để diễn tả trạng thái ma quỷ chiếm hữu là "bị quỷ ám". Ông giải thích rằng bị quỷ ám không có nghĩa là bị chiếm hữu, mà là bị kiểm soát một phần. Điều đó có nghĩa là ma quỷ tìm cách kiểm soát một lĩnh vực nào đó trong cuộc sống của bạn. Chúng không thể chiếm hữu hoặc sở hữu tâm linh của bạn. Làm thế nào để bạn biết được ma quỷ đang kiểm soát trong lĩnh vực nào? Thông thường thì đó là các lĩnh vực mà bạn không có quyền kiểm soát, bởi vì một số con quỷ đang kiểm soát lĩnh vực đó trong linh hồn của bạn. Khi bạn được giải cứu, bạn lấy lại được quyền kiểm soát. Trong sự giải cứu, phần linh hồn đó của bạn sẽ được cứu.

Có lẽ bạn đang nghĩ, bóng tối và ánh sáng không thể ở cạnh nhau. Kinh thánh không nói như vậy. Một số người nghĩ rằng Đức Thánh Linh và một tà linh không thể ở trong cùng một chiếc bình. Có thật là như vậy không? Đối tượng ở đây là ai? Phần Kinh thánh mà chúng ta hay trích dẫn đó là: "Chớ mang ách chung với những kẻ chẳng tin. Vì công chính và gian ác có kết hợp nhau được chăng? Ánh sáng và bóng tối có dung hòa nhau được chăng?" (II Cô-rinh-tô 6:14). Câu này không nói ánh sáng và bóng tối không thể cùng tồn tại. Nó chỉ nói rằng ánh sáng và bóng tối không nên cùng tồn tại mà thôi. Phao-lô đang nói với chúng ta là nên như thế nào, chứ không phải là không thể có chuyện đó xảy ra.

Nếu bạn nghĩ rằng Cơ đốc nhân không thể bị quỷ ám, tôi sẽ kể cho bạn nghe những câu chuyện về ánh sáng và bóng tối có trong cùng một người. Một mục sư sa ngã đã từng rao giảng sự thánh khiết trong khi thường xuyên đến chỗ gái mại dâm; một tân tín hữu thường xuyên trở lại với việc lạm dụng chất kích thích và cố tự tử; một lãnh đạo Cơ đốc đã ảnh hưởng đến nhiều người về Phúc Âm, nhưng cuối cùng phải ngồi tù vì tội lừa đảo và trộm cắp, là một số ví dụ điển hình.

Phao-lô tuyên bố trong II Cô-rinh-tô 6:14 - "Chớ mang ách chung với những kẻ chẳng tin." và sau đó tiếp tục nói về việc bóng tối và ánh sáng không nên có mối liên hệ nào với nhau. Nếu bóng tối và ánh sáng không thể cùng tồn tại, thì Cơ đốc nhân không thể hẹn hò với những người không tin. Chúng ta biết là điều này xảy ra mọi lúc mọi nơi. Không nên như vậy, nhưng nó vẫn diễn ra. Điều tương tự cũng xảy ra với các Cơ đốc nhân bị quỷ ám. Họ không nên chịu sự ảnh hưởng ma quỷ này, nhưng không nơi nào trong Kinh thánh nói rằng điều này là không thể.

Sozo

Chúng ta là những hữu thể tam nhất (triune) và tội lỗi đã ảnh hưởng đến toàn bộ bản thể con người chúng ta. Tội lỗi không chỉ làm cho tâm linh của chúng ta chết đi, mà còn mang đến bệnh tật, nghèo đói và áp chế. Sự cứu rỗi cũng ảnh hưởng đến toàn bộ bản thể con người chúng ta là điều hoàn toàn hợp lý.

Điều quan trọng là phải nhớ rằng từ ngữ diễn tả sự cứu rỗi trong tiếng Hy Lạp là "sozo". Ý nghĩa của từ "sozo" là cứu độ, giải cứu, bảo vệ, gìn giữ và giải nguy. Sozo được sử dụng trong Ma-thi-ơ 1:21 khi nói về tội lỗi của chúng ta được tha thứ. Sozo được sử dụng trong Ma-thi-ơ 9:22 khi nói về sự chữa lành của một người phụ nữ. Sozo được sử dụng trong Lu-ca 8:36 khi nói về một người được giải cứu khỏi ma quỷ.

Bạn thấy đó, sự cứu rỗi hay sozo, là một từ được sử dụng để mô tả sự tha thứ tội lỗi, chữa lành bệnh tật và giải cứu khỏi ma quỷ. Sự cứu rỗi không chỉ là một tấm vé lên thiên đàng, đó là sự cứu rỗi về cả tâm linh, linh hồn và thân thể.

Sự Cứu Rỗi Dành Cho Cơ Đốc Nhân

Theo sách phúc âm Mác, một người phụ nữ Ca-na-an, thuộc dân tộc Syro-Pheonician, đã đến thờ lạy Chúa Jesus và cầu xin Ngài chữa lành cho con gái mình. Đứa con của bà bị quỷ ám rất nặng, một dấu hiệu cho thấy đứa trẻ có biểu lộ siêu nhiên của ma quỷ. Làm thế nào bà ấy có thể biết rằng những vấn đề của con mình là đến từ ma quỷ? Chúa Jesus là Đức Chúa Trời, Ngài biết tất cả. Ngài đã không tranh luận với nhận định của người mẹ.

Đáp lại lời cầu xin của bà, Chúa Jesus Christ đã không làm gì cả. Các môn đệ của Chúa Jesus muốn đuổi bà đi. Bà không phải là người Do Thái, và tệ hơn nữa, bà là một người ngoại đạo. Mặc dù vậy, bà là một người phụ nữ rất kiên trì. Cuối cùng, Chúa Jesus đã nói với bà: "Lấy bánh của con cái mà ném cho chó ăn là điều không phải lẽ" (Ma-thi-ơ 15:26).

Đối với người Do Thái, tất cả các chủng tộc và sắc tộc khác đều giống như "chó", bởi vì chó được xác định là sinh vật bị coi thường. Nhưng bà vẫn không bỏ cuộc. Ngay cả sau khi nghe câu trả lời đó, bà đã đáp lại: "Lạy Chúa, đúng như vậy, nhưng mấy con chó vẫn được ăn những miếng bánh vụn từ bàn chủ rơi xuống." (Ma-thi-ơ 15:27). Dù người Do Thái rất coi thường những con chó, nhưng họ vẫn quét những mẩu bánh vụn xuống sàn nhà để cho chó ăn. Đó là những gì người đàn bà này muốn. Bà sẵn sàng ăn những mảnh bánh vụn thuộc linh, để con gái bà được giải cứu. Cảm động trước đức tin của bà, Chúa Jesus đã phán Lời Ngài và con gái bà đã được giải cứu, mặc dù về mặt thể xác, Ngài không có ở gần cô gái.

Bà nhận được những mẩu bánh vụn, nhưng những ai là con cái của Đức Chúa Trời nhận được nguyên chiếc bánh. Không phải những mẩu bánh vụn, mà đó là cả một bữa ăn thịnh soạn của Phúc Âm bao gồm sự giải cứu và chữa lành. Từ quan điểm của Chúa Jesus, sự giải cứu cho các tín hữu cũng giống như bánh dành cho con cái. Nói rằng chúng ta không cần được tự do, được giải cứu hay chiến thắng cũng giống như nói rằng chúng ta không cần bánh. Đây là lý do tại sao Chúa Jesus dạy các môn đệ của Ngài cầu nguyện: "... Lạy Cha chúng con ở trên trời ... Xin cứu chúng con khỏi điều ác ..." (Ma-thi-ơ 6:9-13). Chúng ta là con cái Đức Chúa Trời, nhưng chúng ta cũng được khích lệ để cầu xin sự giải cứu.

Cơ Sở Cho Sự Giải Cứu

Thập tự giá của Chúa Jesus Christ là nền tảng cho sự tự do của chúng ta. Thông điệp về thập tự giá là quyền năng và sự khôn ngoan của Đức Chúa Trời (xem I Cô-rinh-tô 1:18). Tại đồi Gô-gô-tha, Chúa Jesus đã chịu hình phạt vì tội lỗi của chúng ta để chúng ta có thể được tha thứ. Ngài đã bị định tội để chúng ta có thể được xưng công chính. Chúa Jesus đã trở nên tội lỗi, để chúng ta có thể trở nên công chính. Ngài chết, để chúng ta có thể sống. Có một sự trao đổi thiên thượng diễn ra ở thập tự giá.

Trên thập tự giá, Chúa Jesus đã chịu hình phạt, để chúng ta có thể được tha thứ (xin xem Ma-thi-ơ 9:6). Sự tha thứ là miễn phí đối với chúng ta, nhưng Chúa Cha phải trả một cái giá đó là chính Con của Ngài để tội lỗi của chúng ta có thể được tha thứ.

Trên thập tự giá, Chúa Jesus đã bị định tội, để chúng ta có thể được xưng công chính (xem Rô-ma 3:24). Tội lỗi mang đến sự định tội. Sự cứu rỗi mang lại tự do khỏi mặc cảm tội lỗi. Chúa Jesus đã nhận lấy tội lỗi của chúng ta để chúng ta có thể được trở nên công chính - như thể chúng ta chưa bao giờ phạm tội. Sự tha thứ sẽ bỏ qua cho tội lỗi của bạn, nhưng sự xưng công chính khiến bạn trở nên vô tội giống như bạn chưa bao giờ làm điều đó.

Trên thập tự giá, Chúa Jesus đã trở nên tội lỗi, để chúng ta có thể trở nên công chính (xem II Cô-rinh-tô 5:21). Chúa Jesus đã gánh lấy tội lỗi của bạn để ban cho bạn sự công bình của Ngài.

Trên thập tự giá, Chúa Jesus đã chết, để chúng ta được sống (xem Giăng 10:10; Rô-ma 6:23). Chúa Jesus đã đến để ban sự sống của Ngài cho chúng ta và gánh lấy cái chết (thuộc linh) của chúng ta trên chính Ngài. Sự sống của Chúa Jesus trông như thế nào? Nguyên gốc của từ "sự sống" trong Giăng 10:10 là "zoo" - đó là sự sống của chính Đức Chúa Trời.

Trên thập tự giá, Chúa Jesus đã bị thương tích, để chúng ta được chữa lành (xem Ê-sai 53:5). Thân thể Chúa Jesus đã bị đánh đập để chúng ta được chữa lành. Mọi bệnh tật đều được chất hết trên thân thể của Chúa Jesus.

Trên thập tự giá, Chúa Jesus đã bị rủa sả, để chúng ta có thể được ban phước (xem Ga-la-ti 3:13-14). Chúa Jesus đã chịu sự rủa sả thế hệ, những lời rủa sả được phát ra và những lời rủa sả ứng nghiệm, bởi vì bất cứ ai bị treo lên cây đều bị rủa sả. Chúa Jesus đã gánh chịu sự rủa sả của chúng ta, để chúng ta có thể nhận được phước lành.

Trên thập tự giá, Chúa Jesus đã trở nên nghèo khó, để chúng ta có thể được giàu có (xem II Cô-rinh-tô 8:9). Chúa Jesus đã trở nên nghèo khó trên thập tự giá: trần truồng, đói khát và thiếu thốn, để chúng ta có thể trở nên giàu có và dư dật để giúp đỡ gia đình chúng ta và mở rộng vương quốc của Đức Chúa Trời nhờ nguồn lực của chúng ta.

Trên thập tự giá, Chúa Jesus đã bị khước từ, để chúng ta có thể được chấp nhận (xem Ma-thi-ơ 27:46). Chúa Jesus đã bị Đức Chúa Trời khước từ và bị người đời bỏ mặc – Ngài biết cảm giác bị khước từ là như thế nào. Chúng ta được Đức Chúa Trời chấp nhận là bởi vì Chúa Jesus đã bị Ngài khước từ.

Trên thập tự giá, Chúa Jesus đã chịu sỉ nhục, để chúng ta có thể sống trong vinh quang (xem Ma-thi-ơ 27:35, Hê-bơ-rơ 12:2). Chúa Jesus chịu sỉ nhục, để chúng ta không sống trong sự sỉ nhục.

Trên thập tự giá, Chúa Jesus đã vô hiệu hóa quyền lực của Sa-tan (xem Cô-lô-se 2:14-15; Sáng Thế Ký 3:15). Khi Đấng Christ chịu chết vì tội lỗi của chúng ta, Sa-tan bị tước vũ khí và bị đánh bại. Sự thất bại của Sa-tan đã được tiên tri trong Vườn Địa đàng, rằng Chúa Jesus sẽ giày đạp đầu con rắn.

Có nhiều lý do cho sự áp chế của ma quỷ, nhưng chỉ có một cơ sở để nhận được sự tự do, đó là thập tự giá trên đồi Gô-gô-tha. Những tội lỗi khác nhau mở ra cánh cửa cho ma quỷ, nhưng dòng huyết báu của Chúa Jesus có thể đuổi nó đi. Chỉ có huyết của Chúa Jesus mới có thể thắng hơn ma quỷ (xem Khải huyền 12:11).

Đánh Trên Thế Thắng

Bởi vì thập tự giá và dòng huyết của Chúa Jesus, ma quỷ đã phải chịu thất bại chung cuộc. Chiến thắng đã được giành lấy. Chiến thắng trên ma quỷ và sự rủa sả đã được hứa cho tất cả các tín hữu. Vậy thì tại sao rất nhiều tín hữu vẫn đang sống trong thất bại? Đức Chúa Trời đã hứa ban vùng đất Ca-na-an cho dân Y-sơ-ra-ên, nhưng chỉ một số ít người nhận được. Con cái của Áp-ra-ham chỉ sở hữu những gì họ chiến đấu giành lấy cho mình chứ không phải những gì Chúa đã hứa ban. Bạn không nhận được những gì bạn đã được hứa ban, bạn chỉ nhận được những gì bạn đấu tranh.

"Ti-mô-thê con ta ơi, ta truyền mệnh lệnh nầy cho con, theo các lời tiên tri về con từ trước, để nhờ những lời đó mà con chiến đấu dũng cảm" (I Ti-mô-thê 1:18). Nhiều người nhận được những lời tiên tri và không thấy sự ứng nghiệm vì lý do là họ không chiến đấu dựa trên lời tiên tri đó. Lời hứa của Đức Chúa Trời, lời tiên tri, hoặc những gì Chúa Jesus đã trả giá tại đồi Gô-tha chỉ có thể được nhận lãnh bởi đức tin của chúng ta.

Chúng ta phải đi từ việc chỉ tuyên xưng những gì Chúa Jesus đã làm cho chúng ta trên thập tự giá sang việc sở hữu những gì Ngài đã làm. Chiến thắng trên thập tự giá không có nghĩa là không cần phải chiến đấu nữa, mà thay vào đó, nó ban quyền năng cho chúng ta để chiến đấu. Từ ngày Giăng Báp-tít cho đến bây giờ, vương quốc thiên đàng chịu áp lực dữ dội (xem Ma-thi-ơ 11:12). Bạn không thể ngồi bên lề đường và đóng vai nạn nhân. Thập tự giá đã khiến bạn trở nên người chiến thắng. Bạn có thể chỗi dậy và sở hữu những gì thuộc về mình. Hãy xua đuổi tất cả các thế lực của ma quỷ.

Hơn Cả Người Chiến Thắng

Sau trận chiến, chúng ta mới có thể xác định được đâu là người chiến thắng. Nhưng chúng ta đã có sự chiến thắng trước trận chiến, do đó, chúng ta còn hơn cả người chiến thắng (xem Rô-ma 8:37). Khi bạn trở thành Cơ đốc nhân, Chúa Jesus ban cho bạn thẩm quyền và quyền năng của Đức Thánh Linh. Bạn giống như một cảnh sát trong thế giới thuộc linh. Một sĩ quan cảnh sát có phù hiệu cho anh ta thẩm quyền, và vũ khí cung cấp sức mạnh hậu thuẫn thẩm quyền đó. Những tên tội phạm sợ các cảnh sát, vì thẩm quyền và sức mạnh mà họ có. Khi bạn nhận ra rằng thẩm quyền và quyền năng đã được ban cho bạn, kẻ thù sẽ khiếp sợ. Nó là tên tội phạm, còn bạn là cảnh sát. Bạn được hậu thuẫn bởi quyền năng của thiên đàng.

Chúng ta không chiến đấu để giành chiến thắng, chúng ta chiến đấu từ vị trí chiến thắng. Trong phần Kinh thánh rất quen thuộc về chiến trận thuộc linh trong Ê-phê-sô 6, Phao-lô nói hãy mặc lấy khí giới của Đức Chúa Trời để "đứng vững" (xem Ê-phê-sô 6:11,13-14). Mục tiêu của những vũ khí thuộc linh của chúng ta không phải là để giành chiến thắng, mà là đứng vững trong chiến thắng đã thuộc về chúng ta.

Rắn Chết Có Còn Nguy Hiểm Không?

Kinh thánh so sánh ma quỷ với năm con vật:

Con chim. Nó cướp đi lời Chúa. (Xem Ma-thi-ơ 13:4)

Con sói. Nó vồ lấy và làm chiên tan lạc. (Xem Giăng 10:12)

Con sư tử. Nó không phải là một con sư tử vì chỉ có một sư tử thực sự - sư tử của chi phái Giu-đa. Ma quỷ hành động như một con sư tử bằng cách gầm thét và tìm cách nuốt chửng. (Xem I Phi-e-rơ 5:8)

Con rồng. Nó lừa dối cả thế giới. (Xem Khải huyền 12:9; 20:2)

Con rắn. Chúng ta bắt gặp hình ảnh Sa-tan lần đầu tiên trong

Kinh thánh là trong hình dạng một con rắn. Rắn tấn công bằng miệng và tiêm nọc độc vào nạn nhân của chúng. (Xem Sáng Thế Ký 3:1)

Một trung tâm y tế ở Phoenix Arizona đã thực hiện một nghiên cứu về rắn đuôi chuông và phát hiện ra rằng rắn đuôi chuông chết vẫn có thể tấn công, cắn và làm chết người. Đôi khi rắn đuôi chuông bị bắn và đầu của chúng bị cắt lìa, nhưng đầu rắn vẫn còn khả năng phản xạ. Một nghiên cứu cho thấy đầu rắn vẫn có thể tạo ra những chuyển động đáng kinh ngạc trong tối đa 60 phút sau khi bị đứt lìa. Những con rắn chết vẫn còn nguy hiểm.

Thất bại của Sa-tan mang đến cho bạn tiềm năng để chiến thắng, nhưng điều đó không khiến bạn trở thành kẻ chiến thắng một cách tự nhiên. Nếu không phải như vậy, thì tất cả các tín hữu sẽ chiến thắng mọi lúc mọi nơi và Chúa cũng không cần phải truyền bảo chúng ta chiến đấu với ma quỷ và chống trả kẻ thù của chúng ta.

Nhiều tín hữu tuyên bố rằng ma quỷ đã bị đánh bại, nó không còn là vấn đề nữa, nhưng họ lại thất bại trong cuộc sống của mình. Các trước giả Tân Ước biết về sự thất bại của ma quỷ, nhưng họ vẫn đưa ra lời cảnh báo: "…Đừng tạo một cơ hội nào cho ma quỷ." (Ê-phê-sô 4:27), "Giày đạp rắn, bò cạp…" (Lu-ca 10:19), "...Chống trả ma quỷ ..." (Gia-cơ 4:7), "Hãy tiết độ và tỉnh thức; kẻ thù anh em là ma quỷ, như sư tử gầm thét, đang rình rập chung quanh anh em, tìm người để cắn nuốt. Hãy đứng vững trong đức tin mà kháng cự nó..." (I Phi-e-rơ 5:8,9).

Tất cả đều cho thấy rằng chúng ta phải cảnh giác và tỉnh táo trước kẻ thù đã bị đánh bại, nếu không thì chúng ta sẽ chỉ công bố chiến thắng mà chẳng bao giờ thực sự sở hữu nó. Cuộc sống không phải là một sân chơi mà là một chiến trường.

Tù Nhân Biến Thành Thú Tiêu Khiển

Trường hợp của Sam-sôn dạy chúng ta một bài học. Người Phi-li-tin đã khuất phục được Sam-sôn sau một thời gian dài dùng đủ mọi cách. Chúng đã đánh bại ông, móc mắt ông và trói ông lại. Chúng bắt giam và biến ông trở thành tù nhân. Người Phi-li-tin bắt đầu tiệc tùng và đem kẻ thù của chúng ra làm trò đùa. Sau tất cả thì Sam-sôn đã bị đánh bại, ông có thể làm được gì? Tuy nhiên, ông vẫn còn nguy hiểm và ông vẫn là kẻ thù của chúng. Nhưng rồi, thất bại của ông cũng trở thành thất bại của chúng. Ông báo thù và đã thành công vì chúng không cảnh giác, chúng coi cuộc sống như một bữa tiệc và kẻ thù của chúng như một thú tiêu khiển: Để không đồng chịu số phận với kẻ thù, chúng ta phải nhìn nhận rằng nó đã bị tước đoạt vũ khí tại đồi Gô-gô-tha. Nó đã bị đánh bại, nhưng nó vẫn còn là kẻ thù thực sự của chúng ta và chúng ta đừng bao giờ xem nhẹ điều này.

Đó là lý do tại sao Phi-e-rơ nói chúng ta cần phải tỉnh thức. Phao-lô bảo chúng ta mặc lấy toàn bộ khí giới của Đức Chúa Trời để đứng vững trước kẻ thù đã bị đánh bại. Nếu bạn không cảnh giác với kẻ thù đã bị đánh bại của mình, thì đừng ngạc nhiên khi cuộc sống của bạn bắt đầu phản ánh nhiều thất bại hơn là chiến thắng.

Gô-li-át Đã Bị Hạ, Bây Giờ Là Lúc Để Chiến Đấu

Khi Đa-vít giết Gô-li-át, kẻ thù đã chạy trốn, nhưng cuộc chiến vẫn chưa kết thúc, nó mới chỉ bắt đầu. Dân Y-sơ-ra-ên, những người đã chạy trốn trước kẻ thù, giờ đây như được tiếp thêm sức mạnh bởi chiến thắng vẻ vang của Đa-vít. Họ đã tìm thấy can đảm trong chiến thắng của chàng. Chiến thắng của chàng đã trở thành nguồn sức mạnh cho họ. Chiến thắng của Đa-vít không phải để cho họ thư giãn mà là để chiến đấu.

Chúa Jesus là một hình ảnh tái hiện của Đa-vít. Ngài đã đánh bại Gô-li-át - kẻ thống trị bóng đêm. Gô-li-át đã bị hạ gục. Bây giờ, hãy chỗi dậy và chiến đấu. Hãy giành lại sự thanh sạch của bạn. Giành lại sự tự do của bạn. Kẻ thù của bạn đã chạy trốn, nó đang hoảng loạn. Đừng để nó lấy đi bất cứ thứ gì. Bạn có phù hiệu của thẩm quyền Đức Chúa Trời và quyền năng của Đức Thánh Linh để biến chiến thắng tại đồi Gô-gô-tha trở thành hiện thực trong cuộc sống của bạn.

BỨT PHÁ

Cầu Nguyện

"Ngợi khen Đức Chúa Trời, là Cha của con, bởi vì Ngài đã xuống phước cho con trong Chúa Jesus Christ với mọi phước lành thiêng liêng ở các nơi trên trời. Cảm ơn Chúa Jesus, Cứu Chúa của con, vì đã ban cho con món quà tuyệt vời nhất: sự cứu rỗi và đời sống mới. Con mời gọi Ngài, Chúa Thánh Linh ơi, xin hãy bày tỏ cho con thấy sự giàu có của cơ nghiệp của con trong Đấng Christ. Con sẽ không sống mà chỉ công bố về miền đất hứa của mình, nhưng con sẽ sở hữu được nó trong Danh của Chúa Jesus."

CHƯƠNG 6

TÌM KIẾM TỰ DO

John được các bác sĩ chẩn đoán là mắc chứng suy nghĩ mất kiểm soát và bị quấy rầy, rối loạn tic (tic disorder - một dạng rối loạn vận động hay phát âm không chủ đích), rối loạn hoảng sợ, mất ngủ và khuynh hướng tự tử. Anh đã trải qua những rối loạn khủng khiếp trong ba năm. Những suy nghĩ bị quấy rầy thật kinh khủng đến nỗi anh nói nó giống như có một người khác sống bên trong và nghĩ cho anh. Những ý nghĩ không thể kiểm soát sẽ xuất hiện trong đầu anh để nguyền rủa Chúa và gia đình anh ta, để họ chết đi. Tình hình trở nên nghiêm trọng đến nỗi anh phải nghỉ học, dù trước đó, anh từng là một học sinh "hạng A". Các chứng rối loạn khiến anh gặp khó khăn trong việc quyết định chọn đáp án cho một câu trả lời trắc nghiệm của một bài tập. Một rối loạn vận động (tic) đã phát triển - như một cơ chế đối phó - để chống lại những suy nghĩ dày vò. Anh ta thậm chí còn đánh vào chính cơ thể mình để ngăn chặn những suy nghĩ quấy rầy đó.

Tôi nhớ lần đầu tiên nhìn thấy anh tại một buổi nhóm của chúng tôi. Cơ thể anh vặn vẹo khi anh lấy tay đập vào đầu mình. Phải rất khó khăn thì John mới có thể nghỉ ngơi và ngủ được. Anh phải xem phim hoặc chương trình trên tivi để kìm hãm những suy nghĩ quấy rầy, để anh có thể ngủ. Sau nhiều lần cố tự tử, anh đã bị đưa vào một viện tâm thần và phải dùng thuốc để làm tê liệt những trải nghiệm đã qua. Gia đình anh bắt đầu tìm kiếm sự giúp đỡ ở những nơi khác. Họ đã thử dùng thuốc thay thế, vitamin tự nhiên và những lời cầu nguyện từ các hội thánh, nhưng tất cả đều vô ích.

Cuối cùng thì cha mẹ anh đã đưa anh đến buổi nhóm cầu nguyện hàng tháng của chúng tôi, nơi chúng tôi cầu nguyện cho sự giải cứu. Khi tôi đang cầu nguyện cho anh, Đức Thánh Linh bắt đầu xử lí hết những điều xấu xa đang khiến anh phải khổ sở. Anh bắt đầu có những sự biểu lộ và ói ra. Sau khi được giải cứu, anh trở về nhà, và ngay ngày hôm đó không còn uống Benadryl – loại thuốc anh thường uống sau mỗi hai giờ đồng hồ để giúp anh ngủ yên. Những suy nghĩ quấy rầy và tự tử cũng đã biến mất khỏi tâm trí anh. Tâm trí của anh đã được phục hồi và đã có thể đưa ra quyết định. John đã có thể làm lại bài kiểm tra và hoàn thành bài thi GED của mình. Đức Chúa Trời đã phục hồi cuộc sống của anh hoàn toàn. Sau đó, anh đã trở lại để làm chứng dâng vinh hiển cho Chúa Jesus. Ngày hôm nay, anh là người lãnh đạo tại một hội thánh địa phương, dẫn đưa những người trẻ đến với Chúa Jesus. Vinh hiển thuộc về Chúa!

Xác Định Kẻ Thù

Bước đầu tiên để tìm thấy tự do là phải nhận thấy rằng bạn đang cần tự do. Xác định được kẻ thù là đã có 50 phần trăm chiến thắng. Sự trói buộc dường như không có gì nghiêm trọng, nhưng đó là sự lừa dối. Nhiều người bị trói buộc nghĩ rằng họ đang được tự do. Chúa Jesus đã nói với người Do Thái, những người tin theo Ngài, rằng: nếu họ vâng giữ Lời Ngài, thì họ sẽ thực sự là môn đệ của Ngài - và lẽ thật sẽ giải phóng họ. Cách phản hồi của họ cũng giống như nhiều người ngày nay: "Chúng tôi không cần tự do gì cả, chúng tôi là con cháu của Áp-ra-ham". Lời này nghe có vẻ rất giống với những gì nhiều Cơ đốc nhân ngày nay thường nói – "Chúng tôi không cần sự giải cứu, chúng tôi vẫn ổn." Những người theo Chúa Jesus thực sự đã trả lời rằng họ chưa bao giờ làm nô lệ cho ai (xem Giăng 8:31-36). Đây là một lời tuyên bố táo bạo – nhưng có phải là họ thực sự chưa bao giờ bị nô dịch? Lịch sử cho thấy người Do Thái đã nô dịch cho rất nhiều dân tộc, trong đó có người Ai Cập, người Ma-đi-an, người Phi-li-tin, người Ba-by-lôn, và vào thời điểm đó là người La Mã. Sao họ có thể nói rằng họ chưa bao giờ bị trói buộc?

Thật rõ ràng là sự trói buộc là điều mang tính lừa lọc. Để được tự do, bạn phải nhận ra rằng bạn đang không được tự do. Bạn phải nhận thấy nhu cầu tự do của mình và tuyệt vọng về nhu cầu đó. Tiến sĩ Derek Prince thường nói rằng: "Đức Thánh Linh là dành cho những người đói khát, nhưng sự giải cứu là dành cho người tuyệt vọng". Chúa Jesus cũng giải thích cho các môn đệ của Ngài tại sao việc cứ ở trong Lời của Ngài là quan trọng - để được tự do và duy trì sự tự do.

Chúa Jesus tuyên bố: "Thật, Ta bảo thật các ngươi, ai phạm tội là nô lệ cho tội lỗi. Nô lệ thì không ở mãi trong nhà, nhưng con cái thì ở đó mãi mãi" (Giăng 8:34-35).

Một người có thể là môn đệ của Chúa Jesus mà vẫn phạm cùng một tội lỗi hết lần này đến lần khác. Khi chúng ta rơi vào tội lỗi theo thói quen, chúng ta bị trói buộc – làm nô lệ cho tội lỗi đó. Không phải tôi mà chính là Chúa Jesus đã nói như vậy! Cũng hãy nhớ rằng Ngài đang nói đến những người mới theo Ngài. Phạm tội theo thói quen hoặc là nô lệ của bất kỳ tội lỗi nào đều có cái giá của nó – người phạm tội sẽ không ở mãi trong nhà. Điều này có nghĩa là người này sẽ không kiên định trong mối quan hệ của mình với Đức Chúa Trời, cũng như trong mục đích của mình trong hội thánh.

Một trong những lý do chính khiến người ta không ở lại trong hội thánh là bởi vì họ không được tự do. Sự trói buộc không cho phép họ ở mãi trong nhà. Bây giờ, đối lập với sự nô lệ chính là quyền làm con cái. Quyền làm con cái không đơn giản chỉ là một đứa con của Đức Chúa Trời; nhưng nó biểu thị trạng thái tự do khỏi sự kìm kẹp của tội lỗi và được dẫn dắt bởi Thánh Linh của Đức Chúa Trời. Khi bạn nhận thấy rằng mình cứ phạm phải cùng một tội lỗi, hoặc những điều không may liên tục xảy ra, thì đó là một dấu hiệu cho thấy bạn cần sự tự do. Chúa Jesus chính là lẽ thật, và Ngài là nguồn của sự tự do đó.

Xưng Nhận Tội Lỗi

Sau khi chúng ta nhận thấy nhu cầu tự do của mình, chúng ta phải ăn năn tội lỗi của mình và tội lỗi của những người đi trước. Việc xưng nhận tội lỗi của chúng ta sẽ mở ra cánh cửa để chúng ta trải nghiệm được sự tự do của Chúa. Việc ăn năn tội lỗi của chúng ta cũng sẽ đóng lại tất cả các cánh cửa đối với ma quỷ. Điều quan trọng là chúng ta phải thuận phục Đức Thánh Linh, để Ngài có thể dẫn chúng ta đến với sự ăn năn. Đừng lục lại quá khứ và cố gắng tìm những tội lỗi mà bạn đã phạm phải. Thay vào đó, hãy để Thánh Linh của Đức Chúa Trời giúp bạn nhớ lại tất cả những điều bạn phải ăn năn và những cánh cửa cần được đóng lại. Có những tội lỗi rõ ràng mà chúng ta cần phải quay lưng với chúng, nhưng nhiều khi, chúng ta không biết tội lỗi cụ thể nào thực sự đã mở cửa ra cho kẻ thù.

Khi nạn đói xảy ra trong ba năm liên tiếp, Đa-vít đã hỏi Chúa tại sao lại có chuyện như vậy. Sau đó, Đức Chúa Trời đã cho ông biết rằng đó là bởi vì Sau-lơ đã phá vỡ hiệp ước với dân Ga-ba-ôn (xem II Sa-mu-ên 21:1). Đáp lại, Đa-vít đã thực hiện đúng các bước để hủy bỏ những gì Sau-lơ đã gây ra và nạn đói đã chấm dứt. Trong trường hợp này, nạn đói xảy ra không phải là do tội lỗi của Đa-vít, mà là do tội lỗi của người tiền nhiệm - vua Sau-lơ.

Có những lúc chúng ta cần phải ăn năn tội lỗi của cha ông chúng ta. "Ai trong các con còn sống sót sẽ héo hon trên đất của kẻ thù vì sự gian ác của mình. Chúng cũng vì sự gian ác của tổ phụ mà héo hon trên đất kẻ thù như tổ phụ mình. Nhưng nếu chúng xưng nhận tội ác của mình và tội ác của tổ phụ mình làm, tức là tội bội bạc với Ta và chống lại Ta" (Lê-vi-ký 26:39-40). Chúng ta xưng nhận tội lỗi của cha mẹ chúng ta, không phải để họ được tha thứ, mà là để những gì truyền lại cho chúng ta bị khước từ, tất cả các cánh cửa đều được đóng lại và sự trói buộc của ma quỷ bị phá vỡ.

Khi nói đến sự ăn năn cá nhân, chúng ta phải hiểu rằng sự ăn năn không chỉ là hối tiếc về những gì chúng ta đã làm. Hối hận không phải là ăn năn. Giu-đa đã hối hận khi phản bội Chúa Jesus, nhưng không có sự ăn năn ở đó. Giu-đa thậm chí đã trả lại tiền cho người Pha-ri-si, nhưng không có sự ăn năn với Đức Chúa Trời.

Ăn năn là thừa nhận rằng những gì chúng ta đã làm là sai trái trước mặt Đức Chúa Trời, ngay cả khi không có ai nhìn thấy hoặc bị tổn thương. Đó là sự xưng nhận cá nhân với Đức Chúa Trời rằng chúng ta lấy làm tiếc về điều đó. Đó là sẵn sàng chọn để thay đổi hướng đi của chúng ta. Hãy tưởng tượng rằng bạn đang lái xe, và nhận ra rằng mình đang đi sai hướng, vì vậy bạn quay đầu xe. Ăn năn là quay đầu, và nó không chỉ là sự hối hận. Nó không chỉ là làm sao cho nhẹ nhõm, và sau đó, khi cuộc sống trở nên êm đẹp hơn, chúng ta trở lại với lối sống tội lỗi như xưa. Có rất nhiều người đang tìm kiếm sự nhẹ nhõm cho những nan đề của họ, nhưng không thực sự tìm kiếm sự ăn năn.

Ngoài việc xưng nhận tội lỗi của chúng ta với Đức Chúa Trời, còn có sức mạnh trong việc xưng nhận tội lỗi của chúng ta với một người cố vấn hoặc mục sư đáng tin cậy. Sứ đồ Gia-cơ nói rằng việc xưng tội đem đến sự chữa lành (xem Gia-cơ 5:16). Có sự giải cứu xảy ra khi bạn đem tội lỗi của mình ra ánh sáng. Sở dĩ như vậy là bởi vì tội lỗi phát triển trong bóng tối. Khi chúng ta biện minh cho tội lỗi của mình, đổ lỗi cho người khác và giữ kín, chúng ta đang cho ma quỷ có quyền tiếp tục giam hãm chúng ta. Sự ăn năn sẽ phá vỡ sự giam hãm đó!

Đầu Phục Quyền Làm Chủ Của Chúa Jesus

Có lần kia, trong một chiến dịch Truyền Giảng lớn của mình, nhà truyền giáo Reinhard Bonke đã kể lại câu chuyện về một cậu bé có ngôi nhà lớn. Ngôi nhà này có hai tầng và 10 phòng. Câu chuyện kể rằng đã có lúc Chúa Jesus gõ cửa trước và ngõ ý muốn vào. Cậu bé rất hân hạnh khi có Jesus sống trong nhà mình. Cậu bé mời Chúa Jesus vào căn phòng ngủ sang trọng nhất.

Ngày hôm sau, có tiếng gõ cửa khác. Khi cậu bé mở cửa, để xem đó là ai, "vị khách" này là ma quỷ. Ma quỷ bắt đầu đẩy cửa để xông vào. Cậu bé vật lộn với ma quỷ trong một thời gian dài và cuối cùng cũng đẩy được nó ra ngoài, và đóng cửa lại. Mệt mỏi vì chiến đấu, cậu bé ngã người trên đi-văng để nghỉ ngơi, và Chúa Jesus bước xuống từ phòng ngủ. Cậu bé thất vọng vì Chúa Jesus đã không giúp cậu chiến đấu với ma quỷ. Cậu bé hỏi Chúa Jesus: "Tại sao Chúa không giúp con?"

Chúa Jesus trả lời: "Ta chỉ là khách, con mới là chủ nhà." Sau đó, cậu bé như đã hiểu ra! Chúa Jesus cần nhiều phòng hơn. Do đó, cậu quyết định cho Chúa Jesus hết tầng trên - có tổng cộng năm phòng - nhưng cậu bé vẫn còn lại cho mình năm phòng. Cậu bé nghĩ rằng vấn đề đã được giải quyết, vì vậy cậu đi ngủ.

Sáng hôm sau, lại có tiếng gõ cửa. Lần này, cậu bé không vội mở cửa. Thay vào đó, cậu chỉ hé mở một chút để xem đó là ai. Khi cậu chỉ vừa hé mở, ma quỷ đã nhanh chóng kê chân vào cửa và bắt đầu vật lộn với cậu bé để xông vào. Kiệt sức vì vật lộn với ma quỷ, nhưng cuối cùng thì cậu bé cũng đóng được cửa và đuổi nó đi. Sau đó, cậu bé nhanh chóng chạy đến gặp Jesus để phàn nàn với Ngài: "Tại sao Chúa vẫn không giúp con? Con đã cho Chúa tận năm phòng. Tại sao con vẫn phải tự mình chiến đấu với ma quỷ?" Chúa Jesus trả lời: "Ta rất biết ơn khi làm khách trong nhà của con cùng với năm căn phòng, nhưng con vẫn là chủ nhà, và trách nhiệm mở cửa là của con."

Cậu bé dường như bừng tỉnh! Cuối cùng thì cậu mới thực sự hiểu ra! Cậu trao cho Chúa Jesus chìa khóa nhà và thưa với Ngài: "Bây giờ Chúa đã là chủ nhà, và con chỉ là khách, vậy thì Chúa cho con ở đâu?" Chúa Jesus giao lại cho cậu phòng ngủ sang trọng nhất để ở với tư cách là khách. Ngày hôm sau, lại có tiếng gõ cửa. Cậu bé thức dậy chuẩn bị đi ra mở cửa, nhưng Chúa Jesus bảo cậu trở lại ngủ. Chúa Jesus cũng nói với cậu bé rằng cậu không có trách nhiệm mở cửa, vì cậu chỉ là khách. Vì vậy, Chúa Jesus đã đi ra mở cửa, lúc đó, cậu bé đứng ở góc phòng để xem chuyện gì sẽ xảy ra. Khi Chúa mở cửa, ma quỷ đứng ở đó. Nhìn thấy Chúa Jesus, nó vội quỳ xuống: "Thưa Ngài, tôi nhầm nhà, xin lỗi". Mặc dù đây chỉ là một câu chuyện ngụ ngôn, nhưng nó chứa đựng một thông điệp quyền năng phù hợp với Kinh thánh.

"Vậy, hãy thuận phục Đức Chúa Trời. Hãy kháng cự ma quỷ thì nó sẽ chạy trốn anh em" (Gia-cơ 4:7). Trước khi đi quở trách ma quỷ, chúng ta phải thuận phục Đức Chúa Trời trước đã. Tuy nhiên, việc thuận phục quyền chủ tể của Chúa Jesus không chỉ là cầu nguyện lời cầu nguyện dành cho tội nhân. Nhiều người đã tiếp nhận Chúa Jesus làm Cứu Chúa của họ, nhưng không chịu để Chúa là chủ của họ. Họ vẫn làm chủ ngôi nhà của mình và vẫn giữ chìa khóa. Chúa Jesus sẵn sàng chịu trách nhiệm hoàn toàn cho những người ở dưới quyền làm chủ của Ngài. Khi Chúa Jesus trở thành Cứu Chúa và là Chúa (chủ) của bạn, việc chống trả ma quỷ sẽ có hiệu lực. Nó sẽ không chỉ là những lời trống rỗng không có quyền năng.

Thật thú vị khi mà Giu-đa – môn đệ và là bạn của Chúa Jesus – lại ở dưới sự chiếm hữu của ma quỷ. Khi đọc các sách Phúc Âm, chúng ta thấy Giu-đa chỉ gọi Chúa Jesus là thầy, nhưng không bao giờ gọi Ngài là Chúa của ông. Đối với Giu-đa, Chúa Jesus chỉ là một người thầy khả kính và là một người bạn, nhưng không phải là Đức Chúa Trời của ông. Bạn có thể rất thân thuộc với Chúa, và thậm chí có thể gọi Ngài là bạn của bạn, tuy nhiên, ma quỷ không quan tâm đến điều đó. Ma quỷ chỉ đáp ứng với thẩm quyền. Nếu bạn không thuộc dưới thẩm quyền của Chúa Jesus, thì bạn không thể nào bước đi trong thẩm quyền của Ngài. Trở thành bạn của Chúa là điều hết sức tuyệt vời, nhưng đừng nên để tình bạn của chúng ta với Ngài thay thế cho sự thuận phục hoàn toàn đối với Ngài là Chúa của chúng ta.

"Chúa là Thánh Linh, nơi nào có Thánh Linh của Chúa, nơi đó có tự do" (II Cô-rinh-tô 3:17). Tự do thực sự là khi có Thánh Linh của Đức Chúa Trời hiện diện. Đức Thánh Linh chính là Linh (Spirit) của Chúa, và Ngài không chỉ là bạn hay là thầy của bạn. Nếu Chúa Jesus không phải là Chúa của bạn, thì quyền năng của Đức Thánh Linh sẽ bị giới hạn trong cuộc sống của bạn. Quyền năng của Ngài chỉ được khai phóng và mang lại tự do cho cuộc sống của chúng ta khi Chúa Jesus thực sự là Chúa của chúng ta. Tôi đã từng nghe có người giải thích là câu kinh thánh này cũng có thể được hiểu là: "Nơi nào Thánh Linh làm Chúa, thì nơi đó có sự tự do."

Việc thuận phục quyền chủ tể của Chúa Jesus sẽ thay đổi cách chúng ta suy nghĩ, nói năng, sống, tiêu xài và đối xử với người khác – và nó còn thay đổi cách mà ma quỷ nhìn thấy chúng ta.

BỨT PHÁ

Khi Nhật Bản tấn công Trân Châu Cảng vào năm 1941, Hợp chủng quốc Hoa Kỳ đã tiến hành chiến tranh chống Nhật Bản. Năm 1945, Nhật Bản đã ký một hiệp ước đầu hàng hoàn toàn và vô điều kiện với Lực lượng Đồng minh. Hoa Kỳ, sau khi có hành động trả đũa đối với Nhật Bản, đã thực hiện một kế hoạch phục hồi kinh tế. Nhật Bản đã phục hồi sau sự tàn phá của Hiroshima và Nagasaki; và bây giờ Nhật Bản là một trong những quốc gia phát triển và ổn định nhất trên thế giới. Nhật Bản không có quân đội; Hoa Kỳ là vỏ bọc của họ. Hoa Kỳ chịu trách nhiệm hoàn toàn cho sự phục hồi và bảo vệ cho quốc gia đã đầu hàng họ. Nếu chúng ta muốn Chúa hậu thuẫn và bảo vệ chúng ta cách trọn vẹn, thì chúng ta phải hoàn toàn đầu phục Ngài.

Một số người không muốn Chúa Jesus là Vua của họ, mà chỉ muốn Ngài là một thầy giáo tốt. Trong cuộc sống này, không có chuyện nửa vời, chúng ta hoặc là đầy tớ của Đức Chúa Trời hoặc là nô lệ của ma quỷ. Vâng, chúng ta là con cái của Chúa, nhưng trong thâm tâm, chúng ta đừng bao giờ bị lạc lối - đi từ chỗ thuận phục đến chỗ ích kỷ.

Nếu chúng ta thực sự để Chúa Jesus là Chủ của chúng ta, Ngài sẽ hướng dẫn và sử dụng chúng ta cho vương quốc của Ngài. Nhưng nếu chúng ta là chúa của chính mình, thì chúng ta sẽ lợi dụng Chúa Jesus cho mục đích ích kỷ của riêng mình.

Đối Đầu Với Kẻ Thù

Có nhiều người nhận được sự tự do khi có ai đó cầu nguyện cho họ. Có thể đó là một người nào đó được xức dầu, hoặc một chức vụ chuyên lo cho những người bị giam cầm và đang cần sự giải cứu. Sẽ là khôn ngoan khi tìm kiếm lời cầu nguyện từ một mục sư hoặc một người thi hành chức vụ giải cứu.

Đức Chúa Trời đã ban những ân tứ và những mức độ xức dầu khác nhau cho những người khác nhau, nhưng chúng ta cũng có một vai trò nhất định. Thánh Linh của Đức Chúa Trời sống trong chúng ta và Ngài mong muốn mang lại sự tự do cho cuộc sống của chúng ta. Cho dù là có ai cầu nguyện cho chúng ta, hoặc không cầu nguyện cho chúng ta, thì chính quyền năng của Chúa Jesus và Thánh Linh của Ngài mới là nhân tố đem đến sự thay đổi.

Đa-vít được giải cứu khỏi sư tử và gấu. Ông đã nhớ lại cách Đức Chúa Trời cứu ông khi ông làm chứng trước vua Sau-lơ: "Đa-vít tâu với Sau-lơ: "Khi đầy tớ bệ hạ chăn chiên cho cha mình, nếu có sư tử hay là gấu đến tha một con chiên trong bầy, thì con đuổi theo, đánh nó, giật chiên khỏi mõm nó; nếu nó chống cự, con nắm râu nó, đánh và giết nó đi. Đầy tớ bệ hạ đã đánh chết cả sư tử và gấu," (I Sa-mu-ên 17:34-36).

Đa-vít đã không chạy trốn sư tử hay gấu, nhưng ông đuổi theo chúng và chiến đấu với chúng. Đa-vít còn nói rằng: "Đức Giê-hô-va đã giải cứu con khỏi vuốt sư tử và gấu, thì Ngài cũng sẽ giải cứu con khỏi tay tên Phi-li-tin kia" (I Sa-mu-ên 17:37). Đức Chúa Trời đã giải cứu Đa-vít khỏi sư tử và gấu khi ông đuổi theo chúng, chứ không phải khi ông chạy trốn chúng. Có thể cũng giống như vậy, Đức Chúa Trời mang đến sự giải cứu cho những người không đóng vai nạn nhân? Vâng, những kiểu tín đồ như vậy không cần phải hy vọng ai đó cầu nguyện cho mình, nhưng thay vào đó, hãy khẳng định vị trí của họ trong thẩm quyền của Chúa Jesus, hãy đối đầu với kẻ thù và giành chắc phần thắng cho cuộc sống của mình! Đừng trốn tránh, thay vào đó, hãy chiến đấu. Trong Kinh thánh, Gia-cơ nói chúng ta phải thuận phục Đức Chúa Trời và chống trả ma quỷ. Chúng ta có một vai trò nhất định trong việc có được sự tự do của chúng ta bằng cách thuận phục và chống trả.

Đối đầu với kẻ thù bắt đầu bằng việc khước từ mọi lời nguyền, lời thề, nghi lễ, giao ước máu, ma thuật, phù phép, bói toán, tôn giáo sai lạc, giáo lý của quỷ, thờ phượng sai trật, và tất cả những sự rủa sả. Khi chúng ta khước từ những thứ đó, sợi dây trói buộc chúng ta sẽ bị chặt đứt. "Chúng tôi khước từ những việc làm mờ ám và đáng xấu hổ; chúng tôi không dùng sự xảo quyệt hoặc giả mạo lời Đức Chúa Trời. Trái lại, khi thẳng thắn tỏ bày chân lý, chúng tôi để lương tâm của mọi người nhận định về chúng tôi trước mặt Đức Chúa Trời" (II Cô-rinh-tô 4:2). Để nhìn thấy sự biểu lộ của lẽ thật, để nắm lấy lời Chúa theo đúng ý nghĩa của nó và bước đi trong sự chân thực, trước tiên chúng ta phải khước từ những việc làm mờ ám đáng xấu hổ và tội lỗi đã mở ra cánh cửa ra cho bóng tối.

Chống Trả Kẻ Thù

Nhận thấy nhu cầu cần được tự do, ăn năn tội lỗi và từ bỏ mọi liên hệ với ma quỷ sẽ giúp chúng ta thoát khỏi ách nô lệ Ai Cập. Điều này bắt đầu quá trình đưa Ai Cập ra khỏi chúng ta. Quá trình này diễn ra bằng sự chống trả ma quỷ, thay thế những thói quen và làm mới tâm trí của chúng ta.

Đức Chúa Trời, bằng sự siêu nhiên, đã giải phóng dân Y-sơ-ra-ên ra khỏi Ai Cập bằng huyết của chiên con - hình bóng về thập tự giá của Chúa Jesus Christ. Họ ra khỏi nhà nô lệ trong sự vui mừng. Sự vui mừng là phản ứng tự nhiên khi chúng ta nhận được sự tự do sau một thời gian mỏi mòn đợi mong. Sự vui mừng này ngắn chẳng tày gang khi những cỗ xe của đội quân Ai Cập đã đuổi theo kịp để bắt họ quay trở lại ách nô lệ. Ai Cập đã để mất những công nhân của chúng, điều đó có nghĩa là tất cả các dự án xây dựng của chúng sẽ bị đình trệ. Pha-ra-ôn và đội quân của ông ta đuổi theo với ý định đánh bại những người được giải phóng, và đưa họ trở lại lối sống cũ. Phản ứng của Y-sơ-ra-ên – lúc nào cũng vậy – kinh sợ, hoảng hốt và phàn nàn hết việc này đến việc khác.

Nếu Đức Chúa Trời đã giải phóng chúng ta, tại sao Pha-ra-ôn lại đuổi theo chúng ta? Chúng ta có thực sự tự do nếu người Ai Cập vẫn còn đó? Ngay cả sau khi kinh nghiệm được sự giải cứu, thì việc bị kẻ thù tấn công như trước cũng khá là bình thường. Hay là vẫn có những đòn tấn công tương tự như kẻ thù đã có trước khi giải cứu. Trải nghiệm này sẽ khiến một người nghi ngờ về sự tự do của họ. Mục tiêu của ma quỷ - thông qua sự bối rối và nghi ngờ - là đưa một người trở lại nơi bị trói buộc trong tâm trí và đời sống của họ. Khi những con quỷ cũ đó quay trở lại trên những cỗ xe ngựa của chúng, sau khi chúng ta đã được giải thoát, điều đó không nhất thiết có nghĩa là chúng ta sẽ quay trở lại với sự trói buộc. Nhiều khi, Đức Chúa Trời đang cố gắng giải cứu bạn và đem đến sự tự do vĩnh viễn cho cuộc sống của bạn bằng cách nhấn chìm Pha-ra-ôn xuống biển, một lần và mãi mãi.

Chính Chúa Jesus cũng đã xác nhận rằng khi một con quỷ rời khỏi một người, nó sẽ tìm cách trở lại cùng với nhiều quỷ hơn (xem Ma-thi-ơ 12:45). Chúng ta không cần phải lo sợ điều này. Pha-ra-ôn đuổi theo với những cỗ xe ngựa, nhưng cuối cùng thì dân Y-sơ-ra-ên không trở lại làm nô lệ, vì họ đã tiến tới trong đức tin và sự vâng lời. Thông qua sự nghi ngờ và dối trá, ma quỷ sẽ cố gắng giành lại linh hồn của bạn, nhưng hãy đứng vững và đừng bao giờ thay đổi lời tuyên xưng của mình mà nghe theo lời nói dối của nó.

Chúng ta phải chống trả nó bằng cách đứng trên đức tin (xem I Phi-e-rơ 5:9). Chúng ta phải tin rằng chúng ta tự do sau khi đã ăn năn và từ bỏ tất cả các liên hệ ma quỷ. Sự tấn công này không phải là một dấu hiệu cho thấy bạn chưa được tự do. Mà đó chính là nỗ lực cuối cùng của ma quỷ để đưa bạn trở lại với sự trói buộc. Chúng ta phải học cách tiến về phía trước trong đức tin. Đức Chúa Trời sẽ nhấn chìm Pha-ra-ôn, và sự tự do của chúng ta sẽ là sự tự do thực sự, an toàn và mãi mãi. Ma quỷ không thể đưa chúng ta quay trở lại sự trói buộc nếu chúng ta cứ tiến tới trong đức tin. Ngay cả khi chúng ta tái phạm cùng một tội lỗi mà chúng ta đã được giải cứu ra khỏi, thì chúng ta cần phải ăn năn và nhận lãnh sự tha thứ, tha thứ cho chính mình, đứng dậy và tiến về phía trước như thể điều đó chưa bao giờ xảy ra.

Được giải cứu không có nghĩa là chúng ta sẽ không bao giờ bị tấn công nữa. Tương tự như vậy, khi chúng ta được cứu, điều đó không có nghĩa là chúng ta sẽ không bao giờ phạm tội nữa. Vì người công chính dù ngã bảy lần cũng đứng lên được (xem Châm Ngôn 24:16). Nói cách khác, không phải chúng ta sẽ không còn công chính khi chúng ta vấp ngã. Chúng ta chỉ không còn công chính khi chúng ta chọn sống trong sự sa ngã đó. Chúng ta đang là một người công chính và tự do - chúng ta cần phải căm ghét tội lỗi khi chúng ta sa vào đó. Đây là một dấu hiệu cho thấy nó không còn là thân phận của chúng ta nữa. Khi một con chiên bị rơi xuống vũng bùn, nó bắt đầu kêu la. Khi một con lợn rơi xuống bùn, nó vui chơi trong đó. Chúng ta là chiên, chứ không phải lợn, dù là khi chúng ta vấp ngã.

Một thanh niên trong hội thánh của chúng tôi đã được giải cứu khỏi linh khiêu dâm. Sự giải cứu này diễn ra một cách quyền năng. Anh chắc chắn rằng mình đã được giải cứu và trong hai tháng sau đó, anh không tranh chiến với sự dâm dục nữa. Sau khoảng thời gian hai tháng đó, anh lại rơi vào tội lỗi đó một lần nữa. Anh ấy yêu cầu được gặp tôi, vì vậy tôi biết có gì đó không ổn. Khi anh thú nhận những gì đã xảy ra, anh chia sẻ anh cảm thấy bối rối đến dường nào, vì anh cảm thấy mình không còn tự do nữa. Sự giải cứu mà anh nhận được là ở tại Nigeria. Anh muốn biết rằng liệu mình có nên tiết kiệm tiền để quay trở lại Nigeria và nhận lãnh sự giải cứu một lần nữa không. Tôi nói với anh: "Cho dù là anh tin rằng mình đã được giải cứu, hay là chưa được giải cứu, thì anh đều đúng." Lời đề nghị của tôi dành cho anh ấy là hãy chọn tin rằng anh vẫn đã được giải cứu. Anh phải đứng trên lẽ thật đó, và tiếp tục bước đi trong sự tự do như thể điều đó chưa bao giờ xảy ra. Sau sự cố đó, sự tự do mãi mãi đã đến với chàng trai này. Anh cũng là người đã trở thành một trong những người lãnh đạo đầy quyền năng của chúng tôi, và hiện tại đã có gia đình.

Chúng ta phải tiến tới trong đức tin nếu chúng ta muốn sự tự do trở thành lối sống của chúng ta. Chúng ta không thể nào để cho ma quỷ kéo chúng ta lại đằng sau trong sự sợ hãi, nghi ngờ hoặc bối rối. Trong các chương kế tiếp, chúng ta sẽ cùng thảo luận chi tiết hơn về chủ đề này - nguyên tắc thay đổi và làm mới tâm trí. Chương tiếp theo nói về một trong những chìa khóa quan trọng nhất để được tự do.

TÌM KIẾM TỰ DO

Cầu Nguyện

"Này ma quỷ, đằng sau sự nghiện ngập của ta, hỡi những tà linh, đằng sau những tội lỗi và thất bại lặp đi lặp lại – ta không chống trả mày bằng danh của ta, mà là bằng danh của Chúa và Cứu Chúa của ta, Chúa Jesus Christ. Ngay lúc này, ta ra lệnh cho mày phải cút khỏi cuộc đời của ta. Ngay bây giờ, ta hủy phá sự kìm kẹp của mày đối với tâm trí, cảm xúc và ý chí của ta. Mọi xiềng xích mà Sa-tan có thể đã sử dụng để trói buộc ta, giờ đây đã bị chặt đứt, trong danh của Chúa Jesus. Bất cứ điều gì không được gieo trồng vào trong đời sống của ta bởi Chúa Cha, bị nhổ tận gốc rễ trong danh của Chúa Jesus, ngay bây giờ! Ta đứng trên uy quyền của Chúa Jesus và trên quyền năng của Thánh Linh Đức Chúa Trời, và ta chống trả ma quỷ với tất cả những suy nghĩ ngờ vực, sợ hãi và định tội. Ta dựng lên một thuẫn đỡ đức tin để chống lại những mũi tên lửa của sự lừa dối đến từ ma quỷ."

BỨT PHÁ

CHƯƠNG 7

MỒI NHỬ CỦA SA-TAN

Tôi đã nghe được một lời chứng đầy quyền năng trong chương trình của Sid Roth, "It's Supernatural" (tạm dịch: Đó Là Việc Siêu Nhiên), về một anh chàng tên là Frank. Anh đã có một cuộc sống rất khó khăn. Khi còn nhỏ, anh đã bị quấy rối tình dục và từ đó gây nên những tổn thương và nổi loạn mà không được giải quyết. Frank đăng ký vào Học viện Hải quân, nhưng sau đó bị đuổi, vì sử dụng và mua bán ma túy. Sau đó, anh bắt đầu nghe thấy những tiếng nói dẫn anh đến với sự may mắn. Những tiếng nói đó cho anh ta biết nên cất giấu ma túy ở đâu để tránh bị bắt. Cuộc sống dường như trở nên rất tuyệt vời, làm ma túy và được bảo vệ nhờ lắng nghe những tiếng nói đó. Một trong những tiếng nói này đã bảo anh ta vẽ một ngôi sao năm cánh, đó là một biểu tượng ma quỷ, và sau đó, một tà linh đã nhập vào Frank.

Không còn có những tiếng nói nào hướng dẫn anh nữa, giờ đây, anh đang chịu những khổ sở. Thông qua ma túy, ma quỷ đã vẽ ra một thực tại mới trong tâm trí anh rằng thế giới đã bị xâm chiếm, anh là người duy nhất còn lại, và anh cần phải sống sót để tránh bị người ngoài hành tinh bắt giữ. Có một tiếng nói nói với anh ta rằng mọi người mà anh thấy đều có mặt ở đó để bắt và lây nhiễm bệnh cho anh, nên anh cần phải tiêu diệt họ. Cho nên, anh đã làm điều đó. Anh lấy một cái búa và bắt đầu tấn công mọi người, khiến tám người phải nhập viện. Một người bị tổn thương não vĩnh viễn, và hai người bị chết sau đó. Tất cả những điều này xảy ra trong khi anh ta bị dẫn dắt bởi một tiếng nói nói rằng thế giới này đang bị xâm chiếm bởi một thế giới khác.

Khi cảnh sát bắt giữ anh ta, họ nói rằng anh ta biểu lộ sức mạnh siêu nhiên, gấp bảy đến tám lần so với một người bình thường. Khi

Frank ở trong bệnh viện, anh nghĩ rằng mình đã bị người ngoài hành tinh bắt giữ, nên anh ta quyết định tự sát. Anh ta lấy một cái bình và đập vào người mình, hy vọng nó sẽ làm anh mất máu cho đến chết. Các nhân viên bệnh viện đã cầm máu kịp thời cho anh. Anh ta bị kết án 10-30 năm tù, vì tội giết người không chủ ý. Khi ở trong tù, anh đã được thoát ra khỏi ma túy và tiếng nói đó đã lắng xuống. Cuối cùng thì anh nhận ra mình đã bị ma quỷ lừa dối.

Một người phụ nữ bị mất chồng do bị anh sát hại đã đến thăm anh. Anh không chắc tại sao cô lại muốn gặp anh. Khi gặp anh, cô đã nói lời tha thứ cho anh về việc đã giết chồng của cô. Cô tin rằng Đức Chúa Trời có thể khiến mọi thứ trở nên tốt đẹp, và cách duy nhất để có một điều gì đó tốt đẹp ra từ thảm kịch này, là nếu Frank tiếp nhận Chúa Jesus Christ, thì cái chết của chồng cô sẽ không phải là vô ích. Người góa phụ này đã trao cuốn Kinh thánh của chồng mình cho kẻ giết người. Anh quyết định đọc nó để thể hiện sự tôn trọng yêu cầu của người góa phụ.

Trong quá trình này, anh đã tiếp nhận Chúa Jesus Christ và nhận được sự giải cứu khỏi tà linh. Đức Chúa Trời thậm chí còn ban cho anh một người vợ - cô này là một trong những người đến nơi trại giam để nói về Chúa cho những tội phạm. Anh là một trong những người đã được phục hồi. Sau 13 năm ngồi tù, cuối cùng anh cũng được phóng thích và đi đến hội thánh của người góa phụ kia để chia sẻ lời chứng của mình về việc sự tha thứ có thể biến một kẻ giết người thành một nhà truyền giáo và những mối nguy hiểm của việc chơi đùa với ma quỷ.

Ngày nay, chức vụ của anh đã giúp cho nhiều kẻ giết người máu lạnh, hiếp dâm, tù phạm và những gã điên phát triển mối quan hệ với Chúa Jesus. Tha thứ mang lại tự do.

Skandalon

Từ ngữ trong tiếng Hy Lạp được sử dụng phổ biến nhất để nói về sự vấp phạm - *Skalonalon* - được đề cập trong Tân Ước trong Ma-thi-ơ 18:7. *Skandalon* là bộ phận chốt của một cái bẫy, trên đó người ta đặt mồi nhử. Khi một con vật đụng phải cái chốt đó để ăn mồi nhử, lò xo của cái bẫy sập lại và con vật bị bắt. Gây vấp phạm là một sự dụ dỗ về hành vi khiến một người rơi vào sự nghi ngờ.

Khi vợ chồng tôi sống trong một căn hộ thông tầng (duplex house), tôi phát hiện trong tầng hầm có một con chuột. Tôi không thể chịu đựng được những sinh vật nhỏ bé đó. Chỉ nghĩ đến việc chúng chạy xung quanh khi tôi ngủ cũng đủ khiến tôi ớn lạnh rồi. Tôi biết rằng tôi không đủ nhanh để bắt chúng bằng tay hoặc giết chúng bằng gậy. Tôi đã làm những gì mà mọi ông chủ nhà có tâm sẽ làm. Tôi lái xe đến Wal-Mart và mua một ít bẫy chuột. Tôi đặt thịt xông khói và bơ đậu phộng làm mồi nhử trong cái bẫy, và tôi đặt cái bẫy ở đó để chờ xem "điều diệu kỳ" xảy ra. Tôi sẽ không bao giờ có thể tống khứ được những con chuột nếu chúng kìm hãm được sự thôi thúc bởi món thịt xông khói và bơ đậu phộng. Tôi không thể nào buộc chúng đến ăn miếng mồi nhử. Thực ra, tôi không có ở trong nhà khi con chuột bị mắc vào trong bẫy do đụng phải cái chốt kia. Đó cũng chính xác là cách mà ma quỷ hoạt động.

Bạn thấy đấy, nó không thể nào tấn công chúng ta cách trực diện được, bởi vì chúng ta được bao phủ bởi huyết, chúng ta hầu việc Chúa và bước đi trong Thánh Linh. Chúng ta khiến nó vô cùng khó chịu, bởi vì chúng ta quấy phá vương quốc của nó và phá hỏng kế hoạch của nó trên đất này. Cho nên, ma quỷ đã sử dụng một phương pháp gián tiếp để tấn công chúng ta - phương pháp lợi hại nhất, từ thời sáng thế - gây vấp phạm.

Chúa Jesus dạy chúng ta rằng chúng ta không thể tránh khỏi những điều gây vấp phạm (xem Lu-ca 17:1). Chừng nào còn có con người trên trái đất, thì chừng đó còn có đau đớn và tổn thương. Ngay cả khi bạn sống thánh khiết trước mặt Chúa Thánh Linh, bạn vẫn sẽ bị tổn thương. A-bên đã bị như vậy, Giô-sép đã bị như vậy, Đa-vít đã bị như vậy, Chúa Jesus đã bị như vậy, và bạn cũng sẽ bị như vậy.

Điều duy nhất chúng ta có thể làm là tránh gây vấp phạm cho

người khác (xem I Cô-rinh-tô 8:13), nhưng chúng ta không thể tránh những điều xấu xảy đến với chúng ta. Khi chúng ta bị tổn thương, ma quỷ muốn sử dụng sự tức giận, thù hận, cay đắng và oán giận để khiến chúng ta cảm thấy như mình đang kiểm soát tình hình. Không ai có thể làm tổn thương chúng ta thêm một lần nữa, bởi vì chúng ta đã xây dựng những bức tường ngăn cách chúng ta với mọi người. Đó là một cái bẫy, mồi nhử của ma quỷ.

Những Vết Thương Bị Phớt Lờ Có Thể Gây Nhiễm Trùng

Vết thương nói lên sự đau đớn, còn vết sẹo nói lên sự chữa lành. Một vết thương nói: "Hãy xem những gì bọn chúng đã làm." Một vết sẹo nói: "Hãy xem cách mà Chúa đã chữa lành cho tôi." Vết thương thì đau đớn, nhưng vết sẹo thì không. Vết thương có thể gây nhiễm trùng, còn vết sẹo đưa ra những lời chứng. Đấng Cứu Rỗi của chúng ta đã bị thương tích vì sự vi phạm của chúng ta (xem Ê-sai 53:5). Khi Ngài bị treo lên thập tự giá, Ngài đã không đe dọa những người Pha-ri-si hoặc nguyền rủa họ trong khi chịu đau đớn. Ngài tha thứ cho họ. Họ không xứng đáng với điều đó; họ thậm chí không mong đợi điều đó. Nói thẳng ra, họ không nghĩ rằng những gì họ đang làm là sai. Chúa Jesus không tha thứ cho họ để tội lỗi của họ được tha, nhưng Ngài tha thứ để lòng của Ngài không trở nên cay đắng.

Như tôi đã đề cập, sự phản bội là những gì người ta làm với bạn, còn cay đắng là những gì bạn làm với chính mình. Phản bội là từ bên ngoài, còn cay đắng là từ bên trong. Điều duy nhất có thể biến sự phản bội thành phước lành là sự tha thứ.

Chúa Jesus đã không ở mãi trên thập tự giá. Người ta có thể đưa bạn lên thập tự giá, nhưng chỉ có sự không tha thứ mới có thể giữ bạn ở lại đó. Kẻ thù có thể đẩy bạn xuống một cái hố của sự đau đớn, nhưng chính sự không tha thứ giữ bạn ở lại đó. Chúng ta phải hiểu rằng lần đầu tiên sự cố này xảy ra với chúng ta, chúng ta là nạn nhân. Nhưng lần thứ hai, chúng ta tái hiện trong tâm trí của mình như là tình nguyện viên. Vâng, chúng ta tình nguyện bằng sự vấp phạm và không tha thứ của chúng ta.

Sự tha thứ trên thập tự giá đã bảo vệ tấm lòng của Chúa Jesus và đó là hình mẫu cho chúng ta về cách xử lý những tình huống đau đớn nhất. Vài ngày sau khi phục sinh, Chúa Jesus đã đến với các môn đệ của Ngài. Những vết thương khi đó đã thành sẹo. Ngài yêu cầu họ chạm vào những vết sẹo đó. Đó vẫn còn là những vết thương nếu bạn nói về chúng mà còn cảm thấy đau đớn. Những vết sẹo của Chúa Jesus đã mang lại hy vọng và sự chữa lành cho đức tin của các môn đệ Ngài.

Nếu bạn để cho Chúa biến những vết thương của bạn thành vết sẹo, thì Ngài sẽ biến vết sẹo đó thành lời làm chứng. Ngài sẽ biến ác ý của ma quỷ trở thành điều tốt lành cho bạn. Nếu bạn không có vết sẹo, điều đó không phải là vì bạn không bị tổn thương. Nhưng rất có thể là vì bạn chưa được lành. Ngay cả Chúa Jesus còn có những vết sẹo mà.

Thoát Khỏi Phòng Tra Tấn

Sự không tha thứ là quyền hợp pháp để ma quỷ tấn công tấm lòng của bạn. Ma-thi-ơ kí thuật một câu chuyện ngụ ngôn của Chúa Jesus về việc thể nào sự không tha thứ giao chúng ta vào tay những kẻ tra tấn (xem Ma-thi-ơ 18:34). Những kẻ tra tấn này là những con quỷ hành hạ những người không chịu tha thứ. Những con quỷ này sẽ không rời đi khi bạn quở trách chúng, chúng chỉ rời đi khi bạn tha thứ.

Chúng ta phải tha thứ vì Chúa cần nó. Nếu chúng ta không tha thứ, Đức Chúa Trời cũng sẽ không tha thứ cho chúng ta (xem Ma-thi-ơ 6:15).

Chúng ta phải tha thứ vì chúng ta cần nó. Tha thứ không thay đổi quá khứ, nhưng nó có thể làm cho tương lai được rộng mở. Khi bạn tha thứ, bạn đang phóng thích một tù nhân và sau đó bạn phát hiện ra rằng tù nhân đó chính là bạn. Nếu bạn chờ đợi những người làm tổn thương bạn cầu mong sự tha thứ, ngày đó có thể sẽ không bao giờ đến. Tha thứ cho họ là vì lợi ích của bạn, chứ không phải của họ. Tha thứ là một quyết định của ý chí. Đó là khi bạn giải phóng người đó khỏi việc nợ bạn bất cứ điều gì. Bạn từ bỏ quyền làm tổn thương họ vì họ đã làm tổn thương bạn khi bạn nói lời chúc phúc cho họ. Cảm giác thù hận và tổn thương sẽ xuất hiện hết lần này đến lần khác, nhưng bạn phải quay trở lại với quyết định ban đầu mà bạn đã đưa ra là tha thứ cho họ. Đừng để những cảm xúc đó thuyết phục bạn rằng bạn vẫn chưa tha thứ, thay vào đó, hãy thay thế những cảm xúc đó bằng cách nói một lời chúc phúc cho người đó và cho chính bạn.

Tôi đã nghe một lời chứng về Frida, một người sống sót sau nạn diệt chủng Rwandan. Cô đã chứng kiến gia đình mình bị những người Hutu tàn sát bằng dao rựa, và sau đó chúng hỏi cô là muốn chết như thế nào. Bởi vì chúng không còn viên đạn nào nữa, chúng đã chôn sống cô cùng với những thành viên gia đình đã bị sát hại. Mười bốn giờ sau, một số người thân đã tìm kiếm thi thể của các thành viên trong gia đình để chôn cất. Họ thấy cô vẫn còn sống và còn ý thức. Sau bi kịch đó, cô bị đau đầu, gặp vấn đề về lưng và những cơn ác mộng liên tục. Trong một buổi hội thảo, cô đã nghe về sức mạnh của sự tha thứ. Khoảnh khắc cô quyết định tha thứ, Chúa đã chữa lành và giải thoát cô khỏi những cơn ác mộng.

Hôm nay, Frida là một phát ngôn viên và là tác giả của cuốn sách "Frida: Chosen to Die, Destined to Live" truyền tải một thông điệp mạnh mẽ về sức mạnh của sự tha thứ và tình yêu dành cho kẻ thù của chúng ta.

Khi chúng ta tha thứ, chúng ta không chỉ được giải thoát mà chúng ta còn cho Chúa một cơ hội để xoa dịu những nỗi đau vì ích lợi của chúng ta.

Người Khó Tha Thứ Nhất

Người khó tha thứ nhất không phải lúc nào cũng là kẻ thù của bạn, mà đó là chính bạn. Ngày hôm nay, có nhiều người vẫn còn tổn thương, ngay cả sau khi Chúa đã tha thứ cho họ, bởi vì, họ đã không tha thứ cho chính mình. John Stott, giám đốc điều hành của bệnh viện tâm thần lớn nhất ở London, nói rằng: "Nếu những người ở đây biết được ý nghĩa của sự tha thứ, thì tôi có thể cho một nửa trong số họ được xuất viện cùng một lúc." Bạn phải nhận lấy món quà tha thứ từ nơi Chúa và trao nó cho chính mình nếu bạn muốn được sống tự do. Nhiều khi, không dễ để làm điều đó. Thay vì tha thứ cho chính mình như Đấng Christ đã tha thứ cho chúng ta, chúng ta lại tự trừng phạt mình với hy vọng rằng làm như vậy sẽ cho Chúa thấy rằng chúng ta thực sự hiểu được mức độ nghiêm trọng của hành động của chúng ta. Dù lý do là để tự trừng phạt tội lỗi của chúng ta, thì chúng ta phải hiểu rằng, tận gốc rễ, làm như vậy là không tin vào Phúc Âm.

Cảm giác tội lỗi và xấu hổ vì phản bội đã khiến Giu-đa treo cổ tự tử. Cách đó không xa, Chúa Jesus cũng đang bị treo trên thập tự giá vì tội lỗi của mọi người, kể cả Giu-đa. Bạn không cần phải trừng phạt chính mình. Tội lỗi của bạn đã bị trừng phạt rồi. Trong những câu nói cuối cùng của Đấng Christ trên thập tự giá, không có gì quan trọng hay là sâu sắc hơn câu nói: "Mọi sự đã được trọn." Chỉ được tìm thấy trong Phúc Âm Giăng, từ ngữ trong tiếng Hy Lạp, "Mọi sự đã được trọn" được dịch là *"tetelestai"*, một thuật ngữ trong ngành kế toán có nghĩa là "Đã được trả đủ". Khi Chúa Jesus thốt ra những lời đó, Ngài tuyên bố rằng khoản nợ mà chúng ta nợ Chúa Cha đã bị xóa sạch hoàn toàn và mãi mãi. Không phải Chúa Jesus đã xóa bỏ mọi món nợ mà Ngài nợ Chúa Cha; nhưng Chúa Jesus đã xóa đi món nợ mà cả nhân loại đã mắc – món nợ tội lỗi. Ngài đã trả đủ rồi, bạn không cần phải trả thêm bất cứ thứ gì. Sự khổ sở của bạn là không hề cần thiết để sự tha thứ của bạn được hoàn thành.

Khi bạn xưng nhận tội lỗi của mình, Đức Chúa Trời là chân thật và công bình để tha thứ cho tội lỗi của bạn (xem I Giăng 1:9). Nếu Đức Chúa Trời, Đấng thánh khiết, có thể tha thứ cho bạn, một tội nhân, thì bạn, một tội nhân, cũng có thể tha thứ cho chính mình là một tội nhân. Khi bạn không tha thứ cho chính mình, bạn đang nói với Chúa rằng tiêu chuẩn của bạn cao hơn của Ngài. Nói rõ hơn, bạn đang nói với Chúa rằng bạn nghiêm khắc với tội lỗi của mình hơn so với Ngài. Cần phải có sự khiêm nhường để nhìn vào sự tha thứ của Chúa đối với chúng ta và tặng món quà đó cho chính mình. Để tha thứ cho chính mình, trước tiên bạn phải nhận lãnh sự tha thứ từ nơi Chúa.

Cầu xin Chúa tha thứ là tốt, nhưng nhận được sự tha thứ đó mới là nơi của sự đột phá. Tôi thường gặp những người cứ cầu xin Chúa tha thứ cho họ vì một tội lỗi nhất định. Ngài đã tha thứ cho họ khi họ cầu xin ngay lần đầu tiên. Nhưng họ chỉ đơn giản là thất bại trong việc nhận lãnh bởi đức tin.

Có một linh mục ở Phi-líp-pin, khi còn trẻ đã phạm một tội lỗi khủng khiếp mà ông không thể tha thứ cho chính mình. Ông liên tục cầu xin Chúa tha thứ cho mình hết lần này đến lần khác vì hành động đó. Bây giờ, ông đã có giáo xứ của riêng mình, nhưng cuộc chiến để tha thứ cho chính mình đã khiến bước đường thuộc linh của ông với Chúa trở nên rất khổ sở. Ngày nọ, có một người phụ nữ đến xưng tội và thay vì xưng nhận tội lỗi của mình, bà ta nói với vị linh mục rằng Chúa Jesus đã hiện ra với bà. Ông bảo bà ta đừng có tự bịa ra những câu chuyện cổ tích rồi kể như vậy. Bà ta cứ tiếp tục quay trở lại nơi xưng tội và kể về việc Chúa Jesus đã hiện ra với bà. Vì thế, cuối cùng, vị linh mục này quyết định phải xem thử bà này có nói thật không. Ông bảo bà ta hãy xin Chúa Jesus nói cho bà biết về những việc mà ông đã làm ở trường đại học. Ông tự nhủ, nếu bà ta nói được cho ông biết là ông đã làm gì, thì có lẽ Chúa Jesus đã hiện ra với bà thật. Lúc này, tội lỗi đó vẫn luôn ở trong tâm trí của ông, điều đó có nghĩa là nó cũng còn nằm trong tâm trí của Chúa Jesus.

Ngày hôm sau, người phụ nữ đến xưng tội với sự phấn khích, khiến linh mục có chút lo lắng. Bà ta nói: "Thưa cha, ngày hôm qua, Chúa Jesus lại đến."

Vị linh mục liền hỏi: "Vậy Chúa đã nói gì về những việc đã xảy ra khi tôi học đại học?"

Người phụ nữ trả lời: "Chúa Jesus nói rằng Ngài đã tha thứ cho cha và quên nó rồi, và cha cũng nên như vậy." Vị linh mục đã học được một bài học đầy quyền năng về sự tha thứ cho chính mình, bởi vì Đức Chúa Trời đã tha thứ cho ông rồi.

"Phương đông xa cách phương tây bao nhiêu, thì Ngài cũng cất sự vi phạm chúng ta cách xa chúng ta bấy nhiêu." (Thi Thiên 103:12). Đức Chúa Trời đã đem tội lỗi của bạn ra xa. Ngài quăng chúng xuống đại dương của sự quên lãng và đặt một tấm biển ở đó với nội dung: "Cấm câu cá". "Ta, chính Ta là Đấng vì chính mình mà xóa các sự vi phạm của con, Ta sẽ không nhớ đến tội lỗi của con nữa." (Ê-sai 43:25). Đức Chúa Trời xóa bỏ tội lỗi của chúng ta và chọn không nhớ đến chúng nữa. Nếu Ngài đã làm điều đó khi chúng ta phạm tội chống lại Ngài, thì chúng ta cũng nên làm điều tương tự với chính mình, hãy tha thứ và quên đi.

Bằng cách quên đi, ý tôi là chúng ta chọn không sống với nó và tự trừng phạt mình vì điều đó. Trong Đấng Christ, Đức Chúa Trời đã tha thứ cho bạn, ngay lúc này, hãy nhận lãnh bởi đức tin. Hãy tha thứ cho chính mình; làm như vậy sẽ giải phóng bạn khỏi việc lặp lại tội lỗi đó một lần nữa. Mặc cảm tội lỗi và xấu hổ hứa sẽ giúp chúng ta tránh xa tội lỗi đó, nhưng chúng không thực hiện được lời hứa của mình. Chỉ có ân sủng của Chúa mới có thể giữ chúng ta khỏi tội lỗi. Ân sủng được tìm thấy trong sự tha thứ.

Đừng Đổ Lỗi Cho Chúa Về Những Nan Đề

Nhận lãnh sự tha thứ, tha thứ cho người khác và cho chính mình, là chìa khóa để được tự do, nhưng một số người cũng cần phải tha thứ cho Chúa nữa. Không phải theo nghĩa là Đức Chúa Trời đã phạm lỗi với họ, nhưng theo nghĩa là họ bắt Chúa phải chịu trách nhiệm cho một việc mà Ngài đã không làm, nhưng đáng ra Ngài phải làm. Sa-tan tìm cách khiến chúng ta bị vấp phạm vì cớ Chúa, để nó có thể đẩy chúng ta ra xa Chúa. Vào một thời điểm nhất định trong cuộc sống của bạn, ma quỷ sẽ đặt một miếng mồi nhử khiến bạn chất vấn Chúa. Tại sao Đức Chúa Trời lại để cho đứa con yêu dấu của một ai đó qua đời? Tại sao Ngài không chữa lành cho một người nào đó dù chúng ta đã cầu nguyện? Tại sao Đức Chúa Trời lại để cho một vụ tai nạn nào nó xảy ra? Tại sao Ngài không bảo vệ chúng ta khỏi cơn đau tim?

Ý tưởng cho rằng nếu Đức Chúa Trời ở cùng chúng ta thì sẽ không có điều gì xấu xảy ra với chúng ta, không đến từ Kinh thánh. Sự hiện diện của Chúa không có nghĩa là sẽ không có những điều bất công xảy ra xung quanh chúng ta. Đức Chúa Trời ở cùng với Giô-sép, nhưng ông vẫn bị bỏ mặc, bị phản bội, bị bán, bị đổ oan, bị bỏ tù và bị lãng quên. Đức Chúa Trời ở cùng với các bạn trẻ Hê-bơ-rơ là Sa-đơ-rắc, Mê-sác và A-bết-nê-gô, nhưng họ vẫn bị chối bỏ và ném vào lò lửa để bị giết đi. Đức Chúa Trời ở với Chúa Jesus, nhưng Ngài vẫn bị từ chối, bị hiểu lầm, bị đánh đập, bị bỏ rơi và bị đóng đinh.

Trong tất cả những thử thách và đau khổ, chúng ta đừng bao giờ đổ lỗi cho Chúa hoặc để cho ma quỷ làm cho lòng chúng ta khó chịu đối với Chúa. Đó là một cái bẫy. Khi địa ngục phá nát cuộc sống của Gióp, ông rất đau buồn nhưng vẫn có thái độ tôn kính Chúa. "Trong mọi việc đó, Gióp không phạm tội và chẳng nói điều gì xúc phạm đến Đức Chúa Trời." (Gióp 1:22). Nếu bạn cảm thấy như Chúa làm bạn thất vọng, không đưa tay ra giúp bạn và bạn bắt Chúa phải chịu trách nhiệm hoặc đổ lỗi cho Ngài, thì bạn phải ăn năn và loại bỏ những cảm xúc đó. Việc đổ lỗi cho Chúa về những điều xấu xa trong thế giới này cũng giống như đổ lỗi cho Bộ trưởng Bộ Giao Thông Vận Tải về những tai nạn trên đường. Thật không công bằng chút nào. Chúng ta sống trong một thế giới đổ vỡ, nơi mà người ta chọn bóng tối. Những quyết định của bất kì ai cũng đều ảnh hưởng đến những người xung quanh họ. Giữa những mớ hỗn độn này, Đức Chúa Trời đã chọn ở với chúng ta và dẫn chúng ta ra khỏi "bể khổ" này vì một mục đích lớn lao hơn.

Tôi luôn nói với những người trẻ rằng: "Nếu Đức Chúa Trời không đáp ứng những mong đợi của bạn, hãy tin cậy Ngài sẽ làm trổi hơn những điều chúng ta mong đợi nữa." Nếu bạn không để sự vấp phạm đối với Chúa đồn trú trong lòng mình, thì Chúa sẽ cho bạn thấy vinh quang của Ngài.

Chúa Jesus là bạn thân của Ma-ri và Ma-thê. Một ngày nọ, anh trai của họ, La-xa-rơ, bị bệnh và qua đời. Chúa Jesus đã không đến kịp lúc để chữa lành cho La-xa-rơ. Ma-ri và Ma-thê rất thất vọng. Nếu chúng ta ở trong vị trí của họ, chúng ta cũng sẽ thất vọng như vậy thôi. Có vẻ như Chúa Jesus đã dành thời gian cho những người khác, mà không dành thời gian cho những người bạn của Ngài. Cuối cùng thì Chúa Jesus cũng đã đến khi mà La-xa-rơ đã chết từ lâu. Họ đang cầu xin một phép lạ thông thường, nhưng Chúa Jesus đã lên kế hoạch cho sự phục sinh.

Đôi khi những kỳ vọng của bạn sẽ không trở thành hiện thực, để Chúa có thể làm một điều gì đó lớn lao hơn những gì bạn có thể suy tưởng. Đừng bị mắc kẹt trong sự thất vọng của mình. Khi mọi thứ trở nên khó khăn, đừng để điều đó phá hỏng đi sự đáp ứng của lòng bạn đối với Chúa.

Khi Mọi Thứ Đi Từ Tệ Hại Đến Tệ Hại Hơn Nữa

Chúa Jesus làm cho cuộc sống của chúng ta trở nên tốt đẹp hơn và làm cho chúng ta trở nên tốt đẹp hơn trong cuộc sống. Điều này nói chung là đúng. Ngài đến để ban cho chúng ta sự sống và sự sống dư dật (xem Giăng 10:10). Trên tiến trình đến với sự sống dư dật đó, chúng ta có thể gặp phải những sự chậm trễ, thất vọng và chán nản không ngờ tới. Khi người cai nhà hội Do Thái có một cô con gái bị bệnh, ông ta biết phải đi đâu để được giúp đỡ. Ông đã đến với Chúa Jesus, và Chúa Jesus đã đồng ý giúp đỡ. Trên đường về nhà, tình trạng của người con gái trở nên tồi tệ hơn và cô bé đã chết. Người ta mang tin tức này đến với người cha vào bảo ông đừng làm phiền Chúa Jesus nữa. Đôi khi, việc bước đi với Chúa Jesus làm cho mọi thứ đi từ tệ hại đến tệ hại hơn nữa. Chúng ta làm gì khi điều này xảy ra? Đổ lỗi cho Chúa Jesus chăng? Lìa bỏ Chúa Jesus chăng? Hay là tiếp tục bước đi với Ngài? Chúa Jesus đã nói với người vừa nghe tin xấu nhất đó rằng: "Đừng sợ, chỉ tin mà thôi" (xem Mác 5:36). Sau đó, Chúa Jesus đã khiến cho cô bé sống lại từ cõi chết.

Bài học ở đây là, khi mọi thứ đi từ tệ hại đến tệ hại hơn nữa, đừng ngừng làm những gì bạn đang làm với Chúa, thay vào đó, hãy tiếp tục. Chất chứa sự vấp phạm trong lòng bạn, hoặc nghĩ rằng bạn tốt hơn là nên phục vụ ma quỷ, không phải là một lựa chọn hay.

Tôi thà đi qua địa ngục để đến với thiên đàng, còn hơn là đi qua thiên đàng để đến với địa ngục.

Khi mọi thứ đi từ tệ hại đến tệ hại hơn nữa, hãy biến điều tệ hại hơn nữa đó trở thành sự thờ phượng, và rồi Chúa sẽ biến sự thờ phượng đó trở thành điều kỳ diệu.

Cầu Nguyện

"Lạy Chúa, con thực sự được ích lợi từ món quà tha thứ Chúa ban cho con và con chọn tha thứ cho những người đã làm tổn thương con. Xin hãy giúp con giải phóng cho [tên của người gây sự vấp phạm cho bạn] và con xin giao họ lên cho Ngài. Con chúc phước cho những người làm tổn thương con. Xin hãy giúp họ bước đi trong sự công chính, bình an và vui mừng. Lạy Chúa Jesus, ngày hôm nay, con cũng cầu xin Chúa tha thứ cho tất cả những cảm giác tiêu cực và tai hại của con đối với chính mình. Con không muốn lạm dụng chính mình như vậy. Con tha thứ cho chính mình về những việc mà con đã làm, như Ngài đã tha thứ cho con. Ngày hôm nay, bất kỳ sự vấp phạm nào của con đối với Ngài, vì những kỳ vọng của con không trở thành hiện thực, con loại bỏ nó. Con sẽ không đổ lỗi cho Chúa về những nan đề. Con chọn thờ phượng và tin cậy nơi tình yêu vĩnh cửu của Ngài. Xin Chúa Thánh Linh giúp con."

CHƯƠNG 8

SỰ TỰ DO THẬT

Brian lớn lên trong một gia đình đổ vỡ. Cha mẹ anh li hôn khi anh chỉ mới sáu tuổi. Gia đình anh thường đi cắm trại vào mỗi cuối tuần, và cũng chẳng làm gì ngoài việc chè chén với nhau. Ở độ tuổi non nớt đó, việc nhìn thấy cảnh say sưa quá độ đã trở thành chuyện bình thường. Đến năm 14 tuổi, anh bắt đầu làm chính xác những điều mà anh thấy từ nơi gia đình mình. Từ rượu chè dẫn đến việc phải uống thuốc giảm đau opioid, và cuối cùng anh bị nghiện luôn. Sau đó, đến cuối năm trung học, anh bắt đầu hút cỏ.

Sau khi tốt nghiệp, chứng nghiện opioid của anh dẫn đến việc sử dụng heroin. Anh bị đuổi ra khỏi nhà, mất việc làm và sống trên đường phố với những người giống như anh, với mục đích duy nhất là được "phê thuốc". Một lần kia, khi đang lái xe cùng với bạn gái, cảnh sát đã yêu cầu họ dừng xe và bạn gái của anh bị bắt. Chiếc xe bị tạm giữ và anh phải đi bộ đến nhà của mẹ anh. Trên đường đi, anh ngã xuống đất, bất tỉnh, vì sử dụng ma túy. Một lát sau, mẹ anh phát hiện ra anh đang nằm trên đường. Chứng nghiện này đã ảnh hưởng rất nhiều đến cuộc sống của anh và khiến anh phải dùng quá liều nhiều lần. Rồi một ngày nọ, tại căn hộ của một người bạn, anh rơi vào trạng thái ngừng thở, vì vậy, những người bạn đó phải đưa anh vào phòng tắm để làm anh tỉnh lại. Sau đó, chỉ trong vòng một tháng rưỡi, anh đã dùng quá liều bốn lần nữa. Trong một lần như vậy, người ta cho rằng anh đã chết rồi, nhưng sau đó đã sống lại một cách kỳ diệu. Tuy nhiên, không một sự cố nào trong số này đủ mạnh để có thể khơi dậy khát vọng tự do trong anh.

Không lâu sau đó, bạn gái của anh thông báo rằng cô ấy đã có thai và anh sắp làm cha. Tin này khiến anh bị sốc đến nỗi anh quyết định mình cần sự giúp đỡ chuyên nghiệp. Sau khi được ra khỏi trại cai nghiện, anh phát hiện ra rằng đứa bé đó không phải là con mình, mà là của một người khác. Sự tự do khỏi ma túy của anh được thúc đẩy bởi một lời nói dối. Tuy nhiên, anh vẫn tiếp tục đi theo xuyên suốt các phiên tòa ma túy (drug court – một mô hình chưa có ở Việt Nam), bằng cách tham dự tất cả các cuộc họp của AA và NA (viết tắt của Alcoholics Anonymous và Narcotics Anonymous – người nghiện rượu và nghiện ma túy ẩn danh), và trở thành thành viên của một Oxford house (một mô hình nhà ở dành cho những người cai nghiện).

Lúc đó, qua Facebook, chị gái tôi đã mời anh đến tham dự buổi nhóm của chúng tôi. Mọi người nói về Chúa tại ngôi nhà Oxford, nhưng Brian không muốn liên quan. Anh lớn lên trong một gia đình không theo một tôn giáo nào cả, vì vậy, Chúa là một chủ đề xa lạ đối với anh. Nhưng anh đã chọn tôn trọng lời mời của chị tôi và đến hội thánh. Về sau, anh có chia sẻ trong lời làm chứng của mình rằng khi đó hội thánh khiến anh cảm thấy rất ngượng ngùng. Toàn bộ khái niệm về Đức Chúa Trời thật kỳ lạ đối với anh; mọi người cầu nguyện lớn tiếng, rồi còn nói tiếng lạ, và bầu không khí thật sự là không thoải mái - nhưng anh đã đến một lần nữa. Người em họ của tôi, Nazar, đã quyết định sẽ đi đón anh vào mỗi buổi nhóm, và cũng sẽ đưa anh về lại ngôi nhà của anh. Brian nói rằng nếu không phải vì Nazar hay hỏi thăm, gọi điện và đến gặp anh, thì anh sẽ không đến hội thánh nhiều lần đâu.

Sau vài tháng, Brian đã dâng đời sống mình cho Chúa Jesus và được báp-têm bằng nước. Anh bắt đầu tham gia vào những công việc trong hội thánh và đến tham dự buổi cầu nguyện lúc 5 giờ sáng của chúng tôi. Anh cũng đã hoàn thành chương trình thực tập mùa hè của chúng tôi. Trưởng nhóm của anh, Nazar, đã chúc phước cho anh bằng cách tặng anh một chiếc xe hơi rất đẹp. Cuộc sống của Brian chuyển sang một hướng mới được Đức Chúa Trời dẫn dắt. Tôi nhớ mình đã tham dự phiên tòa lấy lời khai của anh. Khi đó, tất cả các cáo buộc về anh đều đã được bãi bỏ. Anh đã mạnh dạn chia sẻ về Đấng Christ và quyền năng của Đức Chúa Trời, là nguồn mang đến sự thay đổi tích cực trong cuộc sống của anh. Đó là vào một ngày thứ Tư trong tuần, và mẹ anh, người đang sống ở một tiểu bang khác, đã làm anh ngạc nhiên khi đến tham dự phiên tòa. Tối hôm đó, tại hội thánh, mẹ anh cũng dâng đời sống mình lên cho Chúa Jesus. Cả hai người hiện đang là thành viên trong hội thánh địa phương của chúng tôi. Về sau, Brian đã trở thành một nhóm trưởng trong hội thánh.

Hiện tại, Brian là người giám sát đội ngũ chỉ chỗ ngồi trong nhà thờ (usher team) và đang nỗ lực lấy bằng Cử nhân Kinh doanh. Chúa Jesus muốn giải phóng chúng ta và cho chúng ta mục đích sống. Tự do không chỉ là để chúng ta có thể làm những gì chúng ta muốn, mà là để làm những gì Chúa muốn nơi chúng ta.

Mở Dây Buộc Con Lừa Và Dắt Nó Đến Cho Ta

Có một sự tương đồng rất thú vị về mục đích của sự tự do, từ câu chuyện về con lừa trong Ma-thi-ơ 21:1-11. Con lừa đã nhận được một lời tiên tri từ lâu trước khi nó được sinh ra. Bạn cũng giống như vậy. Chúa đã có một kế hoạch cho cuộc đời của bạn trước khi bạn được sinh ra. Bạn có mặt trên đời không phải là một sự ngẫu nhiên. Bạn đến từ Đức Chúa Trời, nhưng thông qua cha mẹ của bạn. Đức Chúa Trời nghĩ về bạn thậm chí là trước khi bạn được thụ thai. Mặc dù con lừa đã được tiên tri từ lâu, nhưng chúng ta thấy rằng nó đang bị ràng buộc vào thời điểm Chúa Jesus muốn sử dụng nó cho mục đích của Ngài.

Rất nhiều lần, ma quỷ sẽ trói buộc bạn trước khi Chúa có thể sử dụng bạn. Lý do là để bạn sẽ bị cản trở trong việc đi theo sự kêu gọi của Chúa. Xiềng xích của sự nghiện ngập, tự ái, lạm dụng, sợ hãi và định tội có một nhiệm vụ, đó là trói buộc để bạn không thực hiện được mục đích mà bạn được tạo nên. Chúa Jesus đã phái hai môn đệ của Ngài đi tìm và mở dây buộc cho con lừa. Khi dân Y-sơ-ra-ên ở dưới sự trói buộc của Ai Cập, Đức Chúa Trời đã sai Môi-se. Khi dân Y-sơ-ra-ên ở dưới sự trói buộc của Phi-li-tin, Đức Chúa Trời đã sai Sam-sôn, Sa-mu-ên, Sau-lơ và Đa-vít. Khi bạn ở dưới sự trói buộc của tội lỗi, Đức Chúa Trời đã sai Con của Ngài, Chúa Jesus Christ, để giải phóng bạn.

Bạn được mở trói để bạn có thể được Chúa sử dụng trong sự kêu gọi dành cho bạn. Chúa Jesus bảo các môn đệ của Ngài mở dây buộc cho con lừa đó và dẫn nó đến cho Ngài. Các môn đệ không được hướng dẫn là mở dây buộc cho con lừa và để nó đi đâu thì đi. Tự do là với một mục đích. Tự do là có mục đích. Mục đích của sự tự do không phải là để làm những gì con lừa muốn, mà là làm những gì Chúa Jesus muốn đối với con lừa. Con lừa không hoàn được toàn tự do khi các dây buộc được mở ra, mà đó là khi Chúa Jesus ngồi trên nó. Tự do thực sự không phải là loại bỏ tội lỗi, mà đó là khi Chúa Jesus thay thế tội lỗi đó bằng cách trở thành trung tâm của cuộc đời bạn là nơi mà tội lỗi từng ngự trị. Có mục đích cho sự tự do của bạn. Nếu bạn nghĩ rằng sự tự do của bạn là để bạn có thể làm những gì mình muốn, thì bạn đang trở thành mục tiêu rất dễ hạ gục đối với ma quỷ.

Sau khi bạn được tự do, thì hoặc là bạn sẽ trở thành phương tiện cho ý muốn của Chúa trên đất này hoặc là bạn sẽ trở thành mục tiêu dễ hạ gục đối với kẻ thù của bạn. Con lừa được tự do nhất, không phải khi những sợi dây được tháo ra khỏi cổ nó, mà là khi Chúa Jesus ngồi trên lưng nó. Mức độ mà tội lỗi kiểm soát bạn chính là mức bạn bị trói buộc. Mức độ mà Chúa Jesus kiểm soát bạn chính là mức độ bạn được tự do. Bạn được tự do khi ma quỷ bị đuổi đi và xiềng xích bị chặt đứt, nhưng đó mới chỉ là khởi đầu thôi. Tự do thực sự và lâu dài là khi Đức Chúa Trời thế chỗ của tội lỗi mà Sa-tan đã từng chiếm giữ. Điều này thúc đẩy bạn trở nên trung thành với Chúa hơn so với mức độ mà bạn đã từng trung thành với ma quỷ.

Khi Chúa Jesus ngồi trên lưng lừa, con lừa đã đưa Chúa Jesus vào thành phố và cả thành phố rung chuyển. Khi Chúa Jesus là Chúa của cuộc đời bạn, Ngài sẽ sử dụng bạn. Khi bạn là chúa của cuộc đời mình, bạn sẽ lợi dụng Chúa cho những lý do ích kỷ. Mục đích thực sự của sự tự do là trao cho Chúa Jesus toàn quyền kiểm soát cuộc sống của bạn và đưa Chúa Jesus vào thành phố, trường học và nơi làm việc của bạn. Hãy làm cho thế hệ của bạn được rung chuyển bởi Chúa Jesus mà bạn mang đến. Đó là lý do mà con lừa được tự do, và điều tương tự cũng đúng đối với bạn.

Để Chúng Nó Phụng Sự Ta

Cuộc xuất hành ra khỏi Ai Cập là một minh họa tuyệt vời khác về sự giải thoát ra khỏi sự trói buộc của tội lỗi và Sa-tan. Tại sao Đức Chúa Trời giải phóng dân Y-sơ-ra-ên ra khỏi ách nô lệ của họ? Có phải là vì Ngài đã hứa với Áp-ra-ham là sẽ giải cứu họ? Có phải là vì Đức Chúa Trời là một Đức Chúa Trời công bình, và Ai Cập đã đối xử bất công với Y-sơ-ra-ên? Có phải là vì dân Y-sơ-ra-ên có một miền đất hứa cần phải chinh phục? Mặc dù đúng là Đức Chúa Trời đã giải phóng họ vì lời hứa của Ngài với Áp-ra-ham, để xử lí sự bất công đối với Y-sơ-ra-ên và giúp họ chinh phục cơ nghiệp dành cho họ, nhưng động cơ thực sự đằng sau cuộc xuất hành này được bày tỏ trong những câu Kinh thánh sau:

"Giê-hô-va, Đức Chúa Trời của dân Hê-bơ-rơ, đã hiện ra với chúng tôi. Bây giờ, xin bệ hạ cho chúng tôi đi ba ngày đường vào hoang mạc để dâng sinh tế cho Giê-hô-va Đức Chúa Trời chúng tôi." (Xuất 3:18).

"Hãy cho dân Ta đi để họ cử hành lễ thờ phượng Ta tại hoang mạc." (Xuất 5:1).

"Đức Chúa Trời của người Hê-bơ-rơ đã hiện đến với chúng tôi. Xin bệ hạ cho phép chúng tôi đi ba ngày đường vào hoang mạc để dâng sinh tế cho Giê-hô-va Đức Chúa Trời chúng tôi; nếu không, Ngài sẽ giáng dịch hạch hoặc gươm đao xuống chúng tôi." (Xuất 5:3).

"Nhưng số lượng gạch thì các ngươi phải buộc chúng giữ như cũ, không được giảm bớt. Vì rảnh tay nên chúng mới rủ nhau: *Hãy đi dâng sinh tế cho Đức Chúa Trời chúng ta!*'" (Xuất 5:8).

"Con hãy tâu với vua rằng Giê-hô-va, là Đức Chúa Trời của dân Hê-bơ-rơ đã sai tôi đến gặp bệ hạ và thưa với bệ hạ: 'Hãy để cho dân Ta đi để chúng phụng sự Ta trong hoang mạc; nhưng đến bây giờ bệ hạ vẫn không vâng lời.'" (Xuất 7:16).

"Đức Giê-hô-va lại phán với Môi-se: 'Hãy đi gặp Pha-ra-ôn, và nói với vua ấy rằng: Đức Giê-hô-va phán: 'Hãy cho dân Ta đi để chúng phụng sự Ta.''" (Xuất 8:1).

"Pha-ra-ôn gọi Môi-se và A-rôn đến và bảo: 'Hãy cầu xin Đức Giê-hô-va khiến ếch nhái tránh xa ta và dân ta thì ta sẽ để cho dân Hê-bơ-rơ đi dâng sinh tế cho Đức Giê-hô-va.'" (Xuất 8:8).

"Sau đó, Đức Giê-hô-va phán với Môi-se: 'Hãy dậy thật sớm và ra mắt Pha-ra-ôn khi vua đi ra bờ sông và nói với vua rằng Đức Giê-hô-va phán: 'Hãy cho dân Ta đi để chúng phụng sự Ta.''" (Xuất 8:20).

"Pha-ra-ôn gọi Môi-se và A-rôn vào và bảo: *Hãy đi và dâng sinh tế cho Đức Chúa Trời các ngươi ngay trong xứ nầy.*'" (Xuất 8:25).

"*Pha-ra-ôn nói: 'Ta sẽ để các ngươi đi dâng sinh tế cho Giê-hô-va Đức Chúa Trời các ngươi trong hoang mạc, nhưng không được đi quá xa. Bây giờ hãy cầu nguyện cho ta.'*" (Xuất 8:28).

"*Đức Giê-hô-va phán với Môi-se: 'Hãy đi ra mắt Pha-ra-ôn và nói rằng Giê-hô-va, là Đức Chúa Trời của dân Hê-bơ-rơ phán: 'Hãy để cho dân Ta đi, để chúng phụng sự Ta.''*" (Xuất 9:1).

"Sau đó, Đức Giê-hô-va phán với Môi-se: 'Sáng mai hãy thức dậy sớm, đứng trước mặt Pha-ra-ôn và nói rằng Giê-hô-va, là Đức Chúa Trời của dân Hê-bơ-rơ phán: 'Hãy cho dân Ta đi để chúng phụng sự Ta.''" (Xuất 9:13).

"Môi-se và A-rôn đi đến Pha-ra-ôn và tâu: 'Giê-hô-va là Đức Chúa Trời của dân Hê-bơ-rơ phán: 'Ngươi không chịu hạ mình trước mặt Ta cho đến bao giờ? Hãy cho dân Ta đi *để chúng phụng sự Ta.*''" (Xuất 10:3).

"Quần thần Pha-ra-ôn tâu: 'Người nầy cứ là cái bẫy cho chúng ta cho đến bao giờ? Hãy cho dân ấy đi để chúng phụng sự Giê-hô-va Đức Chúa Trời của chúng! Bệ hạ chưa biết rằng Ai Cập đang bị nguy vong sao?'" (Xuất 10:7).

"Pha-ra-ôn gọi Môi-se đến và bảo: *Hãy đi phục vụ Đức Giê-hô-va. Con cái các ngươi cũng đi với các ngươi, chỉ để bầy chiên và bò ở lại thôi.*'" (Xuất 10:24).

"Trong đêm đó, Pha-ra-ôn gọi Môi-se và A-rôn đến và nói: 'Hai ngươi và dân Y-sơ-ra-ên hãy trỗi dậy, ra khỏi dân ta *và đi phục vụ Đức Giê-hô-va như các ngươi đã nói.*'" (Xuất 12:31).

Một điều khá rõ ràng là Đức Chúa Trời đã giải phóng dân Y-sơ-ra-ên ra khỏi Ai Cập để họ được tự do phục vụ Ngài. Đây không phải là một lời nói dối, cũng không phải là một cái cớ mà Môi-se đã dùng để nói với Pha-ra-ôn để người Ai Cập có thể để cho dân Y-sơ-ra-ên ra đi. Phục vụ và dâng tế lễ cho Đức Chúa Trời là lý do chính khiến Chúa thể hiện quyền năng của Ngài trong việc đem đến sự giải phóng đầy uy quyền ra khỏi kẻ thù của họ.

Vùng đất hứa là mục tiêu, nhưng phục vụ Chúa mới là lý do cho cuộc xuất hành. Đức Chúa Trời biết rằng Y-sơ-ra-ên không thể phục vụ Ngài cách trọn vẹn nếu họ còn là nô lệ của Pha-ra-ôn. Chừng nào chúng ta còn ở trong "biên chế" của tội lỗi, thì chừng đó chúng ta vẫn chưa thể sẵn sàng phục vụ Chúa Jesus. Đáng buồn thay, giống như dân Y-sơ-ra-ên, chúng ta không nhìn thấy sự tự do theo lý do đó. Chúng ta muốn được tự do, để chúng ta không còn phải sống trong sự tủi hổ, tội lỗi, nghèo đói và làm tổn thương người khác; để chúng ta không phải xuống địa ngục. Dân Y-sơ-ra-ên nghĩ rằng tự do là để họ được giải thoát khỏi những khó nhọc của sự bất công.

Đức Chúa Trời không chỉ quan tâm đến việc trừ khử kẻ thù, Ngài còn quan tâm đến việc thế chỗ kẻ thù bằng chính Ngài. Ngài muốn trở thành Cứu Chúa của họ, thay thế cho bạo chúa Pha-ra-ôn, là kẻ đã cai trị họ. Ngài muốn họ phục vụ Ngài như những đứa con, chứ không phải như họ đã từng phục vụ Pha-ra-ôn gian ác như những tên nô lệ.

Dân Y-sơ-ra-ên làm nô lệ của Pha-ra-ôn tốt hơn so với việc họ làm tôi tớ của Đức Chúa Trời. Nhiều người dường như là những đầy tớ cật lực cho sự nghiện ngập và tội lỗi trong quá khứ, hơn là khi họ phục vụ Chúa và mục đích của Ngài đối với họ trong vai trò là con cái của Ngài. Mục đích chính của cuộc xuất hành không phải là để cho họ có một cuộc sống tốt đẹp hơn, mà là để cho họ có một Ông Chủ tốt hơn. Đức Chúa Trời muốn thay thế Pha-ra-ôn. Nhiều người thích ý tưởng về Đức Chúa Trời là Đấng Giải Cứu của họ, nhưng còn việc thuận phục Ngài như là Chúa (Chủ) của họ thì không mấy dễ chịu đối với những nô lệ được tự do như họ. Bạn có thể làm một đầy tớ của Chúa sốt sắng (hoặc thậm chí là năng nổ hơn) so với khi bạn còn là nô lệ của ma quỷ không?

Định Nghĩa Của Tự Do

Chúng ta định nghĩa tự do là sự loại bỏ một cái gì đó xấu xa, nhưng sứ đồ Phao-lô lại nhìn thấy tự do theo một cách khác. "Chúa là Thánh Linh, nơi nào có Thánh Linh của Chúa, nơi đó có tự do." (II Cô-rinh-tô 3:17). Có sự tự do ở nơi Chúa Thánh Linh hiện diện. Phao-lô không nói rằng tự do là khi xiềng xích bị chặt đứt, sự rủa sả bị phá hủy và ma quỷ bị đuổi ra. Khi một ai đó không còn nghiện nữa, thì có phải đó là khi anh ta đã được tự do? Có phải khi một con quỷ bị trục xuất thì sự tự do đến? Nếu Thánh Linh của Đức Chúa Trời chưa ngự trị ở nơi mà tội lỗi và nghiện ngập đã từng chiếm giữ, thì người đó vẫn chưa thực sự được tự do.

Tự do không chỉ là sự loại bỏ cái ác, mà đó là sự hiện diện của Thánh Linh. Khi bạn được giải thoát khỏi Sa-tan mà chỉ để được lấp đầy bởi những ham muốn của riêng bạn, thì đó vẫn là sự ràng buộc, chứ không phải tự do. Vì vậy, nhiều người được tự do chỉ để họ có thể sống trọn vẹn theo ý riêng của mình. Điều đó thật nguy hiểm. Điều đó là sai trật. Chúa Jesus không giải phóng bạn để bây giờ bạn có thể tôn mình lên làm chúa của cuộc đời mình. Tội lỗi của bạn đã bị loại bỏ bởi dòng huyết quyền năng của Chúa Jesus, để bạn có thể phục vụ

SỰ TỰ DO THẬT

Chúa ít nhất là với khả năng mà bạn đã sử dụng để phục vụ ma quỷ.

Nếu bạn chỉ thỏa mãn ý riêng của mình sau khi được tự do, hoặc nếu bạn mong muốn tự do để bạn có thể làm những gì mình muốn, thì đó không phải là tự do hoàn toàn. Nếu bạn chuyển khám, hoặc chuyển phòng trong một nhà tù, thì bạn vẫn ở trong tù cho dù là bạn ở một tầng khác. Theo đuổi những tư dục cá nhân sau khi được giải thoát khỏi Sa-tan thì vẫn còn ở trong sự trói buộc.

Tự do không phải là làm những gì bạn muốn, mà là làm những gì bạn nên làm - sẵn sàng để làm những gì Chúa muốn. Tôn chỉ của đạo Sa-tan dựa trên một ý tưởng lớn, đó là "hãy làm những gì mình muốn." Đạo Sa-tan không chỉ là tôn thờ Sa-tan, mà còn là tôn thờ chính bản thân bạn. Khi chúng ta thoát khỏi sự nghiện ngập, ma quỷ và những sự rủa sả, mà chỉ để tôn thờ bản thân, thì chúng ta vẫn còn ở trong sự trói buộc.

Chuyển Từ "Hãy Cho Tôi" Sang "Hãy Sai Tôi"

Khi chúng ta được tái sinh, chúng ta trở thành con cái của Đức Chúa Trời. Đó là danh phận của chúng ta, là địa vị của chúng ta trong Đấng Christ. Là phận làm con, chúng ta phải có cho mình tấm lòng phục vụ. Chúa Jesus là Con của Đức Chúa Trời, nhưng Ngài đã vâng phục qua sự chết của Ngài trên thập tự giá, theo ý muốn của Chúa Cha. Ngài đến để phục vụ và chết vì mục đích của Đức Chúa Trời. Thật không may, nhiều người ngày nay lại nghĩ rằng việc trở thành con cái mang đến cho họ quyền tự chủ, họ không còn cần phải chết đi sự ích kỷ của mình. Họ đã lợi dụng Chúa để đạt được những gì mình muốn, thay vì để Chúa sử dụng họ để thực hiện ý muốn của Ngài.

Sa-tan cám dỗ Chúa Jesus tại nơi đồng vắng, và trên thập tự giá, với cùng một ý nghĩ này - nếu ngươi là Con Đức Chúa Trời, ngươi cần gì phải phục vụ, cần gì phải hy sinh mạng sống của mình để thực hiện ý muốn Chúa. Chúa Jesus đã khước từ ý nghĩ đó ngay. Đáng buồn thay, nhiều Cơ đốc nhân đã rơi vào sự lừa dối này: "Tôi là con

Chúa mà, tôi cần gì phải phục vụ ai." Khi chúng ta chỉ đứng ở địa vị làm con, mà không có tấm lòng phục vụ, thì chúng ta cũng chẳng khác gì người con trai hoang đàng.

Người con trai hoang đàng biết về các quyền lợi của mình, nhưng không có ý niệm gì về trách nhiệm của mình trong gia đình. Cậu ta chỉ giỏi làm con nhưng rất dở khi làm đầy tớ. Cậu ta không hề ghét cha mình, nhưng cậu ta chỉ yêu bản thân mình thôi. Người con trai hoang đàng không chống đối cha mình, cậu ta chỉ lìa bỏ ông. Tất cả những lời cầu nguyện của cậu ta được tóm gọn lại trong câu "Hãy cho tôi những gì thuộc về tôi." Thoạt đầu, đây có vẻ là một lời thỉnh cầu tốt, nhưng cậu ta không muốn ở bên cạnh cha mình, hay là làm theo ý của ông. Cậu ta ở đó chỉ để lợi dụng cha mình để đạt được những gì cậu ta muốn. Cậu ta đã có được những thứ mình muốn, nhưng lại không muốn những thứ mình đã có.

Quyền làm con của cậu ta đã không gì giúp được khi cậu ta sống với những con heo vì lòng của cậu ta không phải là tấm lòng của một người đầy tớ. Cậu ta đã học được bài học cho mình trong khi ở với những con heo. Khi cậu ta trở về với cha, cậu ta đã không còn đòi hỏi gì nữa, mà thay vào đó xin cha cho cậu được làm đầy tớ của cha. Trước giờ, cậu vẫn luôn là con đó thôi, nhưng chỉ đến lúc này, thì cậu mới nhận ra rằng mình cần phải học làm đầy tớ.

Bạn được sinh ra làm con, nhưng bạn phải phát triển một tinh thần tôi tớ, nếu không bạn sẽ đánh mất sự tự do của mình trong sự trói buộc của sự ích kỷ. Sự ích kỷ là một bước trong tiến trình đến việc sống với những con heo. Khi bạn trở thành một tín hữu, bạn là con trai, con gái của Chúa. Khi bạn trở thành môn đồ, bạn là một người đầy tớ. Quyền làm con là miễn phí, nhưng để trở thành môn đồ thì cần đánh đổi mọi thứ. Nó đánh đổi cái tôi và sự tự hào của bạn. Nếu Chúa Jesus phải đánh đổi cả cuộc đời của Ngài, thì bạn cũng phải đánh đổi không ít hơn đâu.

Chỉ có ba điều bạn có thể làm với cuộc sống của mình, phá hủy nó bằng cách sống trong tội lỗi, lãng phí nó bằng cách sống trong sự ích kỷ hoặc hy sinh nó như một của lễ dâng lên cho Cứu Chúa. Tự do là chuyển từ tội lỗi và ích kỷ, sang hy sinh như một của lễ sống dâng lên Đấng đã chết cho bạn.

Cầu Nguyện

"Thưa Cha, hôm nay, con dò xét lòng mình và tra xem động cơ của con dưới ánh sáng của Lời Chúa. Con thừa nhận rằng con muốn được tự do, để con không còn phải sống trong nỗi đau của sự trói buộc, nhưng mong muốn thực sự của con là được làm những gì mình muốn, mà không bị ma quỷ ngăn trở. Con xin lỗi về điều đó. Con muốn những gì Chúa muốn theo đúng lý do mà Chúa muốn. Con biết rằng Ngài muốn tất cả mọi thứ thuộc về con. Vì thế, giống như đứa con trai hoang đàng, xin cho con được làm đầy tớ của Ngài, xin hãy làm Chúa (chủ) của con. Con sẽ không lợi dụng Ngài như là một phương tiện để đạt được mục tiêu của mình. Ngài chính là mục tiêu của con, là phần thưởng quý giá nhất của con."

BỨT PHÁ

CHƯƠNG 9

PHÁ ĐỔ ĐỒN LŨY

Các nhà khoa học đã làm một nghiên cứu về loài cá nhồng, một loài cá lớn thường ăn những con cá nhỏ. Họ cho cá nhồng vào bể cá và thả những con cá nhỏ hơn vào đó. Cá nhồng liền tấn công lũ cá nhỏ kia. Sau đó, họ đặt một tấm kính vào giữa bể. Con cá nhồng ở một bên và lũ cá nhỏ ở phía bên kia của bể. Rào chắn bằng kính là trong suốt, vì vậy khi con cá nhồng tấn công lũ cá nhỏ, đầu của nó đập mạnh vào kính. Lúc đầu nó liên tục đâm đầu vào kính, nhưng sau đó nó bắt đầu "giảm dần tốc độ". Sau một vài ngày, tấm kính đã được lấy đi và thật ngạc nhiên là con cá nhồng đã không một lần bơi sang phía bên kia để tấn công những con cá nhỏ. Họ đi đến kết luận rằng mặc dù rào chắn bằng kính đã được lấy đi khỏi bể nước, nhưng nó vẫn còn khắc sâu trong tâm trí của con cá.

Tất cả chúng ta đều đã va vào những bức tường kính nhất định trong cuộc sống và sau những thất bại lặp đi lặp lại, sự thất bại đã xâm chiếm tâm trí chúng ta. Ngay cả khi những giới hạn này đã được xóa bỏ trong lĩnh vực tâm linh, chúng ta vẫn sẽ còn bị giới hạn, bởi vì nó cũng cần phải được xóa bỏ trong tâm trí của chúng ta nữa.

Kẻ Mạnh Sức Sống Trong Đồn Lũy

Chúa Jesus nói: "Hay là, làm thế nào người ta có thể vào nhà một người có sức mạnh để cướp tài sản nếu trước hết không trói người ấy lại?" (Ma-thi-ơ 12:29). Người có sức mạnh hay là kẻ mạnh sức ở đây là một tà linh cướp đi sự bình an, sự vui mừng, tài chính và sức khỏe của một người. Chúng ta phải trói kẻ mạnh sức lại để có thể thoát khỏi hắn. Kẻ mạnh sức là một con quỷ, còn đồn lũy là ngôi nhà của những tư tưởng. "Vũ khí chúng tôi dùng để chiến đấu không phải là những vũ khí xác thịt, mà là quyền năng của Đức Chúa Trời để phá đổ các đồn lũy." (II Cô-rinh-tô 10:4). Vũ khí của chúng ta là đầy uy lực để có thể trói buộc kẻ mạnh sức và phá đổ các đồn lũy.

Chúng ta phải hiểu rằng ma quỷ đến và đi với cùng một tốc độ. Các thành trì cần thời gian để xây dựng và cũng cần thời gian để phá đổ. Ma quỷ không chỉ thích thú với việc phá hủy cuộc sống của bạn, mà nó còn muốn xây dựng một lối suy nghĩ trong bạn, để ngay cả khi nó đi khỏi, bạn vẫn sống trong sự khổ sở như thể nó vẫn ở đó. Đồn lũy là một ngôi nhà mà ma quỷ xây dựng trong tâm trí bạn. Đó là ngôi nhà của kẻ mạnh sức.

Ngôi nhà của những tư tưởng này bao gồm những suy nghĩ lặp đi lặp lại của sự nghi ngờ, sợ hãi, lên án, không xứng đáng, dối trá và tiêu cực. Phải mất một thời gian để xây dựng những thứ này trong tâm trí chúng ta, nhưng một khi việc xây dựng được hoàn thành, ma quỷ có một nơi để gọi là nhà. Đồn lũy là nơi ở của ma quỷ. Bạn có thể đuổi quỷ đi, nhưng nếu bạn không phá đổ các đồn lũy, thì nó vẫn có thể hành hạ cuộc sống của bạn bởi những suy nghĩ mà nó đã hình thành trong bạn.

Đồn lũy Là Một Lối Suy Nghĩ

Có một thử nghiệm được thực hiện với một triệu phú và một người vô gia cư. Người là triệu phú bị đặt vào hoàn cảnh của người vô gia cư, còn người vô gia cư thì nhận được một triệu đô-la. Những người thực hiện thử nghiệm muốn theo dõi hành vi của họ để xem tiền có khắc phục được những vấn đề của người vô gia cư hay không. Trong một khoảng thời gian ngắn, người ban đầu là triệu phú, nhưng đã trở thành vô gia cư, đã có ý tưởng cho việc kinh doanh mới. Anh ta không được phép tiếp cận với những mối liên hệ cũ, hoặc làm công việc mà anh ta đã từng làm. Không lâu sau đó, công việc kinh doanh mới của anh đã phát triển thuận lợi và anh lại trở thành triệu phú như trước. Người vô gia cư đã lãng phí phần lớn số tiền mà anh ta đã nhận được bằng cách sống một lối sống lãng phí, và cuối cùng lại trở lại cuộc sống trên đường phố. Những người thực hiện thử nghiệm đã đi đến kết luận rằng trở thành triệu phú là vấn đề của lối suy nghĩ chứ không hẳn là tiền bạc.

Một lối suy nghĩ, hoặc đồn lũy có sức mạnh rất lớn. Tâm trí của chúng ta là những gì chúng ta có thể kiểm soát, nhưng lối suy nghĩ của chúng ta kiểm soát chúng ta. Hầu hết các hành vi của chúng ta là tự động. Tâm trí tiềm thức của chúng ta mạnh hơn nhiều so với tâm trí có ý thức của chúng ta. Lối suy nghĩ của chúng ta trở thành nam châm cho mọi thứ. Ví dụ, nếu bạn liên tục chứa đầy những suy nghĩ tiêu cực, thì ngược lại, chúng sẽ thu hút nhiều thứ tiêu cực hơn đến với cuộc sống của bạn. Đó là lý do tại sao Chúa Jesus nói: "Vì ai có, sẽ cho thêm để họ được dư dật; nhưng ai không có, sẽ bị cất luôn cả điều họ có nữa." (Ma-thi-ơ 25:29). Bất cứ điều gì lấp đầy trong tâm trí bạn, nó sẽ tự nhiên thu hút những thứ tương tự cho đến khi cuộc sống của bạn tràn ngập hiện thực của những suy nghĩ chi phối bạn nhất. Thất bại của một số người trong cuộc sống không phải là từ ma quỷ, mà là từ chính tâm lý của họ. Đồn lũy tâm lý chỉ có thể bị phá vỡ bởi lẽ thật của Lời Chúa.

Đụng Chạm Và Dạy Dỗ

Khi Chúa Jesus đề cập đến vấn đề tự do trong phúc âm Giăng chương 8, Ngài nói: "Vậy, nếu Con giải phóng các ngươi thì các ngươi thật sự được tự do." Điều này liên quan đến việc đuổi quỷ và phá hủy những lời rủa sả thế hệ. Khi Chúa Jesus đuổi quỷ bằng sự đụng chạm của Ngài, chúng bị trục xuất. Cùng một chỗ đó, Chúa Jesus cũng nói rằng nếu chúng ta biết lẽ thật, thì lẽ thật sẽ giải phóng chúng ta. Câu hỏi đặt ra là nếu chúng ta nhận được tất cả sự tự do từ Chúa Jesus qua việc Ngài giải phóng chúng ta, thì tại sao chúng ta vẫn cần phải biết lẽ thật để được giải phóng nữa? Chúa Jesus, bằng quyền năng của Ngài, đã đuổi kẻ mạnh sức, nhưng bằng lẽ thật của Ngài, đã phá đổ các đồn lũy trong tâm trí chúng ta, từ đó dẫn đến sự tự do thậm chí còn lớn hơn sự tự do nhận được khi những tà linh bị loại trừ.

Sự xức dầu đuổi quỷ đi, còn lẽ thật phá đổ đồn lũy. Chúng ta cần cả hai. Không phải sự hiện diện của lẽ thật giúp chúng ta tự do, mà thay vào đó, sự hiểu biết về lẽ thật mới mang đến sự tự do.

Lẽ thật cũng giống như xà phòng, nó chỉ phát huy tác dụng một khi được áp dụng. Nếu bạn có cả một xe tải xà phòng, nhưng bạn không thoa nó lên da, thì cũng chẳng có ích lợi gì. Lẽ thật nằm trong Kinh Thánh không thay đổi cuộc sống của bạn, nhưng khi bạn nhận biết một cách mật thiết lẽ thật đó sâu trong bản chất của nó, thì nó sẽ bắt đầu đem đến sự tự do cho tâm trí bạn.

Lẽ thật còn hơn cả sự thật, đó là những gì Chúa nói về chúng ta. Sự thật thay đổi, nhưng lẽ thật thì không. Lẽ thật là vĩnh cửu. Chúa Jesus chính là Lẽ Thật. Chúng ta càng biết nhiều về Chúa Jesus, chúng ta càng biết nhiều lẽ thật về chính chúng ta và càng được tự do khỏi các đồn lũy trong tâm trí chúng ta.

Sự tự do này không đến từ sự đụng chạm của Chúa Jesus, mà là từ sự dạy dỗ của Ngài. Đó là tiếp nhận Lời Chúa vào trong lòng chúng ta bằng cách lắng nghe, đọc, ghi nhớ, xưng nhận tội lỗi và vâng giữ lời Chúa. Điều này sẽ bắt đầu phá đổ các đồn lũy tâm lý trong cuộc sống của chúng ta và cho chúng ta tự do tiến về phía trước với Đức Thánh Linh.

Có một cô gái trẻ đến với buổi nhóm của chúng tôi và được cứu. Khi tôi đang khích lệ cô ấy, cô đã nói rằng cô đã từng bị tai nạn xe khi đang mang thai và việc đó khiến cô bị căng thẳng liên tục, và dần dần khiến cô sợ lái xe. Khi đó, cô đã không lái xe trong bốn năm. Nó khiến cho cuộc sống của cô gặp nhiều khó khăn. Tôi cầu nguyện cho cô ấy và đuổi linh sợ hãi đi. Tôi cảm thấy được nhắc nhở để yêu cầu cô ấy tiếp nhận Lời Chúa, câu Kinh Thánh II Ti-mô-thê 1:7, và viết nó một ngàn lần. Sau đó, cứ ngồi sau vô-lăng và lái xe.

Lần đầu tiên tôi nghe về điều này là từ mục sư David Cho, người đã bảo một người phụ nữ không được lành bệnh ung thư, viết lời hứa này một ngàn lần – "Bởi lằn roi Người mang, chúng ta được lành bệnh." Sau khi bà ấy viết lời hứa đó một ngàn lần, Chúa đã chữa lành cho bà.

Người phụ nữ trẻ này bắt đầu viết ra câu Kinh thánh đó hàng ngày. Mục đích của việc này là dùng Lời của Chúa để dọn sạch tâm trí cứ nghĩ đến những tai nạn và nỗi sợ hãi đã xâm chiếm.

Tâm trí của chúng ta giống như một con tàu. Một khi nó đâm phải tảng băng trôi của cuộc sống, có những lỗ thủng xuất hiện và nước bên ngoài bắt đầu tràn vào bên trong chúng ta, tạo ra một đồn lũy. Tàu Titanic không chìm vì có quá nhiều nước trong đại dương, nó bị chìm vì nước tràn vào bên trong.

Bằng cách giao cho cô ấy bài tập viết Kinh thánh, tôi muốn đưa hết nước của sự sợ hãi ra khỏi tâm hồn cô ấy. Cô ấy thậm chí đã không cần viết đủ câu kinh thánh đó một nghìn lần trước khi bắt đầu lái xe trở lại và Chúa đã giải phóng cô. Biết lẽ thật sẽ đem đến tự do.

Như Một Đức Chúa Trời Đối Với Pha-ra-ôn

Môi-se được kêu gọi để giải phóng dân Y-sơ-ra-ên ra khỏi ách nô lệ, và Chúa hứa sẽ hậu thuẫn cho ông. Khi Môi-se đến Ai Cập và yêu cầu Pha-ra-ôn để cho dân sự của Đức Chúa Trời ra đi, Pha-ra-ôn đã không nhúc nhích. Thay vào đó, hắn khiến cho công việc của dân Y-sơ-ra-ên trở nên nặng nhọc hơn bằng cách bắt họ tạo ra cùng một lượng gạch mà không cung cấp nguyên liệu là rơm để làm gạch. Pha-ra-ôn nghĩ Môi-se chỉ là một trò đùa. Dân Y-sơ-ra-ên thì nghĩ Môi-se bị điên, hứa tự do mà giờ chỉ thấy gay go hơn thôi. Môi-se đã thất vọng về Chúa vì tất cả những việc này.

Đức Chúa Trời trấn an Môi-se rằng mọi thứ sẽ ổn và Ngài nói: "Nầy, Ta lập con như là Đức Chúa Trời đối với Pha-ra-ôn; còn A-rôn, anh con, sẽ là người phát ngôn của con." (Xuất 7:1). Pha-ra-ôn không đếm xỉa đến lời nói Môi-se và dân Y-sơ-ra-ên cũng không lắng nghe ông. Môi-se đã thất vọng, và giải pháp của Đức Chúa Trời là để Môi-se trở thành Đức Chúa Trời đối với Pha-ra-ôn? Chuyện thú vị đây! Đức Chúa Trời đã cho ông thấy một điều gì đó đầy quyền năng về chiến trận thuộc linh. Môi-se đã được giải thoát khỏi Ai Cập, nhưng tâm lý nô lệ cũng cần phải được loại bỏ ra khỏi ông. Ông không thể nào cứ tiếp tục nhìn thấy chính mình là nô lệ nếu ông muốn giải phóng cho những nô lệ khác. Đức Chúa Trời muốn ông nhìn thấy chính mình một cách khác đi, và Chúa mong đợi ông làm điều đó trước khi mọi thứ thay đổi với Pha-ra-ôn và dân Y-sơ-ra-ên.

Giải pháp của Đức Chúa Trời cho tình huống này không phải là một giải pháp "chữa cháy" tạm thời, và cũng không phải Ngài đang đẩy nhanh quá trình xuất hành. Nhưng ở đây, Ngài muốn cho Môi-se thấy vị thế của ông trong lĩnh vực tâm linh. Điều này đòi hỏi Môi-se phải thay đổi cách nhìn của ông về chính mình. Bạn không cần phải phát hoảng lên vì những lời "Con như là Đức Chúa Trời đối với Pha-ra-ôn". Pha-ra-ôn tự coi mình là một vị thần mà người Ai Cập tôn thờ, cùng với những vị thần khác. Đức Chúa Trời đã làm rõ chỗ này với Môi-se: Trong cõi tâm linh, con đang ở một vị thế cao hơn hẳn và nếu con muốn đem đến sự giải phóng cho dân Y-sơ-ra-ên, con phải ngừng việc cầu xin Pha-ra-ôn như một tên nô lệ. Thay vào đó, con cần phải truyền lịnh cho Pha-ra-ôn với vị thế là một ông chủ.

Tôi tin rằng Môi-se đã nhận được sự mặc khải đó, vì bằng chứng ở đây là rất rõ ràng. Pha-ra-ôn bắt đầu cầu xin Môi-se cầu nguyện để những tai vạ ngừng lại. Ông ta không còn xem Môi-se như một trò đùa nữa, giờ đây, Môi-se được kính nể ngay cả khi đang đứng trong cung điện của kẻ thù.

Bạn phải biết bạn là ai trong Đấng Christ nếu bạn muốn nhìn thấy quyền năng của Đức Chúa Trời tuôn chảy qua bạn. Bạn có thẩm quyền của Danh Chúa Jesus hậu thuẫn để thi hành sự báo thù đối với kẻ thù của Đức Chúa Trời là Sa-tan, tội lỗi và bệnh tật. Hãy ngừng xem mình là nô lệ, nếu không bạn sẽ sống như một nô lệ, ngay cả khi bạn đã được tự do khỏi sự trói buộc của tội lỗi. Sự thay đổi về tâm trí này không chỉ làm thay đổi phản ứng của Pha-ra-ôn đối với Môi-se, mà còn tạo điều kiện cho 10 tai vạ được xảy ra, tấn công trực diện vào các vị thần của Ai Cập. Các vị thần của Ai Cập đã bị vùi dập tơi bời.

Khi nước sông biến thành máu, Hapi, vị thần sông Nin của Ai

PHÁ ĐỔ ĐỒN LŨY

Cập bị tấn công.

Khi ếch nhái từ sông Nin tràn lên bờ, Heket, nữ thần sinh sản, nước và đổi mới của Ai Cập bị tấn công.

Khi muỗi hóa ra từ bụi đất, Geb, vị thần đất và bụi của Ai Cập bị tấn công.

Khi ruồi mòng xuất hiện, Kherphi, vị thần Ai Cập có đầu con bọ chét bị tấn công.

Khi những súc vật chết do dịch lệ, Hathor, nữ thần Ai Cập có đầu con bò bị tấn công.

Khi bụi tro biến thành ghẻ chốc, Isis, nữ thần y thuật của Ai Cập đã bị hạ gục.

Khi mưa đá tuôn xuống như lửa, Nut, nữ thần bầu trời của Ai Cập bị đánh bại.

Khi cào cào bay đến từng đàn phủ cả bầu trời, Seth, vị thần bão tố và rối loạn của Ai Cập đã thực sự rối loạn.

Khi bóng tối đen kịt bao trùm Ai Cập trong suốt ba ngày, Ra, thần mặt trời, vị thần được tôn sùng nhất ở Ai Cập ngoài Pha-ra-ôn, cũng không thể làm gì, đã phải ê chề.

Khi những đứa con trai đầu lòng của Ai Cập bị giết chết, Pha-ra-ôn đã bị tấn công. Ông ta được xem là con trai của thần Ra, hiện thân bằng xương bằng thịt. Ông ta được tôn sùng là vị thần vĩ đại nhất của Ai Cập. Một cuộc tấn công đã nhằm thẳng vào chính nhà của "ông thần" này.

Như bạn có thể thấy, Môi-se đã phải bước đi trong thẩm quyền để thắng hơn các thế lực ma quỷ đằng sau những vị thần này. Chúng không chỉ đơn thuần là những thần tượng mà Ai Cập dựng lên rồi tôn thờ. Chúng là những thực thể ma quỷ mà chỉ có thể bị đánh bại bởi quyền năng của Đức Chúa Trời.

Bạn phải nắm lấy thẩm quyền của Đức Chúa Trời nếu bạn muốn bước đi trong thẩm quyền của Đức Chúa Trời. Có thể bạn không cảm nhận được nó nếu cuộc sống của bạn lúc này đang suy sụp. Có lẽ bạn đã thực hiện một vài bước tiến về phía trước nhưng mọi thứ trở nên tanh bành. Bạn phải đổi mới tâm trí của mình với những gì Đức Chúa Trời nói về bạn và tiến về phía trước. Ma quỷ sẽ phải chạy trốn. Nó sẽ phải cầu xin bạn để nó yên như nó đã cầu xin Chúa Jesus khi Ngài đến thế gian này. Ma quỷ sẽ không nhúc nhích gì trước nỗi đau của bạn, nó chỉ bỏ chạy trước thẩm quyền mà bạn thực thi.

Chúa Jesus đã tước đoạt quyền lực của thế lực tối tăm, điều đó có nghĩa là chúng không còn gì cả, nhưng chúng sẽ hành động như thể là chúng còn có gì đó. Bạn là cảnh sát và ma quỷ là tội phạm. Tội phạm phải chạy trốn cảnh sát, chứ không có chuyện ngược lại. Ma quỷ là kẻ phải chạy trốn, không phải bạn. Bạn có phù hiệu đại diện cho thẩm quyền của Chúa Jesus, và khẩu súng mà bạn có là quyền năng của Đức Thánh Linh. Khi bạn biết mình là ai, thì các thế lực tối tăm sẽ phải bỏ chạy và bạn sẽ nhìn thấy vinh quang của Đức Chúa Trời trên cuộc đời của mình.

Tên Nô Lệ, Kẻ Sống Sót Hay Người Lính

Không chỉ Môi-se cần phải điều chỉnh lối suy nghĩ về bản thân trước khi được Đức Chúa Trời sử dụng để đưa dân Y-sơ-ra-ên ra khỏi Ai Cập, mà dân Y-sơ-ra-ên cũng cần phải làm điều tương tự ở nơi đồng vắng. Đức Chúa Trời muốn giựt sập những đồn lũy về tâm lý của ách nô lệ bằng cách đưa họ trải qua nhiều thứ trước khi họ đến được Miền Đất Hứa.

Ở Ai Cập, họ là nô lệ, nhưng để sở hữu Miền Đất Hứa, họ cần trở thành những người lính. Ở Ai Cập, họ chờ đợi Đức Chúa Trời rẽ biển Đỏ cho họ, nhưng ở Miền Đất Hứa, họ phải bước xuống sông Giô-đanh và nó đã rẽ ra cho họ. Ở Ai Cập, Pha-ra-ôn đã để họ đi, nhưng ở Miền Đất Hứa, họ phải đánh đuổi kẻ thù.

Việc chuyển từ Ai Cập sang Miền Đất Hứa là một sự thay đổi

tâm lý từ một nô lệ thành một người lính. Hầu hết trong số họ đã không vượt qua được quá trình chuyển đổi đó và đã ngã chết nơi đồng vắng. Đối với Đức Chúa Trời, việc đưa họ ra khỏi Ai Cập còn dễ hơn là đưa Ai Cập ra khỏi họ. Theo cách tương tự, Chúa Jesus đã dễ dàng trục xuất hàng ngàn con quỷ ra khỏi một người bị quỷ ám hơn là phá đổ các thành trì trong tâm trí của những người Pha-ri-si.

Đức Chúa Trời cho phép có những thời điểm của đồng vắng trong cuộc sống của chúng ta để giết chết tâm lý nô lệ, nghèo đói, nạn nhân, bệnh tật và mọi tâm lý khác không phù hợp với Lời Chúa.

Ở Ai Cập, chúng ta đã học cách suy nghĩ như nô lệ. Đồng vắng đã dạy chúng ta cách sinh tồn, nhưng Đất Hứa đòi hỏi chúng ta phải suy nghĩ như những người lính. Ở Ai Cập, dân Y-sơ-ra-ên gặp thiếu thốn. Ở đồng vắng, họ chỉ có vừa đủ, nhưng ở Miền Đất Hứa, họ được dư dật. Bạn hiện đang mang tâm lý nào? Tên nô lệ, kẻ sống sót, hay người lính?

Tâm lý nô lệ là tâm lý nạn nhân. Tâm lý sống sót là tâm lý đồng vắng. Còn tâm lý người lính là tâm lý quyền làm con. Đó là tâm lý của vương quốc. Tâm lý vương quốc đòi hỏi chúng ta phải cùng làm việc với Chúa, thay vì chỉ chờ đợi Chúa. Chúng ta không cần phải cầu xin Chúa ban cho chúng ta những gì đã là của chúng ta bởi sự kiện tại đồi Gô-gô-tha.

Dụ ngôn về người cha và hai đứa con trai cho thấy người con trai lớn chỉ chờ đợi cha cho anh ta những thứ đã là của mình. Người con trai lớn mong đợi Cha sẽ cho anh một thứ gì đó, giống như dân Y-sơ-ra-ên mong đợi rằng Chúa sẽ làm một điều gì đó với kẻ thù của họ ở Miền Đất Hứa, như cách mà Ngài đã làm với người Ai Cập. Những người có tâm lý nô lệ sẽ đóng vai nạn nhân và mong đợi Chúa làm mọi thứ cho họ. Người con trai lớn đã đóng vai nạn nhân, mặc dù anh ta có cả gia tài. Một sự thay đổi tâm lý cần phải diễn ra nếu chúng ta muốn thấy mọi thành trì cuối cùng của Ai Cập bị giựt sập trong cuộc sống của chúng ta.

BỨT PHÁ

Chiến Thắng Tuyệt Đối

Giô-suê, người đi theo Môi-se, đã đưa cả một dân tộc toàn những người lính vào Miền Đất Hứa. Ông đã đánh bại 31 vị vua. Phân nửa sách Giô-suê là về việc đánh bại kẻ thù của họ. Nửa còn lại là về việc họ phân chia chiến lợi phẩm. Bất cứ khi nào bạn giành chiến thắng, phước lành sẽ theo sau. Dầu vậy, cũng có những dân tộc bị bỏ sót, điều đó có nghĩa là chiến thắng của họ vẫn chưa phải là tuyệt đối.

Đôi khi, trong quá trình giải cứu, khi ai đó cầu nguyện cho bạn, bạn có thể cảm thấy như chiến thắng vẫn chưa trọn vẹn. Bạn có thể nhận được một điều gì đó từ Chúa, đặc biệt là khi có ai đó khích lệ bạn, nhưng bạn vẫn có thể cảm thấy như nó vẫn chưa trọn vẹn. Có lẽ Chúa đang cố gắng cho bạn một bước khởi đầu và muốn bạn cùng với Ngài chiến đấu cho phần còn lại. Sai lầm mà một số người mắc phải là họ tiếp tục tìm kiếm một mục sư khác, một mục vụ khác với sự xức dầu đặc biệt hơn, trong khi bỏ qua phần của họ trong việc chiến đấu và đứng trên Lời Chúa. Chiến thắng một phần đã được ban cho họ là có lý do của nó.

Hãy xem Đức Chúa Trời nói gì về lý do tại sao vẫn còn lại một số kẻ thù: "Đức Giê-hô-va còn để lại các dân tộc để thử nghiệm dân Y-sơ-ra-ên là những người chưa có kinh nghiệm chiến đấu ở Ca-na-an. Ngài chỉ muốn dạy cho các thế hệ mới của dân Y-sơ-ra-ên biết cách chiến đấu, đặc biệt là cho những người trước đây chưa từng quen với trận mạc." (Các Quan Xét 3:1-2).

Đức Chúa Trời để lại một số kẻ thù như một cách để xem dân Y-sơ-ra-ên có còn vâng lời Chúa, bất chấp kẻ thù của họ, để Ngài giúp dạy họ cách chiến đấu. Đôi khi tôi cảm thấy như Chúa không giải cứu chúng ta 100 phần trăm khi có ai đó giúp đỡ chúng ta, để mà còn lại những trận chiến cho chúng ta có thể thực thi thẩm quyền thuộc linh của mình để đem đến sự tự do cho chúng ta.

Tôi nhớ đến một cảnh trong bộ phim "Biên Niên Sử Narnia: Sư

Tử, Phù Thủy, và Cái Tủ Áo" khi mà những con sói tấn công Peter và Aslan. Aslan đã không can thiệp, nhưng nói với Peter rằng đã đến lúc chàng phải học cách sử dụng thanh kiếm của mình. Hầu hết chúng ta thường nhát chết khi những điều như thế xảy ra, và chỉ nhờ một ai đó như là một truyền đạo, hoặc một người của Đức Chúa Trời, để đem đến sự giải cứu.

Có thể bạn đã nhận được chiến thắng một phần. Đây là lời khuyên: đừng chỉ ngồi đó và chờ đợi thêm nữa. Hãy cố chạy theo Chúa, dùng sức mạnh mà vào vương quốc của Chúa và bạn sẽ thấy thể nào chiến thắng một phần đó biến thành chiến thắng tuyệt đối. Phần tốt nhất là bạn sẽ trở thành một người lính trong quá trình này. Lối suy nghĩ mới này mà bạn sẽ phát triển sẽ có ích cho bạn trong những nỗ lực trong tương lai của bạn với Chúa.

Cai Trị Trong Cuộc Sống

Giống như A-đam, chúng ta được Đức Chúa Trời tạo dựng theo hình ảnh của Ngài và giống như Ngài. Chúng ta được Chúa ban phước để sinh sản thêm nhiều và được ban cho quyền quản trị trên đất (xem Sáng Thế Ký 1:28). Sự quản trị trên tội lỗi và Sa-tan là quyền của chúng ta. Bản chất của chúng ta là quản trị, giống như bản chất của chim là bay và của cá là bơi. Chúng ta không được tạo nên cho sự giải cứu, chúng ta được tạo nên để quản trị. Sự giải cứu đến như là kết quả của việc không thực hiện quyền quản trị của chúng ta. Đức Chúa Trời muốn con người được như Ngài. Đức Chúa Trời cai quản thiên đàng và Ngài ban quyền quản trị trái đất cho con người (xem Thi Thiên 115:16). Đức Chúa Trời không ban cho con người quyền sở hữu trái đất, mà chỉ là quyền quản trị (xem Thi Thiên 24:1). Điều này được thể hiện khi Đức Chúa Trời để cho A-đam đặt tên cho các loài vật, vì đặt tên cũng là việc thể hiện thẩm quyền.

Đức Chúa Trời đã ban cho chúng ta quyền quản trị trên trái đất. Ngài giao cho chúng ta quyền cai trị trên kẻ thù. Thiên đường trên đất không phải là sự vắng mặt của ma quỷ, mà là sự cai trị trên nó. Để có quyền quản trị, chúng ta cần phải có kẻ thù. A-đam đã thất bại trong việc giết con rắn, thay vào đó, ông đã nghe lời nó. Khi A-đam phạm tội, không phải Đức Chúa Trời là Đấng tiếp quản trái đất, mà chính là Sa-tan. Bởi tội lỗi, A-đam đã chuyển giao quyền quản trị của mình cho ma quỷ, đó là lý do tại sao ma quỷ có thể cho Chúa Jesus cả thế giới khi nó cám dỗ Ngài (xem Ma-thi-ơ 4:9). Đức Chúa Trời không bao giờ trao thế giới cho ma quỷ. Thế giới được ban cho con người để quản trị, nhưng bởi tội lỗi, quyền quản trị đó đã được chuyển giao cho ma quỷ. Ngay cả Chúa Jesus cũng xác nhận điều này khi Ngài gọi Sa-tan là "kẻ cai trị thế gian này" (xem Giăng 12:31).

Sự hỗn độn trên trái đất là kết quả trực tiếp của sự quản lý tồi của con người, hay là thiếu sự quản trị, trên các thế lực tối tăm và tội lỗi. Chúa Jesus đã đến để lấy lại thẩm quyền đó từ ma quỷ và trao lại cho chúng ta (xem Lu-ca 10:19). Có thể bạn nghĩ rằng Đức Chúa Trời đã nhìn thấy cách chúng ta tắc trách trong lần đầu tiên, và sẽ không tin tưởng chúng ta một lần nữa để trao lại quyền quản trị đó. Đức Chúa Trời tin tưởng chúng ta nhiều hơn so với việc chúng ta tin cậy Ngài. Ngài tin tưởng chúng ta trong việc mở rộng Vương quốc của Ngài, đẩy lùi vương quốc tối tăm và giày đạp lên con rắn xưa.

Sự giải cứu không phải là mục tiêu của Đức Chúa Trời, mà nó chỉ là phương tiện để đưa chúng ta trở lại với đúng vị trí thẩm quyền của chúng ta, đó là quyền quản trị. "Nếu chỉ vì tội của một người, mà qua người đó sự chết đã thống trị thế nào, thì cũng chỉ nhờ một Người là Đức Chúa Jêsus Christ, mà những ai nhận ân điển và quà tặng công chính cách dồi dào, sẽ càng thống trị trong sự sống thể ấy." (Rô ma 5:17). Ân điển và quà tặng công chính của Đức Chúa Trời là để giúp chúng ta cai trị trong cuộc sống, chứ không phải là chỉ được tự do khỏi tội lỗi và ma quỷ. Khả năng cai quản và trị vì của bạn tỷ lệ thuận với sự mặc khải mà bạn nhận được về quà tặng công chính của Chúa Jesus và sự dư dật của ân điển Ngài.

Sa-tan cai trị chúng ta vì tội lỗi của chúng ta, nhưng chúng ta cũng có thể cai trị trên nó, bởi vì sự công bình và ân điển. Đừng chỉ dừng lại ở chỗ của sự giải thoát khỏi tội lỗi. Hãy tìm đến ý định ban đầu của Đức Chúa Trời cho bạn đó là sự thống trị và cai quản trong cuộc sống. Ân điển được ban cho chúng ta không phải để cho chúng ta đơn thuần chỉ là sống sót, mà là để trở nên thịnh vượng trong mọi sự.

Cầu Nguyện

"Lạy Chúa Jesus, con tạ ơn Ngài vì đã ban cho con món quà của sự công chính và ân điển dư dật, để con không chỉ là sống sót mà còn được thịnh vượng trong cuộc sống của con. Con tiếp nhận lẽ thật của Ngài trong con, để bước đi trong chiến thắng và quyền quản trị. Con đổi mới tâm trí của con cho phù hợp với lẽ thật của Ngài về địa vị của con trong thế giới thuộc linh. Con mời gọi lẽ thật của Ngài làm thay đổi lối suy nghĩ của con từ thiếu thốn sang dư dật, từ lộn xộn sang phép lạ và từ sợ hãi sang đức tin."

BỨT PHÁ

CHƯƠNG 10

ĐỔI MỚI TÂM TRÍ

Mẹ tôi đã gặp nhiều khó khăn khi sinh ra tôi. Tôi được kể cho biết rằng một phần dây thần kinh thị giác của tôi đã bị tổn thương trong quá trình sinh nở và tôi đã phải dành khá nhiều thời gian trong bệnh viện khi mới ra đời. Tuy nhiên, nhờ lòng thương xót và ân sủng của Chúa, tôi đã lớn lên thành một đứa trẻ khỏe mạnh. Vài năm sau, mọi người bắt đầu nhận thấy rằng một mí mắt của tôi yếu hơn so với mí mắt kia và con mắt đó cũng không thể nhìn lên khi con mắt bên kia nhìn lên. Khi còn nhỏ, tôi không nhớ đó là một vấn đề đối với tôi. Tôi thấy bình thường và cũng không có cảm giác đau đớn gì cả.

Trước khi đến Hoa Kỳ, một bác sĩ ở Ukraine đã thực hiện ca phẫu thuật mắt đầu tiên cho tôi, lúc đó tôi khoảng 10 tuổi. Ca phẫu thuật này nhằm mục đích giúp cho con mắt yếu của tôi có thể nhìn lên khi con mắt kia nhìn lên. Cuộc phẫu thuật có thể nói là thất bại, và vấn đề vẫn còn lại đó. Khi còn ở Ukraine, tôi đã nhận được một biệt danh ở trường liên quan đến con mắt đó của tôi. Tôi bắt đầu cảm thấy mình như một đứa trẻ dị tật.

Những cảm giác này trở nên mạnh mẽ nhất khi gia đình chúng tôi chuyển đến Hoa Kỳ. Khi đó tôi 13 tuổi. Tôi trở nên khép kín và ngại ngùng hơn khi có người khác ở gần. Tôi thấy khó khăn vô cùng trong việc giao tiếp xã hội và tôi đã tránh các bữa tiệc sinh nhật bằng mọi giá. Tôi thậm chí còn bỏ qua các lớp học vì xấu hổ, vì tôi không muốn đứng trước mọi người để thuyết trình. Tôi cảm thấy như thể Chúa đã phạm sai lầm khi Ngài tạo nên tôi. Tôi nghĩ rằng thế giới sẽ là một nơi tốt đẹp hơn nếu không có tôi. Bởi vì tôi lớn lên trong một gia đình tin kính có cha mẹ là những người rất mạnh mẽ trong đức tin, tôi sẽ không dám có ý định tự kết thúc cuộc đời mình, nhưng tôi đã ước rằng Chúa sẽ tạo ra một tai nạn để giết chết tôi, chỉ để giảm bớt nỗi đau cho tôi.

Tôi đã từng gặp những người hỏi tôi câu hỏi này: "Mắt con bị sao vậy?" Câu hỏi đó khiến tôi cảm thấy rất khó chịu. Tôi cảm thấy như đó là điều duy nhất họ có thể thấy về tôi. Khi có những người ở xung quanh mình, tôi có thể cảm nhận rằng họ không hề thoải mái khi ở gần tôi. Tôi tin rằng người ta có lỗi vì đã khước từ tôi và Chúa cũng có lỗi vì đã tạo nên tôi như vậy.

Cho nên, tôi đã cầu nguyện để đôi mắt của mình được chữa lành, vì nghĩ rằng nếu thân thể của tôi thay đổi, thì cảm xúc tinh thần của tôi cũng sẽ thay đổi. Ở Mỹ, tôi lại được phẫu thuật một lần nữa, hy vọng rằng nó sẽ thay đổi ngoại hình của tôi. Thật không may, các bác sĩ ở đây cũng chẳng giúp được gì cả. Tuy nhiên, tôi sẽ chia sẻ với bạn về những gì đã thay đổi.

Tâm trí tôi đã thay đổi. Là một thiếu niên, tôi hướng những tổn thương và nỗi đau bên trong này đến sự cầu nguyện. Tôi dành 30-45 phút mỗi tuần sau giờ học ở trong phòng để cầu nguyện và thờ phượng, và sau đó tôi đọc Lời Chúa. Tôi đọc những cuốn sách Cơ đốc và nghe các bài giảng trên băng cát-sét (lúc đó chưa có podcast hoặc YouTube như bây giờ). Tôi dành ra ngày thứ Tư hàng tuần để kiêng ăn và ăn nuốt Lời Chúa, nhiều lúc tôi đã đọc đến 50 chương một ngày.

Một cách chậm rãi, nhưng chắc chắn, Lời của Chúa, cùng với sự giúp đỡ của Thánh Linh, dần trở nên sống động trong tôi. Lần hồi, những lời nói dối đã bị gỡ bỏ và được thay thế bằng lẽ thật. Điểm số của tôi ở trường cũng đã được cải thiện, tôi không còn ái ngại với mọi người hay sợ nói trước công chúng. Phản ứng của mọi người đối với tôi cũng thay đổi. Ngày hôm nay, khi tôi nói hoặc gặp gỡ mọi người, họ không hỏi tôi về đôi mắt của tôi và hầu hết mọi người đều không để tâm đến chuyện đó. Lý do mà họ không bận tâm đến nó là bởi vì tôi cũng không bận tâm đến nó. Tôi đã học được một điều, đó là đổi mới tâm trí sẽ làm thay đổi cuộc sống của bạn.

ĐỔI MỚI TÂM TRÍ

Cái Đầu Ra Trước

Sứ đồ Phao-lô nói trong Rô-ma 12:2 rằng chúng ta cần phải được biến đổi bằng sự đổi mới tâm trí. Nhiều người trong chúng ta nghĩ rằng một khi cuộc sống của chúng ta được biến đổi, thì tâm trí của chúng ta cũng sẽ được đổi mới. Thực sự là không phải như vậy. Khi chúng ta được sinh ra, hầu hết chúng ta ra khỏi bụng mẹ và đến với thế giới này, cái đầu của chúng ta ra trước. Nếu bạn muốn thoát ra khỏi hoàn cảnh khó khăn, sự giới hạn trong sự nghiệp, trì trệ trong chức vụ của mình, cái đầu của bạn phải ra trước.

Khi tâm trí của bạn được thay đổi, cuộc đời của bạn sẽ được biến đổi. Hãy nhớ rằng, tâm trí của bạn đi đâu, cuộc đời của bạn theo đó. Khi bạn kinh nghiệm sự giải cứu, tâm trí của bạn phải chuyển từ một nô lệ sang một đứa con, từ một nô lệ thành một người lính. Ngay cả khi bạn bị tấn công như trước đây, bạn cũng có thể nhìn thấy nó ở một vị thế khác. Tôi thường hay nói với hội thánh của chúng tôi rằng: "Bạn không phải là một người bệnh đang cố gắng để được chữa lành, bạn là một người khỏe mạnh đang chiến đấu với bệnh tật." "Bạn không phải là một người bị trói buộc cố gắng để được tự do, bạn là một người tự do chiến đấu với sự trói buộc." "Bạn không phải là một tội nhân đang cố gắng để được nên thánh, bạn là một thánh đồ đang chiến đấu với tội lỗi."

Ốm đau, tội lỗi và sự trói buộc không phải là danh phận của tôi. Bây giờ, tôi đang ở trong Đấng Christ - đó là danh phận mới của tôi - và bất cứ điều gì tôi đang đối mặt, tôi sẽ thắng hơn nói bởi vì địa vị của tôi ở trong Ngài.

Đầu Tiên Là Ánh Sáng Và Sau Đó Là Mặt Trời

Đức Chúa Trời vận hành dựa trên đức tin và đức tin liên quan đến cách chúng ta suy nghĩ. Đức Thánh Linh vận hành trong cuộc sống của chúng ta thông qua một tâm trí được đổi mới. Đức Chúa Trời đã thiết lập mô hình đó từ lúc ban đầu khi Ngài tạo nên trái đất. "Đất không có hình dạng và trống không, bóng tối bao trùm mặt vực, và Thần của Đức Chúa Trời vận hành trên mặt nước." (Sáng Thế Ký 1:2). Tình trạng của trái đất lúc đó là trống không, tối tăm và không có hình dạng. Có thể đó cũng là tình trạng của cuộc đời bạn ngay lúc này - trống rỗng, tối tăm và không ra thể thống gì cả. Như đối với trái đất, thì bạn với tư cách là Cơ đốc nhân cũng giống như vậy. Mặc dù Đức Thánh Linh đã có ở đó, nhưng vẫn không có gì thay đổi, vẫn không có hình dạng, chỉ trống không và tối tăm. Đức Thánh Linh vẫn sẽ không làm phép lạ của sự sáng tạo cho đến khi Đức Chúa Trời phán Lời của Ngài.

Như tôi đã đề cập, việc đổi mới tâm trí sẽ không xảy ra nếu không có lẽ thật. Đức Thánh Linh sử dụng lẽ thật như một phương tiện để Ngài mang đến sự thay đổi trong tâm trí chúng ta và kết quả là một sự biến đổi trong cuộc sống của chúng ta. "Đức Chúa Trời phán: 'Phải có ánh sáng,' thì có ánh sáng. Đức Chúa Trời thấy ánh sáng là tốt đẹp. Đức Chúa Trời phân rẽ ánh sáng khỏi bóng tối. Đức Chúa Trời gọi ánh sáng là 'ngày,' và bóng tối là 'đêm.' Vậy, có buổi tối và buổi sáng. Đó là ngày thứ nhất." (Sáng Thế Ký 1:3).

Vào ngày thứ nhất, Đức Chúa Trời đã tạo nên sự sáng trước tiên. Khi tôi còn trẻ và đã không đọc Kinh thánh cẩn thận, tôi cứ tưởng rằng Đức Chúa Trời đã tạo nên mặt trời, mặt trăng và các ngôi sao vào ngày đầu tiên, từ đó mới có ánh sáng. Nhưng khi lớn lên về tuổi và đức tin, tôi đã đọc Kinh thánh cẩn thận hơn, tôi nhận ra rằng mặt trời, mặt trăng và các ngôi sao đã được tạo nên vào ngày thứ tư (xem Sáng Thế Ký 1:14-19). Câu hỏi được đặt ra là, ánh sáng đến từ đâu vào ngày đầu tiên nếu mặt trời, mặt trăng và các ngôi sao đến ngày thứ tư mới xuất hiện?

Trong thế giới tự nhiên, không thể nào có ánh sáng nếu không có mặt trời. Đức Chúa Trời đã chứng minh một điều trái ngược với cách nhìn tự nhiên của chúng ta trong những câu đầu tiên của Kinh thánh. Trong thế giới của chúng ta, chúng ta không thể nào có ánh sáng nếu không có mặt trời. Nhưng trong thế giới của Chúa, bạn không thể có mặt trời nếu không có ánh sáng. Trong thế giới của chúng ta, bạn không thể làm cha cho đến khi bạn có con. Nhưng trong thế giới của Chúa, bạn trở thành một người cha trước và sau đó bạn mới có được những đứa con. (Ví dụ, Áp-ra-ham nhận cho mình cái tên là *cha* trước khi có con.) Trong thế giới của chúng ta, chúng ta chiến đấu để giành chiến thắng. Nhưng trong thế giới của Chúa, chúng ta nhận được chiến thắng, do đó chúng ta chiến đấu. Trong thế giới của chúng ta, chúng ta trở nên công chính sau khi chúng ta làm điều đúng. Nhưng trong thế giới của Chúa, chúng ta trở nên công chính trước, rồi chúng ta mới có thể làm những điều đúng. Thông thường, khi cuộc sống của chúng ta thay đổi, thì tâm trạng và suy nghĩ của chúng ta cũng thay đổi, nhưng trong thế giới của Chúa, đầu tiên tâm trí của chúng ta phải thay đổi và sau đó cuộc sống của chúng ta sẽ thay đổi theo.

Như bạn thấy đó, Chúa suy nghĩ khác với chúng ta. Nếu chúng ta muốn cùng làm việc với Chúa, chúng ta phải suy nghĩ giống Ngài hơn. Nếu ánh sáng không đến từ mặt trời, thì nó đến từ đâu? Câu trả lời rất đơn giản: "Đức Chúa Trời phán" (Sáng Thế Ký 1:3). Lời phán của Đức Chúa Trời tạo nên ánh sáng trước khi có mặt trời. Lời của Chúa đã tạo nên những thứ mà sẽ không có ở đó nếu không có mặt trời, mặt trăng hay các vì sao. Hầu hết chúng ta đều đang cầu nguyện để Chúa ban cho chúng ta mặt trời. Mặt trời của chúng ta có thể đến dưới hình thức của sự chữa lành, đột phá hoặc sự cứu rỗi cho một người thân yêu. Đôi khi, chúng ta bị đánh bại từ bên trong, đầy tiêu cực, nghi ngờ và sợ hãi. Chúng ta cứ nghĩ rằng nếu Chúa chỉ cần mang đến một phép lạ cho cuộc sống của chúng ta, thì trạng thái cảm xúc và tinh thần của chúng ta sẽ thay đổi ngay lập tức.

Bạn có bao giờ nghĩ rằng có lẽ Chúa đang cố gắng đem phép lạ đến cho tâm trí của bạn trước tiên, bằng quyền năng của Lời Chúa và Thánh Linh của Ngài không? Câu chuyện về sự sáng tạo của thế giới dạy chúng ta rằng trước khi có thể có mặt trời trong cuộc sống của chúng ta, thì cần phải có ánh sáng trong tâm trí của chúng ta trước. Tâm trí của bạn phải được lấp đầy với thực tại của phép lạ, mặc dù hoàn cảnh xung quanh bạn vẫn chưa được thay đổi. Lời của Chúa phải trở nên vô cùng thực hữu trong tâm linh bạn đến nỗi nó làm thay đổi thế giới bên trong của bạn, như thể bạn đã nhận được kết quả mong muốn trong cuộc sống của mình. Lời của Chúa không phải được ban cho để lấp đầy tâm trí bạn bằng những thông tin, mà thay vào đó, nó được ban cho bạn để Đức Thánh Linh có thể sử dụng nó để đem đến sự mặc khải. Nói một cách đơn giản, Lời Chúa phải trở nên vô cùng thực hữu đến nỗi nó có thể thay đổi cách nghĩ và cảm nhận của bạn.

Đức Tin Không Phải Là Hy Vọng, Mà Là Sở Hữu

Cả thế giới của bạn sẽ thay đổi nếu bạn để Lời Chúa thay đổi tâm trí và tâm hồn của bạn. Mọi người đau khổ trong hoàn cảnh của họ cũng là vì những suy nghĩ sai lầm. Nhiều người sẽ cầu nguyện nhiều hơn, nhưng thực ra, sự tự do khỏi các đồn lũy tâm lý có được là nhờ lẽ thật của Lời Chúa, chứ không phải là chỉ cầu nguyện nhiều hơn cho sự giải cứu.

Vợ chồng tôi đặt ra một mục tiêu là mỗi năm sẽ dâng tặng một chiếc xe. Chúng tôi đã bắt đầu mục tiêu này từ bốn năm trước và tính đến năm 2018, chúng tôi đã cho đi sáu chiếc xe hơi. Không phải vì chúng tôi giàu có, mà vì chúng tôi tin rằng Chúa muốn chúng ta được biết đến về lòng rộng rãi hơn là sự giàu có của chúng ta. Chiếc xe thứ hai mà chúng tôi đã dâng tặng là một chiếc Toyota Camry rất đẹp. Chúng tôi quyết định chúc phước cho một cặp vợ chồng trong hội thánh sắp chào đón đứa con đầu lòng và vừa mới bị mất xe. Chúng tôi biết rằng họ đang tìm kiếm một chiếc xe, vì vậy không chậm trễ, chúng tôi đã nhanh chóng tặng cho họ chiếc xe. Chúng tôi đã đưa ra quyết định vào thứ bảy. Ngày hôm sau, Chủ nhật, chúng tôi mời họ ăn trưa và thông báo rằng chúng tôi muốn chúc phước cho họ bằng chiếc xe của chúng tôi. Họ đã rất vui sướng, như thể là họ đang mơ vậy. Vào thời điểm đó chiếc xe này trị giá khoảng 10.000 đô-la. Đó là một món quà khá tuyệt vời. Chúng tôi nói với họ rằng chúng tôi sẽ giao cho họ chìa khóa xe sau vì tôi muốn thay thanh hãm xung cho xe, thay dầu và sửa một vài thứ để biến nó thành món quà tốt nhất có thể.

Sau khi nghe tin này, họ rời khỏi nhà của chúng tôi với tư cách là chủ sở hữu của chiếc xe, mặc dù họ vẫn chưa lái xe về nhà. Họ chưa nhận được xe hay là chìa khóa, mà chỉ là một lời hứa và lời hứa này khiến họ chắc chắn rằng chiếc xe đó là của họ. Họ đã ngừng việc tìm mua hoặc lo lắng về chiếc xe. Họ biết rằng họ đã có một chiếc xe đẹp và nó đang đến với họ. Điều gì đã khiến họ nghĩ rằng họ đã sở hữu chiếc xe đó? Lời hứa của tôi, lời nói của tôi.

Đó là cách Chúa muốn chúng ta nhận lấy lời hứa của Ngài. Ngài muốn tạo ra một thực tại mới bên trong bạn dựa trên những gì Ngài đã nói. Kế đó, Ngài sẽ mang thực tại từ bên trong đó ra bên ngoài cho cuộc sống của bạn.

Một tháng sau, trong buổi cầu nguyện tối thứ Sáu, tôi đưa cho họ giấy tờ xe và chìa khóa. Cuối cùng thì vào ngày hôm đó họ cũng đã được lái chiếc xe, nhưng họ thực sự đã nhận được chiếc xe từ khi tôi hứa với họ. Đức tin không phải là hy vọng điều gì đó sẽ xảy ra, mà là đã có điều đó từ bên trong bạn trước khi nó được nhìn thấy ở bên ngoài. Đó là sức mạnh của một tâm trí được đổi mới.

Đức Tin Là Chứng Thư

"Đức tin là sự xác quyết về những điều mình đang hi vọng, là bằng chứng của những điều mình chẳng xem thấy." (Hê-bơ-rơ 11: 1). Từ "sự xác quyết" trong tiếng Hy Lạp là "hypostatic" có nghĩa đơn giản là "chứng thư". Khi bạn nhận được chứng thư cho tài sản hoặc một chiếc xe hơi, bạn trở thành chủ sở hữu của nó, ngay cả khi bạn chưa có nó. Bởi quyền năng của Lời Chúa, Đức Thánh Linh biến lời hứa thành hiện thực trong bạn và bạn trở thành chủ nhân của những điều đã được hứa.

Nghi ngờ chỉ nhìn thấy những gì bạn có, ngoài ra nó chẳng thấy gì khác. Hy vọng nhìn thấy những gì có thể dựa trên tổng quan Lời Chúa. Đức tin là thực tại cá nhân của lời hứa này, trở thành hiện thực thông qua việc nghe Chúa phán từ trong lòng của chúng ta. Một tâm trí được đổi mới và đức tin đồng hành với nhau để phá vỡ những rào cản tâm lý trong cuộc sống khiến chúng ta không thể được hoàn toàn tự do trong Chúa.

Khi Chúa bắt đầu hành động bên trong bạn, điều này sẽ tạo ra những suy nghĩ, cảm xúc và thái độ mới. Ngay cả khi cuộc sống của bạn không thay đổi, đừng ngừng tin cậy và nắm vững lẽ thật của Chúa. Lẽ thật của Ngài quyền năng hơn nhiều so với sự thật. Sự thật sẽ thay đổi, nhưng lẽ thật còn lại đời đời. Nếu Đức Chúa Trời đã đem Ngày Thứ Nhất vào trong cuộc sống của bạn bằng cách đem ánh sáng đến cho tâm trí của bạn, thì hãy yên tâm, sẽ có một Ngày Thứ Tư khi mà bạn sẽ nhìn thấy phép lạ của mặt trời, mặt trăng và các vì sao. Hãy nhớ rằng, bạn chỉ có thể khỏe mạnh và thịnh vượng theo như mức độ thịnh vượng của phần hồn (xem III Giăng 1:2). Đức Chúa Trời muốn sự thay đổi và đột phá thực sự bắt đầu từ bên trong và tràn đến sức khỏe, tài chính và các mối quan hệ của bạn.

Bước Đầu Tiên Đến Với Sự Đổi Mới Tâm Trí

Hãy ngừng chờ đợi một phép lạ bên ngoài để thay đổi tâm trí của bạn. Hầu hết những phép lạ đó sẽ không bao giờ xảy ra cho đến khi bạn thoát khỏi sự hỗn độn trong tâm trí bằng cách lấp đầy nó bằng Lời Chúa. Việc đổi mới tâm trí sẽ không bao giờ diễn ra nếu ai đó tin vào lý do này: "Lý do tại sao tâm trí của tôi tiêu cực như vậy là bởi vì cuộc sống của tôi rất khó khăn." Nhưng có bao giờ bạn nghĩ rằng có lẽ lý do mà cuộc sống của bạn quá khó khăn như thế là vì tâm trí của bạn quá tiêu cực không? Bạn không thể nhận được những phép lạ trong cuộc sống của mình cách thường xuyên nếu tâm trí của bạn lúc nào cũng là một mớ hỗn độn.

Hãy ngừng biến tâm trí của bạn thành một vỉa hè để ma quỷ lúc nào cũng có thể chà đạp, hãy biến nó thành môn đệ của Lời Chúa. Loại đất mà những con chim đến cướp đi hạt giống là đất dọc đường (xem Ma-thi-ơ 13:4). Đừng để ma quỷ dạo chơi trong tâm trí của bạn như đi trên vỉa hè, nếu như vậy thì Lời Chúa sẽ không có cơ hội mang đến sự thay đổi. Những con chim sẽ cướp đi hạt giống được gieo vào lòng bạn.

Dân Y-sơ-ra-ên nghĩ rằng nhiều phép lạ sẽ làm thay đổi suy nghĩ của họ, nhưng hầu hết trong số họ đều đã ngã chết như là nạn nhân ở nơi đồng vắng, mặc dù họ đã chứng kiến nhiều phép lạ hơn bất kỳ thế hệ nào khác. Những người Pha-ri-si cũng tin vào lời nói dối tương tự, rằng nếu Chúa Jesus làm thêm một vài phép lạ, thì họ sẽ tin Ngài là Con Đức Chúa Trời. Bất chấp tất cả những việc siêu nhiên mà Chúa Jesus đã làm, bao gồm cả sự sống lại từ cõi chết, thì họ vẫn chưa chịu tin.

Đừng hiểu lầm tôi, chúng ta cần phép lạ, nhưng chỉ phép lạ thôi là chưa đủ để thay đổi suy nghĩ của chúng ta nếu không có sự khiêm nhường và sẵn sàng biến Lời Chúa trở thành tiêu chuẩn cho cuộc sống của chúng ta. Hãy nhớ rằng, mặt trời làm tan băng cũng chính là mặt trời làm cứng đất sét. Phép lạ cũng giống như vậy – với những người khao khát Lời Chúa, phép lạ sẽ giúp gây dựng đức tin, nhưng đối với những người không chịu để cho Lời Chúa có thẩm quyền trên cuộc sống của họ, thì phép lạ sẽ không bao giờ là đủ. Nếu bạn ngừng đổ lỗi cho những suy nghĩ tiêu cực là do hoàn cảnh, thì Chúa sẽ bắt đầu làm việc trên bạn một cách đầy quyền năng.

Bước Thứ Hai Đến Với Sự Đổi Mới Tâm Trí

Hãy ngừng tin rằng bạn không thể kiểm soát suy nghĩ của mình. Lời nói dối thứ hai phải được ăn năn là: Tôi không thể kiểm soát suy nghĩ của mình, chúng đang kiểm soát tôi. Đó là một cái cớ dở tệ, và nó không phù hợp Kinh thánh chút nào. Kinh thánh truyền bảo chúng ta: "…anh em phải nghĩ đến." (Phi-líp 4:8), "hãy suy gẫm ngày và đêm" (Giô-suê 1:8), "và suy ngẫm luật pháp ấy ngày và đêm." (Thi Thiên 1:2).

Một điều khá rõ ràng ở đây là bạn được Chúa mong đợi là người lựa chọn cách suy nghĩ của mình, chứ không phải là để cho bất cứ thứ gì khác lựa chọn cách suy nghĩ của bạn. Làm thế nào để chúng ta có thể làm được điều này một cách thực tế? Đúng là chúng ta bị tấn công trong tâm trí, bởi vì tâm trí của chúng ta là một chiến trường, không phải là một sân chơi. Khi một Cơ đốc nhân bắt đầu kết nối tâm linh của mình với Đức Thánh Linh, thì tâm linh của người đó sẽ bắt đầu trở nên mạnh mẽ hơn.

Tâm trí là một tên đầy tớ, hoặc là phục vụ tâm linh của bạn hoặc là phục vụ xác thịt của bạn. Khi tâm linh trở nên yếu đuối, tâm trí sẽ phục vụ cho những sai khiến của xác thịt bằng cách suy nghĩ những suy nghĩ tiêu cực. Nhưng khi chúng ta liên tục xây dựng tâm linh của mình bằng sự hiệp thông với Đức Thánh Linh, thì tâm trí của chúng ta sẽ chịu ảnh hưởng bởi Lời Đức Chúa Trời và Đức Thánh Linh sống trong chúng ta. Chúng ta có quyền lựa chọn suy nghĩ về những điều thuộc về Chúa hoặc để cho tâm trí trôi theo dòng chảy của cuộc sống.

Mỗi quốc gia đều có những người lính tuần tra biên giới để ngăn chặn sự xâm nhập. Đó là để bảo vệ và vì sự an ninh của đất nước. Bạn phải thiết lập một hệ thống kiểm soát biên giới trong tâm trí của bạn để ngăn chặn tất cả những suy nghĩ khủng bố của sự nghi ngờ, sợ hãi và tiêu cực xâm nhập và sống trong tâm trí của bạn. Chúng chỉ mang đến những tác hại cho cuộc sống của bạn.

Bước Thứ Ba Đến Với Sự Đổi Mới Tâm Trí

Bạn nuôi dưỡng tâm trí của mình bằng điều gì thì nó sẽ trở thành lối suy nghĩ của bạn. Lối suy nghĩ sẽ không thể nào được thay đổi nếu không thay đổi những thứ lấp đầy tâm trí của bạn. Thông thường, khi chúng ta nghe lẽ thật về việc phá vỡ các đồn lũy hoặc sự đổi mới tâm trí, chúng ta liền cố gắng thay đổi lối suy nghĩ của mình. Nhưng rồi chúng ta nhanh chóng nhận ra rằng đó không phải là một nhiệm vụ dễ dàng.

Lối suy nghĩ là những gì kiểm soát bạn. Còn tâm trí là những gì bạn kiểm soát. Cách duy nhất để thay đổi những suy nghĩ mặc định và tự động của bạn là lấp đầy tâm trí có ý thức của bạn với sự hiểu biết về lẽ thật lời Chúa. Một khi tâm trí có ý thức được lấp đầy đến tràn trề, thì nó sẽ chảy vào tiềm thức.

Chín mươi lăm phần trăm hành vi của chúng ta là tự động, đó

là lý do tại sao chúng ta đặt mục tiêu, nhưng không đạt được chúng. Đặt mục tiêu là chức năng của tâm trí có ý thức, nhưng đạt được chúng là nhiệm vụ của tiềm thức. Tâm trí tiềm thức chiếm phần lớn bộ não của bạn. Nó không hoạt động theo logic, do đó, nó tin bất cứ điều gì mà nó nghe được từ tâm trí có ý thức.

Điều quan trọng là chúng ta cần phải nuôi dưỡng tâm trí của mình bằng sự hiểu biết từ Lời Chúa. Đức Thánh Linh sẽ biến sự hiểu biết mà chúng ta dùng để nuôi dưỡng tâm trí của mình thành sự mặc khải, và chính điều này sẽ sớm biến thành lối suy nghĩ mới của chúng ta. Mỗi khi bạn để cho Đức Thánh Linh mang đến sự mặc khải từ sự hiểu biết Lời Chúa, thì bạn có thể chắc chắn rằng Ngài sẽ biến sự mặc khải của Lời Chúa đó thành sự biểu lộ của Lời Chúa. Và rồi, Lời của Ngài sẽ tạo ra kết quả hữu hình trong cuộc sống của bạn.

Trước khi có thể có được sự biểu lộ (thay đổi) trong hoàn cảnh của bạn, bạn cần phải để cho Thánh Linh của Đức Chúa Trời đem sự mặc khải vào trong tâm linh của bạn.

Cuối cùng, trước khi có thể có được sự mặc khải của Đức Thánh Linh, bạn cần phải lấp đầy tâm trí của mình với sự hiểu biết từ Lời Chúa càng nhiều càng tốt. Hãy đọc, ghi nhớ và suy ngẫm Kinh Thánh, nghe podcast và đọc sách Cơ đốc. Hãy đổ đầy tâm trí của bạn với lẽ thật, và Đức Thánh Linh sẽ làm cho nó trở nên sống động – chính điều này làm thay đổi lối suy nghĩ và biến đổi cuộc sống của bạn.

Bước Thứ Tư Đến Với Sự Đổi Mới Tâm Trí

Hãy xưng nhận những gì bạn tin, chứ không phải những gì bạn cảm thấy. Chúng ta sở hữu những gì chúng ta xưng nhận. Chúng ta có được sự cứu rỗi bằng cách xưng nhận Chúa Jesus là Chúa của cuộc đời chúng ta. Chúng ta sở hữu những lời hứa của Chúa bằng cách xưng nhận chúng với môi miệng chúng ta. Khi bạn thường xuyên xưng nhận chỉ những gì bạn cảm giác và nhìn thấy, bạn đang làm tổn thương đức tin của mình và chứa chấp những suy nghĩ tiêu cực.

Khi Đức Chúa Trời nhìn thế giới ở trong tình trạng tối tăm, trống rỗng và không có hình dạng – Ngài không dùng lời của mình để mô tả hoàn cảnh này. Thay vào đó, Ngài dùng quyền năng của lời Ngài để thay đổi hoàn cảnh. Đừng sử dụng môi miệng của mình như một nhiệt kế, chỉ đọc nhiệt độ trong điều kiện hiện tại của mình, hãy để cho lời Chúa biến môi miệng của bạn trở thành một bộ điều chỉnh nhiệt độ, làm thay đổi nhiệt độ cuộc sống của bạn bằng cách xưng nhận những gì Chúa nói.

Đức Chúa Trời đã phán dặn Giô-suê: "Quyển sách luật pháp này chớ xa miệng con." (Giô-suê 1:8). Giô-suê không chỉ cần phải đọc, hay là nghiên cứu, mà còn phải nói nó ra. Chúa Jesus đã làm điều đó trong đồng vắng khi bị ma quỷ cám dỗ. Rất có thể ma quỷ đã cám dỗ Chúa Jesus như cách mà nó thường cám dỗ chúng ta, bằng những suy nghĩ. Chúa Jesus đã không nghĩ về Kinh thánh để chống lại mũi tên của ma quỷ, Ngài đã nói ra Kinh thánh.

Khi những ý nghĩ xấu xa tấn công tâm trí bạn, hãy mở miệng và nói theo Lời Chúa, chứ không phải là theo những cảm xúc hay hoàn cảnh hiện tại của bạn. Như Kinh thánh chép trong Giô-ên 3:10, "Kẻ yếu khá nói rằng: Ta là mạnh!" Đừng lúc nào cũng nói những gì bạn cảm thấy, nếu không thì tâm trí của bạn sẽ không thể nào thay đổi được. Thay vào đó, hãy học cách nói ra lời Đức Chúa Trời.

Bước Thứ Năm Đến Với Sự Đổi Mới Tâm Trí

Hãy chống cự những suy nghĩ tiêu cực, hỗ trợ những suy nghĩ tích cực. Những suy nghĩ tích cực sẽ không dễ dàng đứng vững, chúng cần được hỗ trợ. Những suy nghĩ tiêu cực sẽ không tự nhiên rời đi, chúng cần phải bị chống cự.

Dụ ngôn đầu tiên của Chúa Jesus về hạt giống, đất và người gieo giống trong Ma-thi-ơ 13 cho thấy những thứ xấu như cỏ dại cần phải được nhổ lên và những hạt giống tốt cần phải được gieo trồng. Tất cả những hạt giống tốt đều cần phải được nuôi dưỡng để chúng nảy mầm. Còn để cho hạt giống xấu phát triển, thì bạn không cần phải làm gì cả. Nó tự phát triển. Nhưng hạt giống tốt thì không giống như thế, nó không phát triển như vậy. Những suy nghĩ cũng vậy. Những suy nghĩ xấu sẽ không rời đi; và những suy nghĩ tốt sẽ không trụ lại.

Chúng ta phải hỗ trợ Lời Chúa bằng cách nhường chỗ cho nó trong lòng và chống lại những suy nghĩ xấu xa của kẻ thù bằng cách bắt chúng phải phục dưới Đấng Christ (xem II Cô-rinh-tô 10:5).

Kinh thánh mô tả tâm trí như một con tàu tìm kiếm bến đỗ. Bạn không thể ngăn những con tàu rách nát đi qua lại trên đại dương, nhưng bạn có thể không cho phép chúng cập bến trong tâm trí của bạn (xem Giê-rê-mi 4:14; Phục Truyền 15:9).

Bạn không thể ngăn những con chim bay qua đầu mình, nhưng bạn có thể ngăn không cho chúng xây tổ trên đầu bạn. Những ý nghĩ tồi tệ sẽ đến, nhưng đừng để chúng ở lại đó bằng cách chống cự chúng bằng lẽ thật của Lời Chúa.

Bước Thứ Sáu Đến Với Sự Đổi Mới Tâm Trí

Hãy ăn mừng tiến trình đang diễn ra. Sẽ mất thời gian để có thể nhìn thấy sự thay đổi trong tâm trí của bạn. Tôi nghĩ rằng có một lý do mà Đức Chúa Trời lại phải mất đến sáu ngày để tạo nên thế giới này thay vì một ngày. Ngài muốn chỉ cho chúng ta thấy quá trình thay đổi sẽ diễn ra như thế nào.

Mỗi ngày có một điều tuyệt vời được hoàn thành và Đức Chúa Trời kết thúc ngày đó bằng cách ăn mừng những việc đã được thực hiện, thay vì phàn nàn về những việc vẫn chưa được thực hiện. Vào ngày thứ ba, khi vẫn còn rất nhiều thứ phải làm, Đức Chúa Trời thấy điều đó là tốt lành. Chúa đã không nhìn vào những việc còn dang dở. Nhiều việc vẫn chưa được làm xong nhưng Ngài đã ăn mừng những việc đã hoàn thành.

Việc đổi mới tâm trí xảy ra khi chúng ta ăn mừng những chiến thắng nhỏ và tập trung vào những gì Đức Chúa Trời đang làm, thay vì những gì Ngài chưa làm. Ngoài ra, cũng đáng để lưu ý rằng Đức Chúa Trời không bao giờ so sánh quá trình sáng tạo lộn xộn với thiên đàng xinh đẹp là nơi Ngài cư ngụ.

Ma quỷ sẽ cố gắng làm xáo trộn quá trình đổi mới tâm trí của bạn bằng cách khiến bạn so sánh sự tiến bộ của mình với người khác.

Tất cả chúng ta đều ở vào những thời điểm khác nhau của sự sáng tạo. Chúng ta cần phải hướng mắt về Đấng Tạo Hóa và đừng so sánh bản thân với người khác. So sánh sẽ giết chết sự thỏa lòng. Chúng ta được khích lệ chạy cuộc đua, chăm nhìn Chúa Jesus, chứ không phải là chăm nhìn người chạy khác để so sánh với hành trình của họ. Sự vui mừng lớn lao nhất trong cuộc đời là biết được bạn là ai và bạn không phải là ai, thỏa lòng trong vị trí của chính mình và hạnh phúc với con đường mà Chúa đã đặt để bạn, ngay cả khi có vẻ như bạn đang đi sau mọi người khác.

Bạn là người trọn vẹn trong Chúa. Bạn không cần phải so sánh mình với người khác. So sánh sẽ dẫn đến phàn nàn. Phàn nàn có thể dẫn đến việc phá vỡ điều răn thứ 10 liên quan đến sự tham muốn. Tham muốn sẽ giết chết quá trình sáng tạo của Đức Chúa Trời trong việc đổi mới tâm trí của bạn.

Nếu bãi cỏ của nhà hàng xóm trông có vẻ xanh tươi hơn, thì hãy bắt đầu tưới nước cho bãi cỏ của nhà bạn. Hãy là phiên bản tốt nhất của bạn mà thế giới từng thấy. Hãy nhớ rằng, những gì Đức Chúa Trời đã bắt đầu, thì Ngài sẽ thành tín làm cho trọn (xem Phi-líp 1:6). Chúa vẫn chưa xong với bạn đâu.

Bước Thứ Bảy Đến Với Sự Đổi Mới Tâm Trí

Hãy mong đợi phép lạ. Mong đợi một điều tốt đẹp xảy ra là một sự lựa chọn. Đó là một hành động của đức tin. Một người có tâm trí đổi mới sẽ có những kỳ vọng tích cực ở phía trước trong tâm trí của mình. Đừng để trí tưởng tượng của bạn tạo ra một hình ảnh mà trong đó mọi thứ sẽ trở nên tồi tệ đối với bạn, chẳng hạn như bệnh tật trở nên tồi tệ hơn, mối quan hệ bị đổ vỡ, kinh doanh thất bại, v.v. Hãy thay thế những sự tưởng tượng tiêu cực đó bằng những lời hứa trong Lời Đức Chúa Trời.

Có một câu chuyện vui về một cặp vợ chồng trẻ. Cô vợ luôn có cảm giác rằng có ai đó đang ở trong nhà để cướp tài sản của họ. Cô cứ đòi anh chồng đi kiểm tra căn nhà. Anh chồng đi kiểm tra và không thấy ai cả. Việc này tiếp diễn tuần này qua tuần khác trong một thời gian dài, cho đến khi anh chồng cảm thấy mệt mỏi vì cứ kiểm tra hoài như thế mà chẳng thấy có gì cả. Nhưng vì tôn trọng vợ, anh chồng vẫn cứ đi kiểm tra căn nhà như thế. Một hôm nào đó như bao hôm nào, khi đang kiểm tra ngôi nhà vào buổi tối theo yêu cầu của vợ, anh chồng ngạc nhiên khi nhìn thấy một tên cướp đang ở trong nhà. Tên trộm bảo anh chồng không được la lên và phải đưa cho hắn tất cả những vật có giá trị. Sau khi đã đưa cho tên trộm những gì hắn yêu cầu, trước khi tên trộm rời đi, anh chồng yêu cầu tên trộm khoan hãy rời đi mà phải gặp cô vợ, vì cô ấy đã mong đợi tên trộm trong suốt những năm đó.

Sự mong đợi là một nơi sinh sản ra phép lạ. Một số người thức dậy vào buổi sáng với cảm giác rằng có điều gì đó tồi tệ sẽ xảy ra với họ trong ngày hôm đó. Nếu nó xảy ra với bạn, đó là từ ma quỷ. Quay trở lại giường và thức dậy một lần nữa cho đến khi bạn có cảm giác tích cực rằng Chúa là tốt lành và Ngài lên kế hoạch cho những điều tốt đẹp.

Nếu bạn tiếp tục có những suy nghĩ tồi tệ rằng sẽ có điều gì đó không hay xảy ra và chúng xảy ra thật, thì đó là bạn đang khai phóng đức tin cho những rắc rối của chính mình. Tôi chọn tin cậy Chúa và mong đợi ân sủng và lòng thương xót của Ngài, chứ không phải là tai nạn, bệnh tật, hay là sự mất mát đến từ địa ngục.

Có phải như vậy có nghĩa là chúng ta sẽ không bao giờ có những ngày tồi tệ? Không! Nhưng chúng ta sẽ không sống trong sự mong đợi chúng.

Cầu Nguyện

"Lạy Chúa Thánh Linh cao quý, Ngài đang vận hành trên đời sống của con ngay lúc này. Tất cả những gì con có thể nhìn thấy là bóng tối, tất cả những gì con có thể cảm nhận là sự trống vắng trong cuộc sống của con. Con xin tiếp nhận lời của Ngài như là thẩm quyền tối cao trong cuộc đời của con. Con cầu xin Chúa khiến những sự hiểu biết từ Kinh Thánh trở thành một sự mặc khải trong lòng con. Ôi, Chúa Thánh Linh, xin hãy đem sự biểu lộ của Lời Chúa vào trong cuộc sống của con. Xin hãy làm cho thực tại đời sống của con đạt đến mức độ của lẽ thật lời Ngài."

CHƯƠNG 11

GIỮ LỬA

Có một người giàu có đang tìm kiếm tài xế lái xe cho gia đình mình. Đây là câu chuyện từ thời mà người ta còn đi xe ngựa kéo. Người giàu có này quyết định để ba ứng viên thể hiện kỹ năng của họ trong công việc. Ông đưa họ đến một vách đá dựng đứng và bảo họ lái chiếc xe ngựa trống đến bên vách đá.

Người đầu tiên lái chiếc xe ngựa kéo đến gần sát vách đá. Mọi người đều rất ấn tượng.

Người thứ hai thậm chí còn tiến gần hơn đến vách đá đến mức chỉ cần xê dịch một chút là rơi xuống vực. Gia đình người thuê tài xế nghĩ rằng chắc chắn không ai có thể làm tốt hơn người này được.

Người thứ ba lái xe đi cách thật xa vách đá đó. Ông giải thích rằng khi ông lái xe cho gia đình của người giàu có, tốt nhất là nên giữ họ càng xa nguy hiểm càng tốt. Và người này đã được nhận công việc.

Trên bước đường của chúng ta với Đấng Christ, sẽ có hai loại người. Một loại người đến càng gần vách đá càng tốt và loại người còn lại cố gắng đi càng xa càng tốt vách đá tội lỗi và lại gần Chúa Jesus hơn. Những câu hỏi mà giới trẻ ngày nay thường đặt ra khi nói đến tội lỗi tình dục là "Bao xa là quá xa?" hoặc "Giới hạn là ở đâu?" Những câu hỏi này cho thấy rằng thế hệ của chúng ta không quan tâm đến việc ở gần Chúa hơn, nhưng chỉ muốn biết họ có thể đến gần địa ngục đến mức nào mà vẫn không phải xuống đó!

Tôi luôn nói với những người trẻ rằng họ đang hỏi sai câu hỏi. Hãy tưởng tượng rằng tôi biết Lời Chúa nói rằng ngoại tình là sai. Đó là vách đá mà tôi muốn tránh trong cuộc hôn nhân của mình. Tôi đến gặp vợ tôi và hỏi: Liệu anh có thể đi chơi với người phụ nữ khác được không?

Liên tục nhắn tin cho người phụ nữ khác? Có thể là nắm tay nhau ở nơi công cộng? Hôn trán chúc ngủ ngon? Ngủ với cô ta nhưng không quan hệ tình dục? Bạn nghĩ vợ tôi sẽ nói gì? Phản ứng của cô ấy sẽ là – Được hết, anh có thể làm tất cả những điều đó miễn là anh không vượt qua ranh giới ngoại tình?

Hoàn toàn ngược lại - vợ tôi sẽ rất tức giận khi tôi hỏi những câu hỏi như vậy. Thay vào đó, mục tiêu và câu hỏi của tôi nên tập trung vào việc tôi có thể đến gần cô ấy như thế nào chứ không phải là tôi có thể đến gần vách đá ngoại tình đến mức nào mà vẫn không rơi vào sự ly hôn. Chúa muốn chúng ta ưu tiên theo đuổi Ngài hơn là tránh vách đá của sự thỏa hiệp.

Tránh Mương Nước

Những lựa chọn sai lầm thường là do các quyết định thiếu khôn ngoan mà ra. Lý do mà chúng ta biện hộ cho những hành động không khôn ngoan là vì chúng thường không sai. Nếu bạn muốn tránh việc lao xuống mương nước tội lỗi, thì bạn cần phải tránh đi trên vạch giới hạn của những quyết định thiếu khôn ngoan.

Hãy nhớ rằng, hầu hết các quyết định thiếu khôn ngoan không phải lúc nào cũng là tội lỗi, do đó, chúng ta tự cho mình một cái cớ để đến gần với tội lỗi nhất có thể nhưng chẳng mấy chốc nó đã trở nên quá muộn.

Khi Đa-vít phạm tội ngoại tình, việc đó là sai, và nó dẫn đến tội giết người. Tội ngoại tình không tình cờ xảy ra. Đó là kết quả của nhiều quyết định thiếu khôn ngoan. Đa-vít đã vượt qua vạch giới hạn, và dải cảnh báo, trước khi ông lao vào tội ngoại tình.

Khi đến lúc các vị vua phải tham chiến, Đa-vít được xức dầu để dẫn dắt dân Y-sơ-ra-ên vào trận chiến, nhưng ông lại quyết định ở nhà. Việc Đa-vít không ra ngoài chiến trường có phải là sai không?

Tôi không nghĩ là sai! Nhưng thật không khôn ngoan khi ông ở nhà trong lúc quân đội của ông đang ở trên chiến trường. Quyết định thiếu khôn ngoan này dẫn đến quyết định thiếu khôn ngoan khác. Đa-vít ở nhà và "Một buổi chiều kia, Đa-vít đứng dậy khỏi giường mình và đi dạo trên mái bằng cung điện…" (II Sa-mu-ên 11:2). Chúng ta cần hiểu chỗ này, Đa-vít ở lại trong cung, ngủ cả ngày và đến chiều tối mới dậy. Tôi biết Đa-vít đang ở vị trí của một vị vua, nhưng việc ngủ cả ngày như thế là thiếu khôn ngoan. Điều đó không có gì là sai, nhưng như vậy cũng là thiếu khôn ngoan đối với một vị vua.

Một quyết định thiếu khôn ngoan đã dẫn đến một quyết định thiếu khôn ngoan khác và sau đó ông đã nhìn thấy một người phụ nữ đang tắm. Tắm vào buổi chiều tối là một điều hết sức bình thường. Và cũng không có gì sai khi ông nhìn thấy cảnh đó. Chỗ sai của ông là ngắm nhìn người phụ nữ và sau đó đã cho gọi vào cung. Đa-vít đã bị mắc kẹt trong mương nước của nhiều lời nói dối, lừa lọc và hủy diệt khiến ông phải trả giá đắt. Nếu bạn muốn tránh rơi vào những tội lỗi trong quá khứ một lần nữa, hãy tránh làm những việc thiếu khôn ngoan.

Những Trinh Nữ Dại Dột

Bạn còn nhớ câu chuyện về mười trinh nữ chứ? Một nửa trong số họ là khôn ngoan và nửa còn lại là dại dột (xem Ma-thi-ơ 25). Năm trinh nữ dại dột không đánh mất trinh tiết của họ. Họ không làm gì sai cả, nhưng họ đã làm những việc không khôn ngoan. Việc đó dẫn đến sự thất vọng lớn, đó là bỏ lỡ một cuộc hẹn với thiên mệnh của họ. Không đánh mất "trinh tiết" của bạn không phải là một sự đảm bảo để bạn đạt được tiềm năng tối đa của mình.

Đức Chúa Trời muốn chúng ta sống khôn ngoan bằng cách tránh xa những điều dẫn đến tội lỗi. Cách tốt nhất để tránh xa tội lỗi là giữ một khoảng cách thật xa với những thứ mà bản thân chúng không được xem là tội lỗi, nhưng khi tham gia vào, sẽ dẫn chúng ta đến với tội lỗi.

Người xây nhà mình trên cát không sai, nhưng anh ta được cho là không khôn ngoan. Khi la bàn đạo đức của bạn được xây dựng dựa trên việc cố gắng tránh làm những điều sai, thì sớm muộn gì bạn cũng sẽ sụp đổ mà thôi. Người khôn ngoan đã xây nhà mình trên vầng đá. Nếu bạn muốn cho sự chính trực và tự do của mình vượt qua được những bão tố cuộc đời và cám dỗ, hãy xây dựng niềm tin của bạn tránh đi những quyết định thiếu khôn ngoan, chứ không chỉ là những lựa chọn sai lầm.

Đùa Giỡn Nhưng Sẽ Ngã Thật

Giô-sép bị cám dỗ trong nhà Phô-ti-pha hết ngày này qua ngày khác. Chúng ta không thấy chàng đùa giỡn với vợ Phô-ti-pha hay dành thời gian cho bà ta. Chàng là một người độc thân có những năm tháng khó khăn trong tuổi trẻ. Gia đình chàng đã có giấy chứng tử cho chàng, đối với họ, chàng không còn tồn tại. Chàng là một tên nô lệ, và giấc mơ của chàng đang tạm đóng băng ở đó. Đây là một cái cớ tuyệt vời để đùa giỡn với tội lỗi. Giô-sép đã không có mục sư, hội thánh hay Kinh thánh để lèo lái chàng đi đúng đường. Tuy nhiên, chàng đã chiến đấu với tội lỗi giỏi hơn nhiều so với hầu hết chúng ta ngày nay. Nguyên tắc của chàng rất đơn giản, nếu bạn muốn tránh rơi vào tội lỗi, bạn không thể đùa giỡn với nó.

Đừng đùa giỡn, hãy bỏ chạy! Tất cả những ai sa vào tội lỗi, đều đùa giỡn với nó lúc ban đầu. Cái cớ mà chúng ta dùng để đùa giỡn với tội lỗi là vì nó không thực sự là phạm tội. Vâng, bạn không sa ngã cho đến khi bạn đùa giỡn. Một số người sử dụng ân điển của Đức Chúa Trời như một cái cớ để đùa giỡn với tội lỗi. Ân điển được ban cho chúng ta để cho chúng ta sức mạnh chạy trốn khỏi tội lỗi, chứ không phải là để đùa giỡn với nó.

"Vì ân điển cứu chuộc của Đức Chúa Trời dành cho mọi người đã được bày tỏ. Ân điển đó dạy chúng ta từ bỏ sự không tin kính và dục vọng trần gian để sống một cách tiết độ, công chính và tin kính trong đời nầy" (Tít 2:11-12). Ân điển không chỉ mang đến cho chúng ta sự cứu rỗi. Ân điển còn là một thầy giáo dạy chúng ta cách từ bỏ sự không tin kính, những ham muốn trần tục, và sống khác biệt trong thế giới này.

"Thưa anh em, anh em đã được gọi để hưởng tự do; chỉ có điều là đừng dùng tự do ấy như một cơ hội để sống cho xác thịt, nhưng hãy lấy lòng yêu thương mà phục vụ nhau." (Ga-la-ti 5:13). Chúng ta đừng sử dụng sự tự do của mình như một cái cớ để đùa giỡn với những thứ có thể khiến chúng ta quay trở lại với sự trói buộc nhanh hơn những gì chúng ta có thể tưởng tượng.

Lưng Phải Thắt Lại, Đèn Phải Thắp Lên

Lý do mà chúng ta cần tránh xa những thứ không khôn ngoan, hay vách đá, không chỉ giới hạn ở việc để chúng ta tránh rơi vào tội lỗi. Nó cũng tạo cho chúng ta một sự say mê trong việc theo đuổi Đức Chúa Trời.

"Lưng các con phải thắt lại, đèn các con phải thắp lên." (Lu-ca 12:35). Đây là thách thức của Chúa Jesus đối với những người ở trong thời kỳ cuối cùng. Thắt lưng lại có nghĩa là bạn cần phải giữ vững niềm tin của mình. Dù bạn đang cố gắng tránh sa vào tội lỗi, nhưng nếu bạn làm những việc mà sẽ dẫn đến tội lỗi – thì niềm tin của bạn sẽ bị buông lỏng và rất nhanh chóng quần của bạn sẽ bị tuột xuống, có nghĩa là tự do của bạn sẽ lại bị đánh mất. Niềm tin xác quyết giữ lại sự tự do cho bạn. Khi niềm tin bị lỏng lẻo, chúng ta thỏa hiệp với những thứ dẫn chúng ta đến chỗ đánh mất đi những điều chúng ta nhận được từ Chúa.

Những chiếc thắt lưng và niềm tin xác quyết sẽ giúp siết chặt áo choàng của chúng ta, nhưng đây cũng là điều mang đến cho chúng ta cơ hội để đèn của chúng ta được thắp lên. Khi bạn ngừng chạy xa tội lỗi, nó đi kèm với một cái giá - bạn sẽ ngừng chạy theo Chúa. Hai yếu tố này có liên hệ với nhau, thắt lưng và đèn có sự tác động qua lại. Sự thanh sạch và niềm say mê đi cùng với nhau. Chúng cần có nhau. Sự vững tin giữ lại tự do cho chúng ta; sự tự do của chúng ta cho phép chúng ta theo đuổi Chúa mà không bị phân tâm.

BỨT PHÁ

Ném Con Rắn Vào Lửa

Khi chúng ta bước đi trong sự khôn ngoan, sự vững tin sẽ bảo vệ chúng ta khỏi sa vào tội lỗi, nhưng nó không bảo vệ chúng ta khỏi bị cám dỗ hoặc khỏi bị tấn công.

"Phao-lô lượm một bó củi ném vào đống lửa thì một con rắn lục từ trong bó củi bị nóng bò ra, quấn chặt vào tay ông... Nhưng Phao-lô rảy rắn lục vào lửa và chẳng bị đau đớn gì cả." (Công Vụ 28:3,5). Phao-lô đang đi trên con đường công chính, bước theo Chúa và gần gũi Đức Thánh Linh, không hề đùa giỡn với tội lỗi. Tuy nhiên, ông đã trải qua một cơn bão, một vụ đắm tàu và sau đó ông phải đối mặt với một con rắn. Đức Chúa Trời ban cho ông ân điển để sống sót qua cơn bão và vụ đắm tàu, nhưng đến chuyện con rắn, một điều khác đã xảy ra.

Trong khi trời mưa, Phao-lô đã lượm những que củi để nhóm lửa. Một bài học thú vị được thấy ở đây - đừng để những cơn bão tố và đắm tàu khiến bạn trở nên thụ động, hoặc ngăn bạn nhóm lửa trong tâm hồn mình. Đừng để những bi kịch và tổn thương khiến bạn trở nên nguội lạnh với Chúa và chỉ ăn mày dĩ vãng. Chúa muốn bạn bùng cháy ngay trong hôm nay, vì Ngài là Đấng Hằng Có vĩ đại, chứ không chỉ là Đấng Đã Có vĩ đại. Nếu bạn hồi tưởng về một khoảng thời gian mình yêu mến Chúa Jesus hơn ngày hôm nay, thì bạn đang bị tụt dốc rồi đó. Đã đến lúc nhen nhóm lại ngọn lửa đó một lần nữa trong đời sống của bạn. Đừng lấy những việc người ta làm và những khó khăn bạn trải qua làm một cái cớ để trở nên nguội lạnh. Kẻ thù của bạn có thể đã lấy đi quá khứ của bạn, nhưng chúng chỉ có thể giết chết niềm đam mê của bạn ở hiện tại với sự cho phép của bạn.

Thực sự là không dễ gì để có thể nhóm lửa khi trời đang mưa. Giữ cho niềm đam mê luôn sống động là không hề đơn giản sau khi đã trải qua những thăng trầm của cuộc sống. Việc lượm một bó củi để nhóm lại với nhau cũng cần có sự nỗ lực. Hãy bắt đầu kỷ luật bản thân bằng cách đọc Lời Chúa hàng ngày, cầu nguyện, kiêng ăn thường xuyên, nghe podcast và/ hoặc những sứ điệp trên YouTube.

Hãy dành ít thời gian cho việc xem tivi và nhiều thời gian hơn để nghe những lời làm chứng; ít thời gian lang thang trên các phương tiện truyền thông xã hội, nhiều thời gian hơn cho việc tham gia nhóm nhỏ của bạn; ít thời gian tranh luận và nhiều thời gian hơn cho việc làm chứng về đức tin của mình. Khi bạn làm được như vậy, bạn sẽ ngạc nhiên khi thấy những que củi nhỏ này nhóm lại với nhau có thể tạo nên lửa. Nó có thể chỉ là một đám lửa nhỏ, nhưng nó là của bạn và nó là thật.

Khi ngọn lửa đang cháy trong đời sống của bạn, mọi thứ đều sẽ tuyệt vời, ngay cả khi nó đến sau một cơn bão và một vụ đắm tàu. Nhưng khoan đã, ngọn lửa trong cuộc đời của Phao-lô đã làm lộ ra một con rắn. Con rắn đó xuất hiện và không chỉ tấn công Phao-lô, mà nó còn quấn chặt tay ông với ý định giết chết ông. Thật điên rồ là điều này thường xảy ra khi bạn bắt đầu sống đời sống đức tin Cơ đốc, bước đi trong tự do và nóng cháy cho Chúa. Đùng một cái! Không biết từ đâu, bạn vấp ngã hoặc bị tấn công - và con rắn cắn bạn một phát thật đau, quấn chặt không buông.

Con rắn xuất hiện kèm theo đó là những tiếng nói. Khi con rắn cắn Phao-lô, mọi người bắt đầu nói với nhau. Người thì nói: "Hắn ta là một tay sát nhân." Kẻ thì rằng: "Chúa đang trừng phạt hắn." Người khác nữa thì nghĩ: "Dù tên này thoát chết ngoài khơi nhưng công lý vẫn không buông tha cho hắn!"

Khi bạn bị tấn công như vậy, và ngay cả khi bạn sa vào cùng một tội lỗi mà bạn đã được giải cứu ra khỏi, thì xin đừng nghe những lời dối trá của ma quỉ. Những lời nói dối của nó còn nguy hiểm hơn là tội lỗi mà bạn đã tái phạm.

Thay vì tranh cãi với người ta, Phao-lô đã rảy con rắn vào đống lửa mà ông đã giúp nhóm lên. Con rắn chết và người ta bắt đầu nói rằng ông là một vị thần. Quan điểm của mọi người thường thay đổi đến chóng mặt. Mới đó, họ nói ông là một tay sát nhân, rồi bây giờ, họ nói ông là một vị thần. Cả hai nhận định đó đều là sai. Chúng ta phải tin cậy Lời Chúa hơn là quan điểm của con người. Cùng một ý như vậy, chúng ta phải tiếp nhận Lời Chúa hơn là bất kỳ tiếng nói nào khác trong đầu.

Hãy học cách để rũ bỏ cảm giác tội lỗi, xấu hổ và dối trá khi bạn bị tấn công. Ma quỷ muốn dập tắt ngọn lửa của bạn. Thay vào đó, việc bạn nên làm là ném những cám dỗ và thử thách đó vào lửa, và chúng sẽ chết. Đừng ngừng nóng cháy và cũng đừng ngừng làm những gì bạn đang làm trước khi bị tấn công. Vì đó là những gì ma quỷ mong muốn.

Một trong những lý do mà có những người chết do bị con rắn thuộc linh cắn là vì họ không có đủ lửa trong cuộc sống của mình để ném con rắn đó vào. Bạn không thể nào ném các vấn đề của bạn vào đống lửa của tôi được, bạn cần phải tự nhóm lửa cho mình. Bạn không thể nào ném con rắn của bạn vào đống lửa của mục sư của bạn, bạn phải có cho riêng mình. Hãy biến lòng của bạn trở thành một lò sưởi, đừng để nó thành một thùng rác mà cái gì cũng vứt vào đó được. Bạn là đền thờ của Đức Thánh Linh, chứ không phải là ngôi mộ chứa hài cốt người chết. Bạn được gọi để trở thành người có tiếng nói, chứ không phải là người "tai tiếng" trong thế hệ của mình.

Sự phục hưng bùng nổ trên hòn đảo sau khi con rắn chết đi. Ma quỷ muốn giết chết Phao-lô để nó có thể ngăn chặn sự phục hưng, nhưng Phao-lô đã giết chết con rắn và sự phục hưng bùng nổ. Mỗi một con quỷ mà bạn đánh bại sẽ đưa bạn đến với một cấp độ mới trong đời sống cá nhân của mình. Đức Chúa Trời sẽ biến những ác ý của ma quỷ trở thành những viên đá quý cho bạn vì mục đích tốt đẹp.

GIỮ LỬA

Cầu Nguyện

"Lạy Chúa Jesus, con muốn có Chúa nhiều hơn trong cuộc sống của con. Con hiểu rằng ước muốn theo Chúa của con còn yếu lắm. Chúa Thánh Linh ơi, xin hãy tạo nên trong con sự khao khát bước theo Chúa Jesus. Chúa ơi, xin hãy bao quanh con với những người giúp con chạy cuộc đua này. Lạy Chúa Cha, xin ban cho con ân điển của Ngài để giúp con quay lưng lại với tội lỗi và bất cứ điều gì dẫn đến tội lỗi."

BỨT PHÁ

CHƯƠNG 12

KHI BẠN TRƯỞNG THÀNH

Khi tôi còn là một cậu bé ở Ukraine, gia đình tôi có nuôi bò, lợn, gà và có một khu vườn nhỏ để trồng các loại rau quả cho gia đình. Như thế, tôi lớn lên và biết cách vắt sữa bò, làm việc trên cánh đồng và chăm sóc những vật nuôi.

Khi còn là một cậu bé, tôi là một đứa rất thích quan sát thế giới tự nhiên và động vật để xem chúng sinh trưởng ra sao. Tôi đặc biệt chú ý đến quá trình ấp trứng gà. Con gà mẹ đẻ trứng ở một nơi an toàn, thoải mái. Nó sẽ "ngồi" lên những quả trứng đó trong một khoảng thời gian. Về sau, tôi biết khoảng thời gian đó thường là 21 ngày. Khi nó ngồi và ấp những quả trứng như thế, bên trong mỗi quả trứng là những chú gà con đang phát triển từng ngày.

Ngay trước khi những chú gà con xuất hiện, tôi có thể nhìn thấy những mảng sẫm màu hơn trên chiếc vỏ, cho thấy một cái gì đó sắp từ đó đi ra. Tôi rất ngạc nhiên khi thấy con gà mẹ đã không làm vỡ chiếc vỏ để giúp những đứa con của mình bước ra thế giới mới. Nó chỉ cứ ấp, cứ giữ ấm như thế. Khi những chú gà con tiếp tục phát triển từ bên trong, đến một lúc nào đó, chúng sẽ tự phá vỡ chiếc vỏ của mình và ra khỏi đó.

Chúa Jesus gọi chính Ngài là gà mẹ khi nói về thành Giê-ru-sa-lem. "Đã bao lần Ta muốn tụ họp con cái ngươi như gà mẹ túc con mình lại, ấp ủ dưới cánh mà các ngươi không muốn!" (Ma-thi-ơ 23:37). Đôi khi, Chúa Jesus mang đến tự do và thay đổi cho cuộc sống của chúng ta bằng quá trình tăng trưởng của chúng ta trong Ngài. Ngài muốn ấp ủ chúng ta, bao phủ chúng ta bằng tình yêu của Ngài, để chúng ta có thể được "nở" ra. Không phải tất cả sự tự do đều đến từ chỉ một lời cầu nguyện, có những sự tự do đến khi có sự tăng trưởng trong Chúa. Tôi thường hay nói với hội thánh của mình - một số người được giải cứu ngay tại khu vực cầu nguyện này, nhưng nhiều người sẽ được tự do nhờ đời sống cầu nguyện của họ. Có những thứ chỉ đến khi có sự tăng trưởng.

Tự Do Đến Từ Sự Tăng Trưởng

"Không hề có sự sợ hãi trong tình yêu thương, nhưng tình yêu thương trọn vẹn thì loại bỏ sự sợ hãi…" (I Giăng 4:18). Từ "trọn vẹn" ở đây có thể được dịch là trưởng thành hoặc chín chắn. Có những thứ mà chúng ta có thể loại bỏ được bởi sự trưởng thành của chúng ta trong tình yêu thương của Đức Chúa Trời. Sợ hãi và yêu thương sẽ cùng tồn tại nếu tình yêu thương trong bạn chưa trưởng thành. Một khi bạn lớn lên trong Chúa, có những thứ sẽ được loại bỏ bởi sự tăng trưởng của bạn. Giống như một con gà con cứ tiếp tục lớn lên trong vỏ trứng, nó tác động lên vỏ trứng từ bên trong và phá vỡ nó. Bất cứ vỏ bọc sợ hãi nào bạn bao quanh bạn đều sẽ bị phá vỡ, nếu bạn lớn lên trong tình yêu của Chúa và Lời của Ngài.

Đôi khi chúng ta muốn Chúa giúp phá vỡ vỏ bọc của những giới hạn cho chúng ta, nhưng mặc dù là sẽ có những đau buồn, Ngài vẫn mong muốn rằng chúng ta cứ tiếp tục lớn lên trong Ngài. Khi chúng ta phát triển, những xiềng xích trói buộc chúng ta sẽ tự khắc bị bứt đứt. Chúng ta phải tự phát triển và thoát ra. Do đó, có nhiều người đã từ bỏ từ rất sớm. Họ đến nơi cầu nguyện hoặc tư vấn để được giải cứu, nhưng không có gì xảy ra và họ từ bỏ Chúa. Hãy giống như những con gà con - ở dưới sự ấm áp của gà mẹ, đừng lăn ra khỏi tổ, và rồi bạn sẽ nhìn thấy những thứ đang kiềm giữ bạn trong ngày hôm nay, chẳng mấy chốc sẽ bắt đầu rạn nứt và vỡ ra.

"Ta sẽ không đuổi chúng đi hết trong một năm đâu, vì nếu vậy thì xứ sở sẽ trở nên hoang vu, và thú rừng sẽ sinh sôi nẩy nở, tác hại đến ngươi. Nhưng Ta sẽ đuổi chúng từ từ khỏi con, cho đến khi con trở nên đông đúc và có thể thừa hưởng đất nầy." (Xuất 23:29-30). Dân Y-sơ-ra-ên đã không chiếm hết Miền Đất Hứa ngay một lúc. Từng thời điểm, Chúa sẽ đuổi kẻ thù của họ đi, cho đến khi dân Y-sơ-ra-ên trở nên đông đúc và có thể thừa hưởng nó. Chúa muốn bạn gia tăng và lớn lên trong Ngài, vì tiềm năng đầy trọn và sự tự do của bạn phụ thuộc vào điều đó.

Bứt Đứt Dây Trói

Thánh Kinh so sánh người công chính với một cây cọ (cây kè - xem Thi Thiên 92:12-15). Cây cọ là biểu tượng của vẻ đẹp, luôn tươi xanh và không bị cháy trong lửa. Cũng như vậy, là một người công chính, chúng ta sẽ không bị đốt cháy trong hồ lửa, chúng ta sẽ luôn vui vẻ trong Chúa, bởi vì rễ của chúng ta được bám chặt nơi Chúa.

Cây cọ thường được trồng ở vùng nhiệt đới. Chúng không sợ hạn hán vì rễ của chúng ăn rất sâu vào lòng đất. Bạn và tôi cũng như thế - môi trường xung quanh không phải là yếu tố quyết định liệu chúng ta có phát triển mạnh mẽ được hay không, mà đó chính là mối quan hệ của chúng ta với Chúa.

Thân cây cọ rất dẻo dai, bởi vì sức mạnh của nó là ở trong phần lõi của thân cây, không phải trong vỏ cây. Những tín hữu phản ánh điều này bằng cách sống đời sống của mình từ trong ra ngoài, thay vì từ ngoài vào trong. Sức mạnh của chúng ta nằm ở nơi Chúa, chứ không phải là ở cách mọi người đối xử với chúng ta hay là cách cảm nhận của chúng ta.

Một cây cọ có thể oằn mình trong một cơn bão do đó nó không bị gãy. Bão tố là điều không thể tránh khỏi. Bão tố ập đến với cả những người khôn ngoan và dại dột. Chúng ta không cần phải sợ hãi bão tố, nếu chúng ta biết cách quỳ gối trong sự hạ mình, lệ thuộc vào Chúa. Khi bạn "uốn cong" mình trong cơn bão như cây cọ, bạn sẽ không bị gãy. Bão tố sẽ tan biến và bạn sẽ lại trỗi dậy.

Có rất nhiều sự ví von so sánh giữa một cây cọ và một người công chính. Một điều cần làm nổi bật là thường có những sợi dây buộc xung quanh thân cây cọ, khiến nó khó mà phát triển từ bên trong. Khi cây cọ còn nhỏ, có những dây thừng được buộc xung quanh thân cây để giúp nó mọc thẳng lên. Đối với hầu hết các loài cây khác, sợi dây thừng sẽ ăn sâu vào thân cây khi cây phát triển. Nhưng cây cọ thì khác. Một khi nó phát triển, những sợi dây buộc vào nó khi nó còn nhỏ sẽ không thể nào ăn sâu vào thân cây, thay vào đó chúng sẽ bị bứt đứt. Hãy tưởng tượng sức sống của cây cọ là mãnh liệt đến mức nào.

Bạn giống như một cây cọ. Có lẽ ma quỷ đã dùng xiềng xích quấn quanh bạn khi bạn yếu đuối. Có thể bạn đã cố gắng cầu nguyện, kiêng ăn, và làm mọi thứ để chặt đứt nó, nhưng bạn vẫn thấy mình bị mắc kẹt trong sự trói buộc.

Kẻ thù sẽ cố gắng hết sức thuyết phục bạn rằng bạn sẽ mãi như thế và đó sẽ là số phận của bạn – nếu bạn không thể đánh bại nó, thì phải chấp nhận thôi.

Tôi nhớ trường hợp đầu tiên về đồng tính luyến ái mà tôi đã xử lý với tư cách là một mục sư trẻ tuổi. Một thanh niên công khai chuyện đồng tính luyến ái và có bạn trai vào thời điểm đó. Cậu ta đến với buổi nhóm dành cho các bạn thanh niên. Hôm đó, tôi đã giảng về câu chuyện người phụ nữ bị bệnh huyết rong và thể nào Chúa Jesus đã chữa lành cho bà. Điểm chính yếu trong sứ điệp đó là nan đề của bạn không phải là thân phận của bạn và bạn không thể được giải thoát cho đến khi bạn ngừng tin rằng đó đã là thân phận của mình.

Cậu ta đã đến gặp tôi sau giờ nhóm, mong được gặp và nói chuyện. Khi chúng tôi ngồi lại với nhau, cậu ta thú nhận rằng cậu đã chấp nhận đồng tính luyến ái như là thân phận của mình trong một thời gian dài. Tôi hỏi cậu ta tại sao? Vì cậu ta lớn lên trong hội thánh, hiểu biết từ Kinh thánh rằng Chúa không tạo nên cậu như thế. Câu trả lời của cậu ta là: "Tôi đã cố gắng để được tự do trong một thời gian dài. Tôi đã cầu nguyện, đã kiêng ăn, đã xưng tội nhưng sự cuốn hút đối với người đồng giới vẫn còn đó, cho nên tôi đã từ bỏ." Đêm đó, cậu nhận ra mình đã tin vào một lời nói dối. Bởi vì cậu đã quá mệt mỏi và chán nản trong cuộc chiến của mình, và thật dễ dàng để tin vào lời nói dối đó.

Hãy nhớ rằng, bạn không thể nào bứt đứt những sợi dây buộc xung quanh cuộc sống của bạn nếu bạn để nó ăn sâu vào trong bạn và để nó định hình con người của bạn. Vấn đề hiện tại của bạn không còn nằm ở thân phận của bạn. Bạn đang ở trong Đấng Christ - đó là thân phận của bạn, bạn hiện đang có đồng một thân phận như Đấng Christ. Thân phận của bạn là ở trong Đấng Christ, chứ không phải là trong cuộc khủng hoảng. Hãy loại bỏ lời nói dối của ma quỷ ra khỏi đầu bạn. Đó chính là nỗ lực cuối cùng của nó để khiến cho sự trói buộc ăn sâu vào trong bạn, để bạn luôn ở trong tình trạng đó. Đừng tin lời nói dối của nó. Bạn giống như một cây cọ. Trong thời kỳ tăng trưởng của mình, đừng để những sợi dây thừng ăn sâu vào trong bạn, chúng sẽ bị bứt đứt, chậm thôi nhưng chắc chắn. Nó có thể là một quá trình, nhưng kết quả là bạn sẽ trở nên mạnh mẽ hơn. Sức mới mà Chúa sẽ phát triển trong bạn sẽ có ích cho những chiến thắng trong tương lai. Trận chiến hiện tại của bạn với sư tử và gấu sẽ đưa bạn vào vị trí giành lấy chiến thắng oanh liệt trước Gô-li-át của bạn.

Sự xức dầu sẽ bẻ gãy ách. Đừng bao giờ để cho xiềng xích trở thành một phần của con người bạn. Nó sẽ bị chặt đứt nếu bạn nhất quyết không để nó được cấy ghép vào thân phận của bạn. Sự tự do sẽ đến cùng với sự tăng trưởng. Khi bạn mạnh mẽ hơn, mọi sự trói buộc sẽ bị phá vỡ! Sự tự do khỏi sợ hãi và các nan đề khác sẽ được nhìn thấy trong quá trình này. Không dừng lại tại đó, mọi lo lắng cũng sẽ tan biến.

Tìm Thấy Sự Yên Nghỉ Từ Việc Học Hỏi

"Hỡi những ai mệt mỏi và gánh nặng, hãy đến với Ta, Ta sẽ cho các ngươi được an nghỉ. Ta có lòng nhu mì, khiêm nhường; hãy gánh lấy ách của Ta và học theo Ta thì linh hồn các ngươi sẽ được an nghỉ." (Ma-thi-ơ 11:28-29). Chúa Jesus ban sự yên nghỉ cho những ai đến với Ngài. Đó là sự yên nghỉ khỏi những cố gắng để đạt được sự cứu rỗi. Đây là một phước lành vượt sức tưởng tượng. Chúa ban cho chúng ta sự yên nghỉ. Sau đó Chúa bảo chúng ta hãy gánh lấy ách của Ngài và học theo Ngài rồi thì chúng ta sẽ tìm thấy sự yên nghỉ cho linh hồn của chúng ta. Có sự yên nghỉ khi bạn đến với Chúa

Jesus, nhưng cũng có sự yên nghỉ đến sau khi bạn tăng trưởng trong Chúa Jesus.

Nếu bạn vẫn chưa có được sự tự do hoàn toàn khỏi những thất vọng, lo lắng và nặng nề bằng cách đến với sự cầu nguyện, Chúa muốn bạn tăng trưởng trong Ngài. Sự tăng trưởng này sẽ dẫn bạn đến với sự tự do mà bạn cần. Không phải tất cả mọi thứ đều sẽ đến với chúng ta trong cùng một lúc. Chúng ta không nhận được tất cả những gì Chúa dành cho chúng ta khi chúng ta được cứu hay là khi chúng ta cầu nguyện để được giải cứu. Xin đừng hiểu sai ý tôi - tất cả những điều này đều đã có sẵn trong Đấng Christ khi chúng ta được cứu, nhưng có những điều chỉ đến khi chúng ta lớn lên trong Đấng Christ. Có sự tự do mà Chúa Jesus ban cho và cũng có sự tự do mà bạn tìm thấy cho mình.

Ví dụ: nếu cha mẹ bạn mua cho bạn một chiếc ô tô khi bạn 10 tuổi, bạn sẽ không thể lái nó một cách hợp pháp cho đến khi bạn được ít nhất là 18 tuổi. Tăng trưởng là điều cần thiết để nhận được những gì thuộc về bạn. Tôi tin rằng Đức Chúa Trời rải các phước lành của chúng ta ra để chúng ta lớn lên trong Ngài, chứ không phải chỉ là đến nhận những gì chúng ta cần, rồi đi.

Để tăng trưởng trong Chúa Jesus, chúng ta phải "gánh lấy ách" của Chúa – điều này nói lên một giao ước với Ngài. Bạn được gánh cùng một cái ách với Chúa Jesus, là Vua. Bạn đang trong một mối quan hệ với Ngài. Mối quan hệ này là một giao ước - giống như một cuộc hôn nhân. Khi tôi kết hôn với vợ, cô ấy lấy họ của tôi luôn (đối với người Mỹ là như vậy – ND). Tất cả những gì của tôi bây giờ là của cô ấy và tất cả những gì của cô ấy cũng là của tôi. Điều này giống với mối quan hệ của chúng ta với Chúa Jesus. Khi chúng ta được cứu, chúng ta mang lấy cái ách trong một giao ước với Ngài. Cuộc chiến của chúng ta trở thành cuộc chiến của Ngài và sự bình an của Ngài trở thành của chúng ta. Ngài lấy những thứ thuộc về chúng ta và ban cho chúng ta những điều thuộc về Ngài.

Để tăng trưởng trong Chúa Jesus, chúng ta cần phải học hỏi từ

Ngài. Chúa Jesus dạy chúng ta về sức mạnh của việc học. Lớn lên là học hỏi, học hỏi là lớn lên. Tất cả chúng ta đều có thể học hỏi từ sách vở, trường lớp, thầy cô giáo, mục sư, nhưng ở đây Chúa Jesus nói hãy học theo Ngài. Hãy tìm hiểu xem Ngài là ai - điều này mang đến sự tự do. Điều này phù hợp với Giăng 8:32 - "Các ngươi sẽ biết chân lý, và chân lý sẽ giải phóng các ngươi."

Sau đó, Chúa Jesus bày tỏ rằng Ngài chính là chân l(xem Giăng 14:6). Khi chúng ta biết Ngài, chúng ta tìm thấy sự yên nghỉ. Trong Ngài, chúng ta tìm thấy tự do. Trong Ngài có sự giải cứu. Chúng ta tìm thấy mọi sự trong Ngài. Xin đừng "vội" thất vọng nếu như chúng ta chưa nhận được mọi thứ khi đến với Chúa Jesus. Hãy tăng trưởng trong Ngài. Trong quá trình đó, bạn sẽ ngạc nhiên về những gì mình sẽ tìm thấy.

Khi Đang Bước Đi, Họ Được Lành

Chúa Jesus đi đến một ngôi làng kia có 10 người phong hủi xin Ngài chữa lành cho họ. Thay vì cầu nguyện, chạm đến họ, hay là nói một lời chữa lành - Chúa Jesus đã bảo họ đi trình diện các thầy tế lễ. "Khi họ đang đi thì phong hủi được sạch." (Lu-ca 17:14). Đức Chúa Trời chữa lành họ, không phải là khi họ nhận được lời cầu nguyện, mà là khi họ vâng lời. Sự vâng lời Chúa có thể khai phóng sự chữa lành của Ngài cho linh hồn và thân thể của chúng ta. Chúa Jesus chữa lành khi chúng ta cầu nguyện và khi chúng ta vâng lời.

Nó giống như việc đi đến bác sĩ. Đôi khi bác sĩ thực hiện ca phẫu thuật tại chỗ và bạn ra về trong tình trạng được phục hồi hoàn toàn. Nhưng trong hầu hết các trường hợp, khi chúng ta đi đến bác sĩ, bác sĩ sẽ kê đơn thuốc cho chúng ta uống hàng ngày. Khi thực hiện theo sự hướng dẫn của bác sĩ, chúng ta thấy sức khỏe của mình được cải thiện. Chúa Jesus là bác sĩ của chúng ta (xem Mác 2:17) - Ngài chữa lành bằng sự rờ chạm và bằng lời của Ngài. Nếu Chúa Jesus không chữa trị cho bạn khi bạn cầu nguyện, thì có lẽ đã đến lúc cần dùng đến toa thuốc của Lời Ngài. "Ngài ban lời Ngài và chữa lành họ, cứu họ khỏi mồ mả." (Thi Thiên 107:20). Chúa chữa lành và giải cứu bằng Lời của Ngài.

"Hỡi con ta, hãy chú tâm đến lời ta dạy, lắng tai nghe những lời thuyết giảng của ta. Các lời ấy chớ để xa tầm mắt con, hãy giữ lấy nơi lòng con mãi mãi. Vì những lời ấy là sự sống cho ai tìm được nó, là sức khỏe cho toàn thân của họ." (Châm Ngôn 4:20-22). Từ "sức khỏe" trong câu này có nghĩa gốc là sự khỏe mạnh, chữa lành, điều trị và thuốc. Lời Chúa giống như thuốc. "Những lời Ta nói với các con là thần linh và sự sống." (Giăng 6:63). Sự chữa lành và tự do có thể đến khi Chúa Jesus rờ chạm đến bạn, nhưng đôi khi, Ngài ban cho bạn Lời của Ngài để bạn có thể bước đi trong đó. Bạn sẽ bắt đầu nhìn thấy Lời Chúa làm biến đổi hoàn cảnh của bạn.

Chúa Jesus, vị Bác sĩ Đại tài của chúng ta không cần một hiệu thuốc. Ngài đã tạo ra loại thuốc của riêng Ngài - một loại thuốc hoàn toàn không có tác dụng phụ, không có ngày hết hạn và không có hóa đơn khi kết thúc quá trình điều trị. Lời của Chúa giống như thuốc, một nhân tố đem đến sự chữa lành.

Thuốc thì không phân biệt ai cả, Lời của Đức Chúa Trời cũng vậy, khi được tiếp nhận vào bên trong, nó sẽ mang đến sự sống.

Lời của Chúa có tác dụng như thuốc, nhưng chỉ khi nào bạn tiếp nhận vào bên trong mình. Thuốc sẽ không phát huy được tác dụng khi ở trong lọ, và lời của Chúa cũng sẽ không có sự tác động nào nếu chỉ để nó ở trong Kinh thánh. Kinh thánh phải được đưa vào bên trong bạn. Bạn phải tiếp nhận Lời Chúa cho mình.

Thuốc cần có thời gian để phát huy tác dụng, Lời của Chúa cũng vậy. Bạn phải kiên nhẫn khi bước đi với Chúa trong sự vâng lời.

Khi bạn học biết nhiều về Chúa Jesus, bạn sẽ tìm thấy sự yên nghỉ. Khi bạn bước đi với Chúa Jesus, bạn sẽ được chữa lành. Có quyền năng được khai phóng trong quá trình tăng tưởng trong Chúa.

KHI BẠN TRƯỞNG THÀNH

Sông Càng Sâu Khi Ra Càng Xa

"Tiến về phía đông, tay cầm một cái dây đo, người ấy đo được năm trăm mét, và dẫn tôi lội qua nước; nước vừa đến mắt cá." (Ê-xê-chi-ên 47:3). Chúa đã đưa tiên tri Ê-xê-chi-ên đến đền thờ, có nước từ nơi đó chảy về phía đông, hướng ra Biển Chết. Sau khi lội nước được khoảng 500 mét, nước vừa đến mắt cá chân, nói chung là khá cạn. Chỉ đủ để văng lên tứ phía, nhưng không đủ để có thể bơi trong đó. Khi nhà tiên tri tiếp tục bước đi, lội được 500 mét nữa, mực nước lúc này cao đến đầu gối. Sau 500 mét nữa, nước cao đến hông của ông. Tiếp tục 500 mét nữa, lúc này ông không thể đi được nữa, mà chỉ có thể bơi. Dòng sông bắt đầu sâu hơn và rộng hơn khi ông đi xa hơn.

Đây là chìa khóa để được gia tăng trong sự xức dầu của Đức Chúa Trời - hãy tiếp tục bước đi trên dòng sông về phía Biển Chết. Sự mặc khải này đã trở thành một nền tảng cho sự hiểu biết của tôi về cách Đức Chúa Trời muốn gia tăng sự xức dầu của Ngài. Cách đây không lâu, tôi đã rời khỏi chốn thành thị trong suốt thời gian kiêng ăn của tôi để tìm kiếm mặt Chúa. Ở đó, qua lời của Ngài, Chúa đã bày tỏ cho tôi biết, sự xức dầu cũng giống như dòng sông đó. Nó bắt đầu từ mắt cá chân và được gia tăng theo thời gian. Chúng ta phải trung tín trong việc lội bộ trên dòng sông. Khao khát được biết Chúa Thánh Linh nhiều hơn sẽ đưa chúng ta đến một cấp độ khác. Đó là cả một quá trình. Khi bạn tiến xa hơn trên bước đường của bạn với Chúa Thánh Linh, dòng sông sự xức dầu của Chúa sẽ ngày càng được gia tăng. Hãy học phát triển mối quan hệ với Đức Thánh Linh và đừng dừng lại mối quan hệ đó khi bạn gặp những trở ngại. Hãy tiếp tục bước đi, mọi thứ sẽ thay đổi. Chúa đảm bảo một cấp độ mới dành cho bạn.

Ở trong dòng sông không phải là điều duy nhất đem đến sự gia tăng, hướng đi trên dòng sông cũng đóng một vai trò quan trọng. Nhà tiên tri đang hướng đến Biển Chết, điểm thấp nhất trên trái đất. Biển Chết đại diện cho những người đang ở điểm thấp nhất trong cuộc sống của họ ngay lúc này, trong tội lỗi. Việc tăng trưởng trong

Chúa giúp bạn gần gũi hơn với Đức Thánh Linh và gần gũi hơn với những người đang lạc mất. Có một mục đích trong việc mang Tin Lành đến cho họ. Khi chúng ta làm điều đó, Chúa sẽ làm gia tăng chiều sâu và chiều rộng dòng sông của Ngài trong cuộc sống của chúng ta cho đến một lúc mà dòng sông đó sẽ mang đến sự chữa lành và sự sống cho những người khác.

Quả thật, trong quá trình tăng trưởng, sự tự do, chữa lành và xức dầu của Chúa sẽ được gia tăng trong cuộc sống của bạn.

Cầu Nguyện

"Khi con mệt mỏi và gánh nặng, con đến với Ngài, Chúa Jesus ơi và Ngài ban cho con sự yên nghỉ. Hôm nay, con cầu xin Chúa cho con được gánh lấy ách của Ngài. Xin dạy con trở nên giống Ngài càng hơn. Xin dạy con biết khiêm nhu, biết hạ mình. Xin cho con tìm thấy sự yên nghỉ, chữa lành, tự do và gia tăng trong đời sống của con khi con sống một đời sống noi theo dấu chân Ngài."

CHƯƠNG 13

CÂU CHUYỆN CỦA HAI SAU-LƠ

Tôi được sinh ra và lớn lên trong một gia đình nhiều thế hệ chung sống với nhau. Bà ngoại của tôi, người vẫn còn sống khi tôi viết cuốn sách này, có 16 đứa con, 73 đứa cháu và 33 đứa chắt. Ông ngoại tôi, chồng của bà, đã về với Chúa từ lâu rồi. Có những kỷ niệm đẹp từ thời thơ ấu tôi khó mà quên được. Lớn lên trong một gia đình Ukraina mạnh mẽ mà nghiêm khắc theo tín lý Ngũ Tuần, có những phước hạnh và cũng có những gánh nặng của nó. Tôi cảm thấy như câu Kinh thánh được thực hành nhiều hơn bất kỳ câu Kinh thánh nào khác là chớ kiêng sự sửa dạy con cái bằng roi vọt.

Tôi nhớ một hôm người anh họ của tôi và tôi đang chơi ở nhà bà ngoại. Cha của anh ấy, một người rất nghiêm khắc, bảo chúng tôi không được rời khỏi nhà bà ngoại và đi lang thang ngoài đường. Lúc đó chúng tôi tầm bảy, tám tuổi. Tất nhiên, người anh họ của tôi thích "phiêu lưu" hơn là tuân theo các quy tắc nghiêm ngặt của cha anh ấy, và tôi chỉ muốn đi theo anh họ của tôi, mặc dù tôi đã cảnh báo anh ấy rằng cha anh ấy sẽ không được vui nếu cả hai bị bắt gặp khi đang ở ngoài đường.

Chúng tôi rời khỏi nhà bà ngoại, đi lang thang trên những cánh đồng và những nơi chúng tôi chưa từng đến, quên luôn cả giờ giấc. Cuối cùng là chúng tôi đã bỏ bữa trưa, và mọi người chia nhau đi tìm. Đó là chuyện không hay chút nào. Khi quay về nhà, chúng tôi đã cố gắng "hòa nhập" với mọi người như thể chúng tôi không làm gì sai, nhưng tất nhiên, điều đó không hiệu quả. Bác tôi đã đưa cả hai vào trong nhà và con trai của bác ấy được nghe bác "ca" một bài ca đậm chất Ngũ Tuần Ukraina, rồi được ăn một trận đòn nên thân. Bác tôi đã dùng dây nịt để quất vào cái mông trần đáng thương kia. Nhìn thấy cảnh tượng vô cùng đau đớn đó, tôi lấy tay che mông mình lại, biết rằng tôi sẽ là người tiếp theo, vì cả hai chúng tôi đều nghe bác ấy dặn và cả hai đều không vâng lời.

Sau khi đánh đòn xong và câu Kinh thánh kia đã được áp dụng, bác tôi nhìn tôi với vẻ khó chịu và nói: "Đi ra ngoài, nhanh!" Tôi nghĩ: "Chỉ vậy thôi sao? Mình sẽ không bị ăn đòn sao?" Tôi đã chạy ra khỏi ngôi nhà đó nhanh nhất có thể, cảm tạ Chúa vì tôi thoát được trận đòn và cảm thấy tội nghiệp cho người anh họ của tôi. Bạn có biết tại sao bác tôi không phạt tôi không? Bởi vì tôi không phải là con trai của bác ấy. Trong cơn giận, bác ấy đã yêu cầu tôi rời khỏi nhà mình, nhưng không kỷ luật tôi.

Những người cha kỷ luật con cái của họ. Người cha kỷ luật con cái, bởi vì con cái không tự kỷ luật mình. Nếu anh em chúng tôi có ý thức trách nhiệm và né xa những ngôi nhà của hàng xóm và những cánh đồng, anh họ của tôi sẽ không bị đánh đòn. Hãy nhớ rằng, là một Cơ đốc nhân, bạn có thể kỷ luật chính mình hoặc là Cha yêu thương của bạn sẽ kỷ luật bạn (xem Hê-bơ-rơ 12:3-11, I Cô-rinh-tô 11:32).

Giống Như Bất Cứ Người Nào Khác

Đức Chúa Trời không hình phạt chúng ta vì tội lỗi của chúng ta vì Ngài đã làm điều đó tại thập tự giá. Đức Chúa Trời đã hình phạt Chúa Jesus vì tất cả tội lỗi của chúng ta. Là một người Cha yêu thương, khi chúng ta trốn tránh một đời sống kỷ luật, Ngài sẽ kỷ luật chúng ta để phát triển bên trong chúng ta bông trái của sự thánh khiết.

Kỷ luật khác với hình phạt:

Hình phạt là vĩnh cửu, kỷ luật là tạm thời.

Hình phạt là dành cho tội nhân, kỷ luật là dành cho thánh đồ.

Hình phạt là vì tức giận, kỷ luật là vì yêu thương.

Hình phạt là sau này, kỷ luật là bây giờ.

Hình phạt đưa một người ra khỏi sự hiện diện của Chúa, kỷ luật kéo họ lại gần Chúa hơn.

Như đối với người anh họ của tôi, cha của anh đã kỷ luật anh vì tình yêu thương, vẫn giữ anh lại trong nhà. Mặt khác, tôi thì không bị đánh đòn, nhưng tôi bị đuổi ra khỏi nhà. Những người ngoài thế gian vi phạm các điều răn của Đức Chúa Trời rồi sẽ đi đến chỗ xa cách Chúa mãi mãi, ngay cả khi có vẻ như tội lỗi của họ không khiến họ gặp rắc rối gì trên đất này. Đối với chúng ta, là con cái Đức Chúa Trời, khi chúng ta không chịu bước đi trong sự vâng lời Cha, Ngài sẽ kỷ luật chúng ta, ngay và luôn, để phát triển trong chúng ta một tính cách vâng lời mới.

Sam-sôn nghĩ rằng nếu tóc của ông bị hớt đi, thì cũng sẽ không vấn đề gì. Ông sẽ "trở nên như bất kỳ người nào khác" (Các Quan Xét 16:7,11,17). Ba lần ông nói với Đa-li-la cách để khiến để ông trở nên giống như bất kỳ người nào khác. Sam-sôn đã bị lừa dối, ông nghĩ rằng khi ông không vâng lời Chúa, thì ông cũng giống như mọi người khác thôi.

Những người ngoài thế gian không phục vụ Chúa, họ vẫn sống như thường đấy thôi, họ kết hôn, có gia đình và thậm chí cũng hạnh phúc nữa. Mặc dù Sam-sôn rất thích sức mạnh và mục đích mà ông có, nhưng ông không nghĩ rằng sống cuộc sống vô kỷ luật sẽ dẫn đến bất cứ điều gì tai hại ngoại trừ một cuộc sống bình thường như bao người.

Khi Sam-sôn không kỷ luật bản thân trong việc tránh xa rượu, chạm vào người chết hay là hớt tóc, ông đã không trở nên giống như những người khác. Ông đã bị tra tấn. Thật đau đớn biết bao. Người phụ nữ ông yêu thương đã bỏ ông vì tiền. Ông bị kẻ thù móc đôi mắt. Tự do đã không còn. Ông dành phần còn lại của đời mình chỉ để đi vòng quanh cối xay mà thôi. Một người bình thường không sống như thế, ngay cả những kẻ ác còn sống tốt hơn thế. Bạn có thể cho rằng: Ồ, vậy thì trở thành Cơ đốc nhân làm gì cho khổ nếu cứ sai là bị Chúa kỷ luật như thế.

Nếu bạn không tự mình sống một đời sống kỷ luật, thì Cha sẽ kỷ luật bạn. Trong ánh sáng của cõi đời đời, thà bị vài trận đòn ở trên đất này mà được gần Cha hơn là bị đuổi ra ngoài nơi tối tăm và ở đó mãi mãi. Chỉ có một cách để tránh bị kỷ luật - đó là chọn sự kỷ luật. Sẽ dễ dàng hơn, ích lợi hơn và Chúa Thánh Linh sẽ ở cùng, giúp đỡ chúng ta nếu chúng ta chọn con đường vâng phục. Vâng, kỷ luật là một con đường hẹp, nhưng nó dẫn đến sự sống – một cuộc sống đầy trọn, dư dật và đắc thắng. Đó là một cuộc sống chúng ta mơ ước, và là cũng cuộc sống mà Chúa muốn cho chúng ta. Đó là một cái giá nho nhỏ mà chúng ta phải trả để sống theo ý muốn của Đức Chúa Trời. Những hãy nhớ rằng, bạn sẽ luôn phải trả giá đắt nếu sống một cuộc đời tội lỗi và thỏa hiệp.

Kinh Nghiệm Phải Dẫn Đến Kỷ Luật

Có hai câu chuyện song song cho thấy một đời sống kỷ luật sẽ có sức mạnh như thế nào vì nó có liên hệ đến những gì diễn ra sau khi chúng ta được gặp gỡ Chúa. Tôi gọi đó là "Câu Chuyện Của Hai Sau-lơ." Một người là vua, một người là người Pha-ri-si. Một người đến thành Ra-ma để tìm giết Đa-vít, người kia thì đến thành Đa-mách để tìm giết các Cơ đốc nhân. Cả hai đều nghĩ rằng họ đang làm những điều đúng. Cả hai đều được gặp gỡ Đức Chúa Trời một cách đầy quyền năng và phi thường. Vua Sau-lơ ở trần nói tiên tri cả ngày lẫn đêm. Sau-lơ thành Tạt-sơ bị mù trong ba ngày.

Kết quả của hai cuộc gặp gỡ này là rất khác nhau. Vua Sau-lơ trở thành một kẻ bội đạo (apostate); còn Sau-lơ thành Tạt-sơ thì trở thành một sứ đồ (apostle). Cả hai đều đã có những trải nghiệm phi thường, nhưng một người đã chọn quay trở lại với cuộc sống cũ của mình. Người kia thì hoàn toàn quay lưng, từ bỏ cuộc sống cũ và đón nhận một cuộc sống mới, trái ngược với cuộc sống trước đây. Một Sau-lơ thì chết vì tự tử, được biết đến là một kẻ giết các thầy tế lễ; còn Sau-lơ kia thì chết như một vị thánh tử đạo, chọn đi theo ý Chúa cho đến cuối cùng.

Cho dù bạn có được giải cứu cách quyền năng như thế nào đi

nữa, thì nó phải được theo sau với một đời sống hoàn toàn tận hiến cho Chúa, nếu không, kinh nghiệm đầy quyền năng đó của bạn về lâu về dài sẽ chẳng giúp ích gì cả. Tôi yêu thích những cuộc gặp gỡ trên cả tuyệt vời với Đức Chúa Trời, những trải nghiệm trong các hội nghị, những trại hè phấn hưng, nhưng tất cả những điều đó chỉ là để giúp chúng ta thắp lên một ngọn lửa mà cần phải tiếp tục giữ cháy mãi như thế. Còn hơn thế nữa. Đời sống thuộc linh của bạn là một cuộc dạo bộ, chứ không phải là một bước nhảy. Chúng ta phải học cách sống trong sự kỷ luật, đừng chỉ có những bước nhảy điên rồ của kinh nghiệm rồi cuối cùng dẫn chúng ta về lại đường xưa lối cũ.

Vài ngày trước, hai vợ chồng tôi ngồi trên chiếc Yamaha 49cc chạy quanh khu vực trang trại. Chúng tôi thấy những con lợn đang thỏa thích trong vũng bùn. Đây chính là trang trại mà tôi đã mượn một con lợn để minh họa cho bài giảng của mình khi còn là một mục sư trẻ. Bạn có thể tắm rửa thật sạch cho một con lợn, nhưng một khi bạn đưa nó quay trở lại trang trại, nó sẽ tìm đường đến vũng bùn và tiếp tục đắm mình trong đó. Đó là cách mà nhiều người trong chúng ta nhìn thấy về cuộc gặp gỡ của chúng ta với Đức Chúa Trời. Chúng ta được rửa sạch chỉ để quay trở lại đường xưa lối cũ và làm những việc buồn lòng Chúa. Giải pháp ở đây là gì? Giết con lợn trên thập tự giá và trở thành một con chiên bằng cách đầu phục mọi ý muốn của bạn trước Chúa. Hãy bắt phục xác thịt của bạn bằng sự kỷ luật trong việc vâng lời Đức Chúa Trời. Kỷ luật rất quan trọng vì đó là cách duy nhất để đánh bại xác thịt.

Sa-tan, Thế Gian và Xác Thịt

Như tôi đã từng nói, chúng ta được tự do không phải để làm những gì chúng ta muốn, mà là để làm những gì chúng ta nên làm. Một đoàn tàu có thể rời khỏi đường ray xe lửa và nó có thể làm những gì nó muốn, nhưng nó không thể đi đến bất cứ nơi nào mà không nằm trên những đường ray được. Sự tự do của chúng ta đi trên hai con đường đó là kỷ luật và môn đồ.

Sự giải cứu đuổi ma quỷ ra, còn đời sống kỷ luật thì giữ nó ở ngoài đó. Sự giải cứu là việc Chúa làm cho chúng ta, còn kỷ luật là việc Ngài làm trong chúng ta.

Tại sao kỷ luật lại quan trọng đến như thế? Bởi vì chúng ta có ba kẻ thù cần phải đối mặt mọi lúc mọi nơi, cùng một thời điểm. Những kẻ thù của chúng ta đó là thế gian (kẻ thù bên ngoài của chúng ta), ma quỷ (kẻ thù vô hình của chúng ta) và xác thịt (kẻ thù bên trong của chúng ta).

Ma quỷ bị đánh bại khi chúng ta chiến đấu với nó bằng cách sử dụng Lời Chúa trong quyền năng của Đức Thánh Linh.

Thế gian thất bại khi chúng ta chạy trốn như Giô-sép khi ông đối mặt với cám dỗ. Chúng ta chạy trốn khỏi những người và những nơi kéo chúng ta quay trở lại đường xưa lối cũ.

Xác thịt là kẻ thù đáng gờm nhất của chúng ta, bởi vì chúng ta không thể đuổi nói đi được. Ngay cả sau khi nó bị đóng đinh bởi sự từ bỏ chính mình, thì ngày hôm sau nó sẽ hồi sinh. Hãy nuôi dưỡng tâm linh của chúng ta bằng cách bám chặt vào mục đích tìm kiếm Đức Chúa Trời, là điều sẽ giúp chúng ta chiến thắng xác thịt.

Cây Roi Của Sự Kỷ Luật

Tất cả chúng ta đều cần sự kỷ luật sau khi chúng ta được tự do khỏi một sự trói buộc cụ thể, nhưng một số người thì cần sự kỷ luật trước để có thể được tự do. Khi nói đến vấn đề gây cho phạm tội, Chúa Jesus đã không đưa ra giải pháp là sự giải cứu, mà đó là sự kỷ luật nghiêm khắc. "Nếu mắt bên phải khiến con phạm tội, hãy móc và ném nó đi! Vì thà con mất một phần thân thể còn hơn là cả thân thể bị ném vào hỏa ngục." (Ma-thi-ơ 5:29). Chúa Jesus, Vua của thế giới tâm linh, biết được sức mạnh của ma quỷ đang hành động phía sau hậu trường của những tội lỗi trên thế giới này. Lời khuyên của Ngài trong việc xử lý những tội lỗi khác nhau là đặt đời sống của bạn vào sự kỷ luật, điều này thật không dễ chịu chút nào. Có thể chịu đựng nỗi đau tương đương với việc cắt đứt bàn tay của bạn – phải nói là thực sự nghiêm khắc. Đôi khi sự kỷ luật như thế là yếu tố mang đến sự đột phá trong cuộc sống của bạn.

Nếu bạn không kỷ luật chính mình, cuộc đời sẽ kỷ luật bạn. Thà hãy tự kỷ luật bản thân còn hơn là để cuộc đời kỷ luật bạn. Đối với tôi, kỷ luật liên quan đến việc thường xuyên đóng đinh xác thịt của tôi lên thập tự giá. Là một tín hữu, tôi đến với thập tự giá để nhận được sự cứu rỗi, nhưng mỗi ngày tôi thức dậy và chết trên thập tự giá vì sự nên thánh của tôi. Việc chiến thắng xác thịt đòi hỏi phải chết đi chính những tham vọng và tội lỗi của bạn thông qua sự kỷ luật và nuôi dưỡng tâm linh.

Bất cứ thứ gì bạn nuôi dưỡng, sẽ phát triển; bất cứ thứ gì bạn bỏ đói, sẽ chết. "Vậy tôi nói, hãy bước đi theo Thánh Linh, đừng thỏa mãn những dục vọng xác thịt." (Ga-la-ti 5:16). Xác thịt có những ham muốn của nó – những ham muốn này giống như một bàn chân bị nấm. Bạn càng gãi, nó càng ngứa. Xác thịt sẽ không bao giờ được thỏa mãn; không bao giờ là đủ. Giải pháp duy nhất chúng ta có thể dùng để đối phó với xác thịt của mình là đóng đinh nó lên thập tự giá. Bước đi trong Đức Thánh Linh sẽ giúp chúng ta làm được điều đó.

Tuy nhiên, điều Phao-lô muốn nói ở đây là nếu chúng ta đến gần Chúa hơn, thì xác thịt của chúng ta vẫn sẽ không biến mất, chúng ta chỉ đơn giản là có được sức mạnh để không phục vụ cho những yêu cầu của nó. Nếu bạn đóng đinh xác thịt của mình, nó sẽ hồi sinh vào ngày hôm sau hoặc tuần tiếp theo. Điều quan trọng là ưu tiên bước đi cùng với Chúa, là cách để cho bạn sức mạnh không đáp ứng những ham muốn của xác thịt. Sự ham muốn của xác thịt sẽ không biến mất, nhưng bạn sẽ có thể ngừng đáp ứng cho nó. Ngứa vẫn còn đó, nhưng bạn sẽ có sức mạnh để không gãi nữa và cuối cùng là cơn ngứa sẽ dịu xuống.

Gần đây, tôi nhận được một cái nhìn sâu sắc từ một câu Kinh thánh nổi tiếng. Đó là câu Kinh thánh tôi đã biết từ khi còn nhỏ, vì bố mẹ tôi đã dùng nó để kỷ luật tôi. "Sự ngu dại buộc vào lòng con trẻ, nhưng roi răn dạy sẽ làm cho điều ấy lìa xa nó." (Châm Ngôn 22:15). Đôi khi, có những thứ bị ràng buộc trong lòng của chúng ta, không phải trong cuộc sống của chúng ta, có lẽ vậy, nhưng lòng của chúng ta lại gắn liền với một điều gì đó có nguy cơ kéo chúng ta ra xa Đức Chúa Trời. Có một sức mạnh có thể tống khứ điều đó, nó được gọi là cây roi của sự kỷ luật. Cây roi ở đây cho thấy rằng việc đưa kỷ luật vào cuộc sống của bạn không giống như việc ăn kẹo. Trên thực tế, nó có thể đau đớn trong một thời gian, nhưng nó sẽ có giá trị trong tương lai.

Trong thời thơ ấu, cha mẹ chúng tôi thường hay "áp dụng" cây roi đó vào mông của anh em chúng tôi. Bây giờ lớn lên, chúng tôi phải học cách áp dụng kỷ luật trong cuộc sống của mình.

Môn Đồ Kết Nối Với Thiên Mệnh

Môn đồ là yếu tố rất quan trọng trong việc duy trì sự tự do và đạt đến thiên mệnh của bạn. Con lừa bị ràng buộc đã được những người theo Chúa Jesus thả ra và mang đến cho Ngài. Chính những môn đệ mở dây buộc cho con lừa đã dẫn dắt nó cho đến khi Chúa Jesus cưỡi lên nó. Việc có những người đi bên cạnh chúng ta trong bước đường Cơ đốc là chìa khóa để không bỏ lỡ thiên mệnh của chúng ta. Môn đồ đi kèm với một cái giá. Bạn cần phải hạ mình xuống, cam kết chịu trách nhiệm, hiếu kính cha mẹ, lắng nghe mục sư của bạn và tham dự nhóm nhỏ. Khi bạn ở dưới sự che phủ của những người cố vấn và cha mẹ của bạn, nó giống như có một chiếc ô, bảo vệ bạn khỏi những điều xấu trong cuộc sống.

Tất cả chúng ta đều học hỏi từ những sai lầm hoặc từ những người cố vấn. Sai lầm dạy chúng ta một bài học sau khi chúng ta bị tổn thương, những người cố vấn dạy chúng ta một bài học để tránh bị tổn thương. Có thể có người sẽ phản đối và cho rằng họ không cần ai ngoài Chúa, Chúa Jesus Christ. Chà, trước khi Chúa Jesus cưỡi trên lưng lừa, con lừa đó đã được những người theo Chúa dẫn đường.

Trước khi được xức dầu để thi hành chức vụ, chính Chúa Jesus cũng đã chịu lụy cha mẹ của Ngài. Trong chức vụ, Ngài không bao giờ làm việc gì theo ý của Ngài, thay vào đó Ngài chỉ làm những việc

Cha Thiên Thượng bày tỏ và mong muốn nơi Ngài. Ngài đã đi từ vâng lời cha mẹ về phần xác, đến vâng lời, cho đến chết, Cha Thiên Thượng của Ngài. Không có gì ngạc nhiên khi mà Chúa Jesus có thẩm quyền lớn lao như vậy khi Ngài nói ra bất cứ điều gì. Vì Ngài sống thuận phục thẩm quyền.

Bạn không thể nào bước đi trong thẩm quyền nếu bạn không sống dưới thẩm quyền. Sự hiếu kính đối với cha mẹ là nơi sự môn đồ hóa bắt đầu. Vâng lời không giống như tôn kính. Vâng lời là một hành động, còn hiếu kính là một thái độ. Chúng ta vâng lời vì đó là điều đúng đắn, nhưng chúng ta hiếu kính là vì có phần thưởng khi làm như vậy. Trong số 10 điều răn, điều răn duy nhất có phần thưởng kèm theo là hãy hiếu kính cha mẹ. Tôi đã có thể tránh được rất nhiều sai lầm trong cuộc đời mình vì tôi đã vâng lời cha mẹ và mục sư của tôi.

Mục đích sự tồn tại của cha mẹ trong cuộc sống của chúng ta là để định hình và định hướng chúng ta đến với thiên mệnh của mình. Giô-sép đã trở nên thịnh vượng ở xứ Ai Cập, nhưng nó bắt đầu từ việc ông làm những công việc đơn giản mà cha ông yêu cầu, chẳng hạn như mang thức ăn đến cho các anh của ông. Sau-lơ tìm được vương quốc của mình khi ông làm những công việc vặt cho cha mình, chứ không phải cố gắng trở thành một vị vua. Đa-vít đã chiến đấu với Gô-li-át, nhưng ông đến nơi chiến trường là để đem thức ăn cho quân lính, theo lời cha ông dặn bảo. Những người này đã không đi tìm kiếm thiên mệnh, thiên mệnh đã tìm họ. Thay vào đó, họ bận rộn làm bất cứ công việc nào mà cha mẹ bảo họ làm. Họ đã vâng lời cha mẹ, chứ không chỉ là cầu nguyện và kiêng ăn để được Chúa sử dụng. Có một lời rủa sả đối với sự bất kính với cha mẹ. Mặt khác, cũng có một phước lành lớn lao trong việc sống một đời sống hiếu kính cha mẹ.

Sự môn đồ sẽ xây dựng tính cách của chúng ta, hướng chúng ta đến thiên mệnh của mình và khiến chúng ta phải chịu trách nhiệm giải trình. Giô-suê cần Môi-se. Đa-vít cần Sa-mu-ên. Ê-li-sê cần Ê-li.

Các môn đệ cần Chúa Jesus. Ti-mô-thê cần Phao-lô. Tất cả chúng ta đều cần các mục sư, cha mẹ và những người cố vấn, để giúp đỡ và định hướng chúng ta, định hình tính cách của chúng ta, và bảo vệ chúng ta khỏi sự kiêu ngạo và ngu dại.

Hãy học biết tôn trọng những người cố vấn, lắng nghe những người khuyên nhủ, nếu không thì bạn sẽ cần phải học hỏi từ những sai lầm của mình.

Cầu Nguyện

"Sau khi con tiếp xúc với tội lỗi, giờ đây con đã gặp được tình yêu của Ngài, Chúa Jesus ơi. Con biết rằng con không thể nào quay lại đường xưa lối cũ nữa. Con khao khát những điều tốt đẹp. Con không muốn sống cuộc đời tầm thường nữa. Con không muốn sống bắt chước những người khác. Con muốn đi theo Ngài, Chúa Jesus ơi. Xin ban cho con những người cố vấn đúng đắn trong cuộc đời con, nhưng quan trọng nhất là hãy cho con thái độ đúng đắn đối với những người mà Ngài mang đến xung quanh con."

CHƯƠNG 14

DẤY LÊN ĐỂ GIẢI CỨU

Vào năm 15 tuổi, một cậu thiếu niên tên là Shavarsh đã đánh nhau với một nhóm người. Chúng đã cột một hòn đá quanh cổ cậu, ném cậu xuống hồ và bỏ đi. Cậu đã cố gắng tháo sợi dây trói quanh tay, hòn đá quanh cổ và bơi lên mặt hồ. Trải nghiệm này đã khiến cậu muốn học bơi. Cậu đã nhanh chóng vươn lên dẫn đầu trong môn thể thao bơi lội bằng cách trở thành nhà vô địch Armenia khi mới 17 tuổi. Cậu từ một "bậc thầy về thể thao của Liên Xô" trở thành "bậc thầy đẳng cấp quốc tế" đến "nhà vô địch châu Âu" phá kỷ lục thế giới. Trong môn bơi lội, cậu đã đạt được những thành tích đáng kinh ngạc - 17 giải vô địch thế giới môn bơi vây, 13 giải vô địch châu Âu môn bơi vây và 7 chức vô địch Liên Xô môn bơi vây.

Ngoài những chức vô địch bơi lội của mình, cuộc đời của con người này cũng là một trong những tấm gương nổi bật nhất về việc con người chúng ta được kêu gọi để giúp đỡ nhau. Một lần kia, khi đang đi xe buýt đến trường bơi, tài xế của anh bị mất lái trên một con đường núi hiểm trở và chiếc xe gần như rơi xuống vách đá. Shavarsh đã nhảy chồm lên ghế trước và giúp lái xe buýt quay lại đúng đường, cứu sống 30 mạng người trong đó có chính anh.

Hai năm sau, vào ngày 16 tháng 9 năm 1976, khi chạy bộ 12 dặm đường như thường ngày cùng với anh trai của mình, anh nhìn thấy một xe điện chở 92 người, mất lái và phóng xuống hồ nước lạnh cóng. Chiếc xe buýt phóng xuống hồ Yerevan. Nó chìm xuống đáy hồ cách bờ khoảng 80 feet ở độ sâu 33 feet. Không lãng phí bất cứ giây phút nào, Shavarsh Karapetyan đã nhanh chóng phóng xuống hồ nước bất chấp điều kiện thời tiết lạnh cóng. Anh phá cửa sổ phía sau xe buýt bằng cả hai chân. Anh đã mất khoảng 30 phút trong dòng nước lạnh lẽo đó và thực hiện chừng 30 lần lặn xuống chỗ chiếc xe buýt. Anh trai của anh chăm sóc những người bị thương khi anh xuống cứu họ. Từng người một, anh vớt lên rất nhiều người, nhưng chỉ có 20 người trong số đó là còn sống. (Tôi đã được gặp một người phụ nữ ở Florida, lúc sự việc xảy ra, người này mới chỉ 13 tuổi và sống gần hồ nước đó. Chị ấy đã rất vui khi nghe câu chuyện về lòng can đảm và sự cứu giúp diễn ra tại thị trấn của mình được biết đến trên khắp nước Mỹ.)

Sau lần lặn thứ 30, anh đã bất tỉnh. Hành động dũng cảm này đã chấm dứt sự nghiệp bơi lội của anh ngay lúc đó và gần như phải trả giá bằng cả mạng sống của mình. Do nước quá lạnh và rất nhiều vết rách từ những mảnh vỡ thủy tinh, anh đã bất tỉnh trong 45 ngày. Phải đến hai năm sau đó thì mới có một bài báo của Nga được xuất bản có tựa đề "Trận Chiến Dưới Nước Của Nhà Vô Địch". Anh được vinh danh và nhận được rất nhiều thư khích lệ.

Trong một cuộc phỏng vấn, người ta hỏi anh điều gì là kinh khủng nhất khi đó, anh trả lời:

"Tôi biết rằng tôi chỉ có thể cứu được một số người, tôi sợ phạm sai lầm. Ở đó tối đến nỗi tôi hầu như không thể nhìn thấy bất cứ thứ gì. Trong một lần lặn xuống, tôi vô tình túm lấy một chỗ ngồi thay vì một hành khách... Lẽ ra tôi đã có thể cứu thêm được một người. Cái ghế đó vẫn ám ảnh tôi trong những cơn ác mộng."

Tôi rất được cảm động từ người anh hùng thời hiện đại này, người đã liều mình cứu những người khác. Có lúc nó gây nguy hiểm cho sức khỏe của chính anh. Điều duy nhất khiến anh tiếc nuối là anh đã không thể cứu được nhiều người hơn. Những anh hùng có nhiều điểm khác nhau, nhưng họ có một điểm chung là sẵn sàng hy sinh mạng sống của mình để cứu người khác. Tôi không bị ấn tượng với những diễn viên, nghệ sĩ, vận động viên - những anh hùng thực sự là những người phản ánh bản chất của Đức Chúa Trời. Họ sống cho mục đích mà Chúa Jesus đã chết thay - những linh hồn. Nếu bạn biến việc cứu người thành mục tiêu của mình, thì Đức Chúa Trời sẽ biến bạn từ tầm thường trở thành phi thường (from zero to hero) Những thử nghiệm của bạn sẽ trở thành những lời chứng sống động và mớ hỗn độn của bạn sẽ biến thành một sứ điệp quyền năng.

Bạn Được Mở Trói Để Chúa Dùng

"Hãy đi vào làng đối diện, các con sẽ gặp ngay một con lừa cái bị buộc, bên cạnh có một lừa con. Hãy mở dây và dắt chúng về cho Ta." (Ma-thi-ơ 21:2). Mục đích thực sự đằng sau việc mở dây buộc cho con lừa là để có phương tiện đưa Chúa Jesus đi vào thành Giê-ru-sa-lem. Chúa Jesus cần một chuyến đi đến thành phố. Con lừa chính là tài xế Grab của Chúa. Ngày hôm nay cũng vậy, Chúa Jesus muốn đi đến bảy ngọn núi chiến lược có ảnh hưởng lớn trong xã hội. Ngài mong muốn được vào trong hội thánh, gia đình, hệ thống giáo dục, chính phủ, truyền thông, nghệ thuật & giải trí và kinh doanh. Ngài mong muốn sử dụng chúng ta như những phương tiện mang thông điệp và sự vinh quang của Ngài đến những lĩnh vực này.

Bạn được thoát ra khỏi xiềng xích của tội lỗi, nghiện ngập và trói buộc để bạn có thể được Chúa sử dụng cho mục đích của Ngài. Sau khi được cứu rỗi và tự do, hãy làm sao cho mục đích sống của bạn sẽ là sống cho Chúa và ý muốn của Ngài. Xin đừng hạ thấp mục đích của cuộc đời bạn chỉ còn là để kết hôn, xây dựng gia đình, xây nhà, đi nghỉ mát, thanh toán các hóa đơn và tiết kiệm để dưỡng già. Không có gì sai khi sống cuộc đời của bạn như thế, nhưng đối với một Cơ đốc nhân đã được cứu bởi sự chết của Chúa Jesus, có nhà trên thiên đàng, biết rằng địa ngục là nóng phừng và cõi đời đời là vô tận – thì việc sống vì bất cứ điều gì thấp kém hơn mục đích mà Chúa Jesus đã chết thay là quá sai!

Nhiều khi, chúng ta nghĩ rằng để sống theo ý muốn của Chúa, chúng ta sẽ phải bỏ hết công việc của mình và đi ra làm giáo sĩ. Một số người được kêu gọi để làm công việc đó, nhưng đối với phần còn lại, Chúa Jesus giải cứu chúng ta để Ngài có thể sai chúng ta đến những nơi chúng ta có ảnh hưởng với tư cách là những người truyền giáo. Truyền giáo là một lối tư duy hơn là một địa điểm. Đó là sống với ý định mang Vương quốc đến nơi mà bạn có tầm ảnh hưởng.

Công việc của chúng ta là đem Chúa Jesus đi đến khắp mọi nơi. Đức Thánh Linh bắt đầu tạo cơ hội để phép lạ xảy ra xung quanh những người Chúa muốn chúng ta hướng đến.

Khi Chúa Jesus ngồi trên lưng lừa, nó trở thành phương tiện đưa Ngài vào trong thành. Khi Đức Thánh Linh giáng xuống trên chúng ta, Ngài ngự trên chúng ta, để trao quyền cho chúng ta làm chứng nhân của Ngài. Đức Thánh Linh ở trong tôi là vì ích lợi cho tôi, nhưng Ngài ngự trên tôi là vì lợi ích cho người khác.

Báp-têm trong Đức Thánh Linh không chỉ giới hạn ở việc nói tiếng lạ và đời sống cầu nguyện, mà còn hơn thế nữa, Ngài ngự trên bạn để biến bạn thành một con lừa đưa Chúa Jesus vào thành Giê-ru-sa-lem của bạn. Đáng buồn thay, nhiều khi, chúng ta, hội thánh Ngũ Tuần, đã hạ thấp phép báp-têm của Đức Thánh Linh xuống chỉ còn là nói tiếng lạ. Phải còn nhiều hơn thế nữa. Bạn sẽ nhận được quyền năng để làm chứng nhân cho Chúa - đó là mục tiêu thực sự của phép báp-têm. Tôi biết có nhiều người nói tiếng lạ, nhưng chưa bao giờ dẫn người đến với hội thánh. Họ không chia sẻ đức tin của mình, họ cũng không quan tâm đến công tác sứ mạng. Họ không hề bận tâm khi mà hội thánh của họ hết năm này đến năm khác chẳng có lấy một người mới. Chẳng có gì là lạ, vì thứ duy nhất họ nhận được là tiếng lạ, không phải quyền năng.

Mục đích cho sự tự do và được đầy dẫy Đức Thánh Linh là để chúng ta trở thành chứng nhân cho Chúa. Chúng ta không được Đức Thánh Linh ban quyền năng để trở thành luật sư để tranh cãi, mà là để trở thành chứng nhân để chia sẻ về những gì chúng ta đã thấy và nghe. Đức Chúa Trời không xức dầu để chúng ta chiến thắng các cuộc tranh luận, nhưng để chiến thắng hay là chinh phục các linh hồn. Đây là mục tiêu tối thượng cho sự tự do.

Được Sinh Ra Vì Một Thời Điểm Như Thế

"Nếu con nín lặng trong lúc nầy thì dân Do Thái hẳn sẽ được trợ giúp và giải cứu bằng cách khác, song con và nhà cha của con sẽ bị diệt vong. Nhưng nào ai biết rằng vì cớ thời điểm như thế này mà con được ngôi hoàng hậu sao?" (Ê-xơ-tê 4:14). Ê-xơ-tê là một nữ anh hùng trong Kinh thánh, người đã tận dụng vị thế của mình để hoàn thành mục đích của Chúa. Khởi đầu của bà không hề suông sẻ. Bà được cha mẹ đặt tên là Ha-đa-sa, họ đã mất khi Y-sơ-ra-ên bị Ba-by-lôn xâm chiếm. Đứa trẻ mồ côi đó bây giờ còn bị lưu đày. Một người họ hàng tên là Mạc-đô-chê đã nhận nuôi bà và đổi tên thành Ê-xơ-tê.

Hoàng hậu của vua Si-ru đã làm mất lòng ông, do đó ông đã tước đi vương miện của bà. Vị trí hoàng hậu bây giờ đang trống. Các đặc vụ đang tìm kiếm những cô gái đẹp để đứng vào vị trí đó và Ê-xơ-tê là một trong những cô gái được chọn. Ân huệ của Chúa trên bà đã khiến bà được chọn làm vợ của vua. Bà là người được phước; nhưng có người sẽ cho rằng bà may mắn. Từ *zero* trở thành *hero*, từ nghèo rách mồng tơi đến giàu không tưởng. Nhưng Đức Chúa Trời đã có một kế hoạch khác cho vị trí đó của bà. Địa vị mới của bà có một mục đích của nó. Mục đích đó trở nên rõ ràng khi dân tộc của bà đang đứng trước nguy cơ bị diệt vong. Cuộc sống của bà rất thoải mái trong cung điện. Mạc-đô-chê thì sống ở cả hai thế giới, trong cung điện và bên ngoài thành. Ông nhìn thấy nỗi thống khổ và cái chết mà dân tộc của ông đang phải đối mặt mà Ê-xơ-tê không hề hay biết. Mạc-đô-chê đã thuyết phục Ê-xơ-tê tin rằng địa vị của bà trong cung điện là có mục đích của nó.

Đức Thánh Linh của chúng ta giống như Mạc-đô-chê, Ngài thức tỉnh chúng ta về tương lai mà thế giới phải đối diện, cho những người chưa biết về Chúa Jesus. Ngài biết rằng những người không tiếp nhận Chúa Jesus sẽ phải đối mặt diện với nỗi thống khổ về tình cảm, sự dằn vặt về thể xác, sự phân cách thiêng liêng mãi mãi và nhiều người đang hướng đến cõi đời đời mà không có Đấng Christ.

Đức Thánh Linh đang tìm cách làm phiền sự thoải mái của chúng ta với sự thuyết phục của Ngài. Giống như Mạc-đô-chê đã nói với Ê-xơ-tê, thì Đức Thánh Linh cũng đang phán với chúng ta rằng chúng ta được dấy lên vì một lý do. Đức Chúa Trời đã cứu bạn, để bạn cứu những người khác. Chúa đã đưa bạn lên, để bạn nâng đỡ người khác. Không phải vì bạn tốt hơn người khác mà bạn có được lòng thương xót và ân huệ đâu. Nếu không phải vì tình yêu thương của Đức Chúa Trời, thì bạn cũng chẳng khác gì những người đang hướng đến địa ngục mà không được cứu rỗi. Bạn có thể tự hỏi tại sao Đức Chúa Trời lại không can thiệp. Thật ra, Ngài đã làm mọi thứ rồi! Câu hỏi đặt ra là – tại sao bạn vẫn chưa chịu làm gì cả? Chúng ta đã làm bất cứ điều gì cho mục đích đó chưa? Chúng ta đã làm mọi thứ có thể chưa?

Thánh Linh của Đức Chúa Trời hiện diện để nhắc nhở chúng ta sẵn sàng trả giá để thực hiện mục đích cứu người là ưu tiên số một của chúng ta.

Nhiều người thích việc ra đi cứu người, miễn là mọi thứ đều thuận lợi, không mất mát gì cả. Đó chính là vấn đề! Bất cứ khi nào bạn đối diện với sự cứu rỗi, bạn phải sẵn sàng trả giá. Hãy hy sinh sự thoải mái, ích kỷ và thách thức nỗi sợ hãi của bạn. Đừng sợ rằng bạn sẽ mất ảnh hưởng nếu bạn tận dụng nó vì mục đích cứu rỗi. Đó là nỗi sợ hãi của Ê-xơ-tê. Nếu bà vào cung vua để cầu xin cho dân tộc của mình, thì bà sẽ chết. Nhưng Ê-xơ-tê đã không mất vương miện của mình khi chịu đặt nó xuống để cứu lấy dân tộc của mình. Hầu hết chúng ta sẽ không bị mất mát khi chúng ta tìm cách cứu người khác. Nhưng ngay cả khi chúng ta trải qua sự mất mát tạm thời những thoải mái của chúng ta vì sự kêu gọi của Chúa - đó là một cái giá rất nhỏ phải trả so với ích lợi trong cõi đời đời.

Thật đáng buồn khi thấy những người có ảnh hưởng, giàu có, đứng ở những vị trí cao trong xã hội, lại sợ để ánh sáng của họ tỏa ra chệch hướng chính trị hoặc sợ làm mất lòng người khác. Họ hạ thấp sự kêu gọi đem đến sự cứu rỗi xuống chỉ còn là truyền cảm hứng cho người khác mà thôi. Truyền cảm hứng bây giờ đang trở thành một "hot trend" - một xu hướng thịnh hành. Không có gì sai với ý tưởng đó, nhưng nó không phải là mục tiêu cho những người biết rằng địa ngục là nóng phừng và cõi đời đời là vô tận. Tôi không biết sẽ như thế nào nếu Ê-xơ-tê nói: "Cậu Mạc-đô-chê ơi, toàn bộ kế hoạch cứu rỗi này là quá rủi ro và cháu có thể mất đi vị trí của mình. Cháu sẽ sống cuộc sống của mình là một hoàng hậu để truyền cảm hứng cho những cô gái quanh Ba-by-lôn để mơ những giấc mơ lớn."

Khi bạn biết người ta sẽ đi đến chỗ chết, mà bạn chỉ truyền cảm hứng cho họ thì bạn đang bị chệch mục tiêu rồi. Chúng ta được kêu gọi để đem đến sự cứu rỗi, chứ không chỉ đơn thuần là tạo nguồn cảm hứng cho một thế hệ đang chết dần. Nếu một người đang đi trên vách đá, anh ta không cần cảm hứng, anh ta cần bạn hướng dẫn anh ta tránh xa nó. Nếu một ngôi nhà đang cháy, những người trong đó không cần cảm hứng, mà cần được giải cứu. Nếu một người bị đuối nước, anh ta không cần bạn khích lệ anh ta "cố gắng lên", anh ta cần một vị cứu tinh. Chúa Jesus không đến để truyền cảm hứng, nhưng Ngài đến để cứu vớt những con người hư mất.

Được Cứu Để Cứu Người

Trước khi Môi-se được sinh ra, Kinh thánh chép: "Dân Y-sơ-ra-ên than thở, kêu van dưới ách nô lệ, tiếng ta thán của họ thấu đến Đức Chúa Trời. Ngài nghe tiếng than thở của họ và nhớ lại giao ước đã kết lập với Áp-ra-ham, Y-sác, và Gia-cốp." (Xuất 2:23-24). Sự ra đời của Môi-se là câu trả lời cho tiếng ta thán của những người đang bị nô lệ. Đức Chúa Trời bảo vệ ông để ông không bị giết khi bị đặt xuống sông. Ông được thoát khỏi cái chết là vì một mục đích, không phải vì ông may mắn, hay là vì ông tốt hơn những người khác. Có thể bạn đã được thoát khỏi rất nhiều thứ mà nhiều người trong thế hệ này đang phải vật lộn với chúng. Đó không phải là vì bạn được sinh ra trong một gia đình tốt hơn, hay là bạn đã có những lựa chọn tốt hơn. Đó là bàn tay của Chúa trên cuộc đời của bạn – vì một mục đích, không phải để bạn tự hào hay là thể hiện mình giỏi cỡ nào, nhưng để bạn trở thành một công cụ trong tay Chúa để đem đến sự cứu rỗi.

Môi-se được đưa vào cung điện giống như Ê-xơ-tê. Cung điện có thể khiến bạn thoải mái và có chút tự hào, nghĩ rằng bạn ở đó vì bạn đã làm việc chăm chỉ. Nếu bạn nghĩ: "Tôi xứng đáng được như thế này", thì bạn đã hoàn toàn hiểu sai về sự tồn tại của mình.

Ít lâu sau, Môi-se cảm nhận được những nỗi đau của người khác bằng cách đến thăm anh chị em mình đang là nô lệ. Tiếp xúc với nỗi đau của người khác sẽ tạo ra một cái nhìn mới. Bạn không thể nào cứ sống trong cung điện của mình mãi như thế được. Khi bạn nhìn thấy sự nghèo đói ở một quốc gia thuộc thế giới thứ ba, hoặc đến thăm những nơi ở của người vô gia cư, mục vụ trong tù hoặc thăm những người đang nằm trên giường bệnh chờ chết, cái nhìn của bạn sẽ thay đổi. Nếu bạn muốn có lòng thương cảm đối với những người hư mất, hãy đặt lòng của bạn ở nơi mà mình có thể cảm nhận được nỗi đau của họ. Đừng như người Pha-ri-si kia khi nhìn thấy một người bê bết máu trên đường, né sang một bên và đi luôn để tránh gần với sự đau khổ của nhân loại. Sự tiếp xúc này đã khiến Môi-se rối bời. Ông trở nên tức giận, muốn "thay trời hành đạo". Môi-se không thờ ơ với sự kiềm kẹp mà những người khác đang phải chịu. Đó là những gì Chúa thích ở nơi ông. Ông đã phạm sai lầm, nhưng thái độ không thờ ơ đó của ông không phải là một sai lầm.

Sự phẫn nộ của Môi-se đã chấm dứt cuộc sống của ông như một người Ai Cập và ông đã phải trả một cái giá là 40 năm ở nơi đồng vắng. Và rồi Chúa đến với ông. Môi-se được tiếp xúc với sự hiện diện của Đức Chúa Trời, và chính điều đó đã cho ông mục đích. Trước khi ông tìm thấy được mục đích của đời mình, ông đã giết người. Trong sự hiện diện của Chúa, ông đã đi đến chỗ cứu người. Sự hiện diện của Chúa sẽ luôn dẫn bạn đến với mục đích của đời mình. Mục đích của đời bạn sẽ là giúp đỡ người khác. Bạn đã được tiếp xúc với cung điện, với sự thoải mái chưa? Bạn đã cảm nhận được nỗi đau của thế giới đang đổ vỡ này chưa, và nó có làm thay đổi cái nhìn của bạn không? Nhưng rồi, bạn cũng cần được tiếp xúc với sự hiện diện của Đức Chúa Trời để mục đích của Ngài được kích hoạt trong đời sống của bạn.

Đức Chúa Trời đã sai Môi-se quay lại nơi mà ông đã từng ở, nơi có những người giống như ông. Đức Chúa Trời muốn sai bạn đến với thế hệ của bạn để mang đến cho họ sự cứu rỗi, chữa lành và giải cứu. Lý do mà bạn đang ở tại nơi bạn đang ở là vì lòng thương xót của Chúa và vì mục đích của Ngài. Chúa đã dấy bạn lên vì một lý do. Hãy tiếp nhận lý do đó như là ý muốn của Chúa, đó là không một ai bị hư mất, nhưng mọi người đều đi đến chỗ nhận biết Chúa Jesus là Cứu Chúa của họ.

Được Kêu Gọi Để Đem Đến Câu Trả Lời

"Nầy, tiếng kêu than của dân Y-sơ-ra-ên đã thấu đến Ta; Ta đã thấy người Ai Cập áp bức họ như thế nào. Vậy bây giờ, hãy lại đây, Ta sẽ sai con đến Pha-ra-ôn để con đem dân Ta, là dân Y-sơ-ra-ên, ra khỏi Ai Cập." (Xuất 3:9-10). Đức Chúa Trời đã chuẩn bị Môi-se cho sự kêu gọi của Ngài bằng những điều mà Ngài đã cho ông trải qua. Ở trong cung điện, ông biết cách xưng hô với những người trong cung điện. Ở nơi đồng vắng, ông biết cách dẫn dắt một dân tộc đi qua vùng hoang mạc. Ở trong sự hiện diện của Chúa, ông biết cách dẫn dắt mọi người đến gặp Chúa. Tất cả những thứ bạn đang trải qua đều là để chuẩn bị cho mục đích của bạn.

Sự kêu gọi của Đức Chúa Trời dành cho Môi-se là một câu trả lời cho tiếng kêu than của những người đang bị áp bức ở Ai Cập. Chúa sẽ không kêu gọi ai nếu không có người kêu cầu. Tôi cầu nguyện xin Chúa giúp bạn có thể hiểu được điều này trong tâm linh của mình. Lý do duy nhất mà Chúa kêu gọi bạn là vì Ngài đang trả lời tiếng kêu cầu của thế hệ của bạn. Đức Chúa Trời không thể đáp lời tiếng kêu van đó nếu bạn không đáp ứng với sự kêu gọi. Chúa muốn nói rõ với Môi-se rằng Ngài không kêu gọi ông đến với chức vụ quyền năng này để khiến ông được nổi tiếng và quyền lực, mà là để trả lời tiếng kêu than của những người bị tổn thương.

Điều này là rất thực tế đối với tôi. Nhiều năm trước, khi tôi chuyển nhà đến gần hội thánh. Tôi đã gặp hàng xóm của mình và dự định mời một người trong số họ đến hội thánh, sau khi tôi đã ổn định mọi thứ. Chỗ hội thánh cách nhà tôi vài dãy nhà. Tôi cứ trì hoãn hết lần này đến lần khác, nhiều cơ hội trôi qua. Một thời gian sau, tôi không còn gặp người hàng xóm đó nữa. Một ngày nọ khi tôi đang trượt pa-tin với vợ, cô ấy nói với tôi rằng cô ấy cảm thấy nặng lòng về người hàng xóm của chúng tôi. Tôi nói tôi đã không gặp anh ấy trong nhiều tháng rồi. Vài ngày sau đó, tôi nhìn thấy những chiếc xe cảnh sát đậu kín quanh nhà anh. Tôi quyết định lên mạng tìm kiếm hồ sơ của anh ấy và tìm tên anh ấy trên google. Hóa ra người hàng xóm của tôi đã chết từ hai tháng trước. Ôi Chúa ôi, giá như... Tôi cứ trì hoãn không chịu chia sẻ đức tin của mình, và bây giờ anh ấy đã chết.

Vài tháng sau, ngôi nhà được rao bán và một nhân viên bất động sản đã đến gặp tôi khi tôi đang rửa xe. Cô ấy hỏi tôi có muốn đi xem nhà không. Tôi từ chối, nói rằng tôi không quan tâm đến việc mua một ngôi nhà khác. Cô ấy nói: "Ồ không, không phải mua, chỉ đến xem thôi." Tôi quyết định đi xem nhà để không bị làm phiền nữa.

Tôi đi dạo quanh nhà với cô ta và nhận thấy thiếu một tấm thảm dài 8 feet, rộng 4 feet ngay giữa phòng khách. Tôi đã nhận xét rằng thật kỳ lạ khi thảm được trải khắp mọi nơi ngoại trừ giữa phòng khách. Cô ấy trả lời: "Anh không biết người này chết như thế nào sao?" Tôi nói: "Không, tôi không biết chuyện gì đã xảy ra. Cô có biết vì sao anh ấy chết không?" Câu trả lời của cô ấy khiến tôi đau đớn vô cùng và tôi hiểu được tại sao Chúa lại đặt để anh ấy trong lòng tôi. Người nhân viên đó nói: "Anh ta đã tự tử trong phòng khách." Tôi dường như không thể cầm được nước mắt. Tôi ra khỏi ngôi nhà đó và chạy về nhà, vào phòng và khóc một lúc. Tôi đã khóc, ăn năn và hứa sẽ không bỏ qua lời nhắc nhở của Chúa nữa.

Ở đó, tại trong phòng, Chúa đã nhắc nhở tôi về câu Kinh thánh nói về việc Chúa kêu gọi Môi-se giải phóng dân Y-sơ-ra-ên. Đó là để trả lời tiếng kêu than của mọi người. Chúa nói với tôi rằng khi Ngài thúc giục tôi giúp người đó, Ngài đang cố gắng trả lời tiếng kêu cầu từ trong lòng người đó, nhưng tôi đã không đáp ứng. Tôi đã hiểu. Sự kêu gọi của tôi là để đem đến câu trả lời cho tiếng kêu cầu của một ai đó. Tôi không thể nào phớt lờ sự kêu gọi của tôi được nữa. Tôi phải thực sự hăng hái để thực hiện nó. Sẽ có những người được cứu và được giải cứu, bởi vì bạn và tôi đã đáp ứng sự kêu gọi. Sẽ có những cá nhân, những gia đình và thậm chí là những thành phố được thay đổi khi chúng ta đáp ứng sự kêu gọi.

Giô-na chạy trốn sự kêu gọi của Chúa. Kinh thánh nói rằng ông đã chạy trốn sự hiện diện của Đức Chúa Trời. Khi bạn chạy trốn mục đích của Chúa, thì đó là lúc bạn đang chạy trốn Chúa. Dần dần, Giô-na biết được rằng việc đáp ứng sự kêu gọi sẽ cho phép Đức Chúa Trời nhậm lời kêu cầu của cả thành Ni-ni-ve và cứu lấy nó.

Hãy đáp ứng sự kêu gọi. Hãy để Chúa trả lời tiếng kêu khóc của họ. Bạn được tự do khỏi Ai Cập, để giải phóng những người khác ra khỏi Ai Cập. Đừng viện cớ rằng bạn còn quá trẻ, hay là quá già, thiếu kinh nghiệm, diễn đạt không hay, không có tiền hay là không có những kết nối - hãy có một lòng nóng cháy cho những người hư mất và Đức Thánh Linh sẽ lo phần còn lại.

Cầu Nguyện

"Lạy Chúa, Ngài đã nói rằng Ngài sẽ khiến những kẻ theo Ngài trở thành những tay đánh lưới người. Xin hãy uốn nắn con trở thành một người có tâm trí hướng đến cõi đời đời. Con cầu nguyện để Chúa xức dầu cho con có một sự ảnh hưởng đến thế hệ của con và giúp con sống với mục đích đó. Xin ban cho con một lòng thương cảm sâu sắc với những người hư mất và đang chết dần ở ngoài kia. Xin sử dụng con để cứu người ra khỏi sự chết đời đời. Chúa Thánh Linh ơi, xin cho con những cơ hội để chia sẻ về đức tin của mình trong ngày hôm nay."

BỨT PHÁ

LÀM THẾ NÀO ĐỂ ĐƯỢC CỨU?

"Hãy tin Chúa là Đức Chúa Jêsus thì ông và cả gia đình ông sẽ được cứu." (Công Vụ 16:31).

Trước khi bạn có thể tin Chúa Jesus là Cứu Chúa của mình, bạn cần biết mình cần phải được cứu khỏi điều gì. Một chiếc ô giúp bạn khỏi bị ướt. Một chiếc mũ bảo hiểm giúp bạn khỏi bị tổn thương. Và Chúa Jesus có thể cứu bạn khỏi hình phạt và sức mạnh tội lỗi ở trên bạn.

Mỗi người trong chúng ta đều đã phạm tội nghịch cùng Đức Chúa Trời (xem Rô-ma 3:23). Ngay cả khi chúng ta cố gắng trở nên thực sự tốt, thì chúng ta vẫn còn ở rất xa so với tiêu chuẩn hoàn hảo của Chúa. Chúng ta phạm tội nghịch cùng Chúa mỗi ngày bằng cách không tuân theo các mệnh lệnh của Ngài trong Kinh Thánh, như là hết lòng yêu mến Chúa, hiếu kính cha mẹ và nói lẽ thật.

Đức Chúa Trời là thánh (trọn vẹn và phân rẽ khỏi tội lỗi), Ngài sẽ trừng phạt những kẻ tội lỗi không tin bằng cách phân rẽ họ ở một nơi của sự chết đời đời: địa ngục (xem Rô-ma 6:23). Vì tình yêu thương rất lớn của Đức Chúa Trời, Ngài đã sai Con Ngài đến để cứu những người tin ra khỏi hình phạt này bằng cách chết thay cho họ trên thập tự giá. Rồi sau đó Chúa Jesus sống lại từ cõi chết, chứng minh sự chiến thắng của Ngài trên tội lỗi và sự chết.

"Vậy nếu miệng anh em xưng Đức Chúa Jêsus là Chúa, và lòng anh em tin rằng Đức Chúa Trời đã khiến Ngài từ cõi chết sống lại thì anh em sẽ được cứu. Vì ai tin trong lòng thì được xưng công chính, ai tuyên xưng nơi miệng thì được cứu rỗi." (Rô-ma 10:9-10).

Nếu bạn muốn tiếp nhận Chúa Jesus Christ và sự cứu rỗi của Ngài, xin hãy cầu nguyện lời cầu nguyện này:

"Chúa Jesus ơi, con đến với Ngài để dâng lòng con cho Ngài và cả cuộc sống của con nữa. Con xưng nhận rằng – không phải con mà chính Ngài mới là Chúa của cuộc đời con. Xin Chúa tha thứ cho

con về những tội lỗi con đã phạm và xin hãy thanh tẩy đời sống con. Con cầu xin điều này bởi vì con tin rằng Ngài đã trả cái giá cho mọi hành động sai trái và tội lỗi mà con từng phạm phải. Giờ đây, con xin đón nhận sự công chính của Chúa vào lòng con và tuyên bố rằng con đã được cứu, và trở thành con cái của Chúa!"

Chào mừng bạn đến với gia đình của Đức Chúa Trời và với cuộc sống mới của bạn trong Đấng Christ!

HƯỚNG DẪN NGHIÊN CỨU

GIỚI THIỆU – NGƯỜI GIẾT SƯ TỬ

Kinh Thánh: I Sa-mu-ên 17:34-37

Những Điểm Cần Suy Ngẫm:

- Trước khi bạn có thể chiến đấu với Gô-li-át cách công khai, bạn cần phải đối mặt với những con sư tử cách cá nhân.

- Giải cứu là một quá trình bao gồm việc xác định, đối đầu và chống trả kẻ thù.

Nuôi Dưỡng Tâm Trí:

1. Điều gì đã thôi thúc bạn chọn cuốn sách này?

2. Có phải một số lĩnh vực nào đó trong cuộc sống của bạn đã khích lệ bạn chọn một cuốn sách về chủ đề tự do không?

3. Trên thang điểm từ 1 đến 10, với 1 là "hoàn toàn bị trói buộc" và 10 là được "sống trong chiến thắng tuyệt đối", bạn sẽ đánh giá thế nào về tình trạng hiện tại của mình liên quan đến mức độ được tự do? Tại sao bạn chọn số điểm đó?

4. Trong những lĩnh vực nào bạn hiện đang phải đối mặt với sư tử và gấu?

5. Bạn đã bao giờ cảm nhận được bất kỳ hoạt động ma quỷ nào khi bạn cầu nguyện hoặc khích lệ lời Chúa cho người khác?

6. Đúng hay Sai. Tất cả những ai muốn được Chúa sử dụng, trước tiên phải bị ma quỷ áp chế, để họ có thể hiểu hơn về những người bị ma quỷ áp chế.

BỨT PHÁ

Chương 1 - ĐỪNG ĐÁNH CON LỪA

Kinh Thánh: Ê-phê-sô 6:10-20

Những Điểm Cần Suy Ngẫm:

- Sa-tan đứng đằng sau tội lỗi.

- Một trận chiến thuộc thể loại bỏ những người gian ác, một trận chiến thuộc linh loại bỏ cái ác ra khỏi con người.

- Chúa xức dầu để bạn chiến thắng trận chiến với ma quỷ, chứ không phải để tranh cãi với mọi người.

Nuôi Dưỡng Tâm Trí:

Theo bạn thì tại sao Chúa Jesus lại thực hiện những ca giải cứu cách công khai?

1. Có những lĩnh vực nào trong cuộc sống hiện tại mà bạn đang đối phó với các triệu chứng thay vì gốc rễ của vấn đề không?

2. Bạn có biết ai đó từng là một người thực sự gian ác, nhưng sau khi được Chúa giải cứu, họ trở thành người hết sức hiền lành? Hãy chia sẻ câu chuyện của họ!

3. Theo bạn thì tại sao có rất ít ca đuổi quỷ trong Cựu Ước?

4. Đúng hay Sai. Chúa Jesus đã thi hành chức vụ giải cứu cách kín nhiệm hay là công khai trước mặt mọi người.

HƯỚNG DẪN NGHIÊN CỨU

Chương 2 - SÁU LOẠI TÀ LINH

Kinh Thánh: Mác 5:1-20

Những Điểm Cần Suy Ngẫm:

- Ma quỷ là những tà linh ô uế thích sống ở những nơi dơ bẩn.
- Những tà linh luôn tìm cách chiếm hữu con người, động vật và vùng lãnh thổ.
- Tất cả các tà linh đều có cùng một mục tiêu là dụ dỗ, quấy rối, hành hạ, nô dịch, làm ô uế, lừa dối và tấn công cơ thể.
- Tên của các tà linh được đề cập trong chương này bao gồm: linh sợ hãi, linh Phi-tôn (con trăn), linh dâm dục, linh kiêu ngạo, linh bệnh tật và trói buộc.
- Các loài côn trùng cắn để hút máu, rắn cắn để phát tán chất độc, nhưng con trăn giết chết nạn nhân của nó bằng cách siết chặt.

Nuôi Dưỡng Tâm Trí:

1. Thế lực tà linh nào đang ảnh hưởng và cai trị tại vùng đất bạn đang sống? Bạn có có cầu nguyện chống cự nó không?

2. Theo bạn thì tại sao Chúa Jesus lại để cho ma quỷ nói, dù chủ nhân của chúng là cha của sự dối trá?

3. Đâu là những chức năng của linh sợ hãi? Linh dâm dục? Linh nghiện ngập? Linh Phi-tôn? Linh bệnh tật? Linh kiêu ngạo?

4. Con trăn khác với con rắn như thế nào? Điều này có liên quan gì đến trận thuộc linh?

5. Trong số sáu tà linh được đề cập trong Kinh Thánh, bạn thấy có tà linh nào đang ảnh hưởng gia đình và cuộc sống cá nhân của bạn?

6. Đúng hay Sai. Chúng ta có thể hỏi ma quỷ về bất cứ điều gì chúng ta quan tâm.

Chương 3 – NHỮNG CÁNH CỬA MỞ

Kinh Thánh: Ê-phê-sô 4:27-30

Những Điểm Cần Suy Ngẫm:

- Ma quỷ là một tên trộm hoạt động về đêm và lén lút.

- Ma quỷ giống như một con chó bị xích lại, nó chỉ có thể sủa vào Cơ đốc nhân nhưng không thể cắn họ nếu họ tránh xa lãnh thổ của nó.

- Đi vào thế giới huyền bí là một cánh cửa mở ra cho ma quỷ.

- Những thứ bị nguyền rủa đem sự nguyền rủa vào cuộc sống của bạn.

- Khước từ sinh ra sự nổi loạn.

Nuôi Dưỡng Tâm Trí:

1. Bản chất kẻ thù của chúng ta giống với hồ sơ của một tên trộm như thế nào?

2. Bạn đã bao giờ có liên hệ đến thế giới huyền bí chưa? Vì sao?

3. Sau khi đọc phần nói về những vật bị nguyền rủa, có vật gì xuất hiện trong tâm trí bạn mà có thể là bạn đang sở hữu, hay là có vật nào đó cần phải bỏ đi hoặc là cầu nguyện hủy phá sự rủa sả trên nó?

4. Đâu là những cách mà con người có thể để cho ma quỷ bước vào thông qua những tổn thương?

5. Đúng hay Sai. Nếu bạn đã từng bị lạm dụng, bạn có thể chắc chắn 100% rằng bạn có quỷ trong mình.

Chương 4 – TẤM VẢI LIỆM

Kinh Thánh: Phục Truyền 28

Những Điểm Cần Suy Ngẫm:

- Bất cứ điều gì được ban phước sẽ gia tăng; bất cứ điều gì bị nguyền rủa sẽ tàn lụi.

- Dấu hiệu nhận biết của sự rủa sả là chết sớm, gia đình đổ vỡ, khuynh hướng dễ tai nạn, số mệnh tiêu cực lặp đi lặp lại của cha mẹ, bệnh mãn tính, sợ hãi và ám ảnh, túng thiếu liên tục.

- Có ba loại rủa sả: lời rủa sả thế hệ, lời rủa phát ra và lời rủa sả bị dính phải.

Nuôi Dưỡng Tâm Trí:

1. Những tính cách và đặc điểm thể chất nào bạn thừa hưởng từ cha mẹ?

2. Những điều tiêu cực nào bạn đang phải vật lộn với nó mà dường như là "truyền thống" của gia đình từ lâu rồi?

3. Có ai ở trong vị trí thẩm quyền liên tục nói những điều tiêu cực về cuộc đời của bạn không?

4. Những từ ngữ hoặc câu nói nào bạn thường xuyên nói về bản thân mình, lời đó có phù hợp với Lời Chúa không?

5. Đâu là bảy cánh cửa mở ra cho sự nguyền rủa?

6. Có tội lỗi nào trong số bảy tội lỗi đem đến sự rủa sả mà đến nay bạn vẫn chưa ăn năn trong cuộc sống của mình không?

7. Đúng hay Sai. Khi bạn ăn cắp, bạn đang mở cửa ra cho ma quỷ.

BỨT PHÁ

Chương 5 – BÁNH CỦA CON CÁI

Kinh Thánh: Ma-thi-ơ 15:21-28

Những Điểm Cần Suy Ngẫm:

- Chúng ta được cứu, chúng ta đang được cứu, và chúng ta sẽ được cứu.

- Sự cứu rỗi là dành cho cả tâm linh, linh hồn và thể xác.

- Bánh là dành cho con cái, sự giải cứu là dành cho những người tin. Tự do giống như thức ăn.

- Chúng ta không chiến đấu để giành chiến thắng, chúng ta chiến đấu từ vị thế chiến thắng.

Nuôi Dưỡng Tâm Trí:

1. Sự cứu rỗi không phải là một sự kiện, nó là một quá trình. Ba giai đoạn của quá trình đó là gì?

2. Nếu Đức Thánh Linh đang sống trong tâm linh của một Cơ đốc nhân, thì ma quỷ sẽ ở đâu khi người đó bị quỷ ám?

3. Từ "Sozo" trong tiếng Hy Lạp có nghĩa là gì?

4. 10 điều mà Chúa Jesus đã cung ứng bởi sự chết của Ngài tại đồi Gô-gô-tha là gì?

5. Kinh thánh so sánh ma quỷ với năm loài vật nào? Chúng bày tỏ như thế nào về những công việc của ma quỷ?

6. Đúng hay Sai. Ma quỷ đã bị đánh bại; do đó, nó không còn là vấn đề nữa.

HƯỚNG DẪN NGHIÊN CỨU

Chương 6 - TÌM KIẾM TỰ DO

Kinh Thánh: Giăng 8:31-36

Những Điểm Cần Suy Ngẫm:

- Sự trói buộc rất dối trá, hầu hết những người đang bị trói buộc đều tin rằng họ được tự do.

- Xưng nhận tội lỗi mở cửa ra cho sự giải cứu. Ăn năn tội lỗi đóng cửa đối với quỷ.

- Nếu bạn muốn bước đi trong thẩm quyền, thì bạn phải sống dưới thẩm quyền làm chủ của Chúa Jesus Christ.

- Quá trình giải cứu bao gồm các bước: nhận diện kẻ thù, ăn năn tội lỗi, quở trách kẻ thù, chống trả kẻ thù, để Chúa thế chỗ kẻ thù và đổi mới tâm trí của chúng ta.

Nuôi Dưỡng Tâm Trí:

1. Bạn đã bao giờ gặp một người bị ràng buộc bởi một chứng nghiện hoặc bởi ma quỷ, nhưng họ chắc chắn rằng mình không bị trói buộc? Tại sao lại như vậy?

2. Ăn năn có nghĩa là gì? Cho một ví dụ từ cuộc sống của bạn.

3. Ngay lúc này, bạn có đang ở trong trạng thái là chỉ cho Chúa Jesus "một số phòng" thay vì trao cho Ngài "chìa khóa" của cả ngôi nhà của cuộc đời bạn?

4. Nếu ma quỷ quay trở lại sau khi bạn đã được giải cứu với đội quân của sự nghi ngờ, sợ hãi và cám dỗ, thì bạn sẽ làm gì?

5. Đúng hay Sai. Khi bạn xưng nhận tội lỗi của những người đi trước, nó sẽ cho họ cơ hội thứ hai nếu họ đã xuống địa ngục.

BỨT PHÁ

Chương 7 - MỒI NHỬ CỦA SA-TAN

Kinh Thánh: Ma-thi-ơ 18:21-35

Những Điểm Cần Suy Ngẫm:

- Không thể có tự do nếu không có sự tha thứ.
- Vấp phạm là mồi nhử của Sa-tan.
- Những vết thương không được chăm sóc sẽ bị nhiễm trùng. Vết thương nói rằng bạn đã bị tổn thương, vết sẹo làm chứng rằng bạn đã được chữa lành.
- Bạn phải tha thứ cho người khác, chính mình và cho Chúa nữa.

Nuôi Dưỡng Tâm Trí:

1. Từ "Skandalon" trong tiếng Hy Lạp có nghĩa là gì? Nó liên quan gì đến kế hoạch hủy diệt chúng ta của ma quỷ?

2. Sự khác biệt giữa vết thương và vết sẹo là gì?

3. Sự khác biệt giữa sự phản bội và cay đắng là gì?

4. Tại sao giữ sự không tha thứ là rất có hại?

5. Ai là người khó tha thứ nhất?

6. "Tha thứ cho Chúa" có nghĩa là gì?

7. Đúng hay Sai. Bạn nên tha thứ cho chính mình bởi vì nếu không làm như vậy, bạn đang nói với Chúa rằng bạn thánh thiện hơn Chúa.

Chương 8 – SỰ TỰ DO THẬT

Kinh Thánh: II Cô-rinh-tô 3:17

Những Điểm Cần Suy Ngẫm:

- Tự do không phải là làm những gì bạn muốn, mà là làm những gì bạn nên làm.

- Đức Chúa Trời giải phóng chúng ta để chúng ta phục vụ Ngài, không phải để chúng ta ích kỷ hơn.

Nuôi Dưỡng Tâm Trí:

1. Lý do thực sự mà bạn tìm kiếm tự do là gì? Hãy thành thật với chính mình.

2. Lý do Chúa ra lệnh Pha-ra-ôn để cho dân Y-sơ-ra-ên ra đi là gì?

3. Sự khác biệt giữa thái độ "hãy cho tôi" và "hãy sai tôi" như được miêu tả trong câu chuyện của người con trai hoang đàng là gì? Bạn đang nghiêng về phía của thái độ nào?

4. Đúng hay Sai. Khi ai đó không còn nghiện nữa, đó là lúc họ thực sự được tự do.

BỨT PHÁ

Chương 9 - PHÁ ĐỔ ĐỒN LŨY

Kinh Thánh: II Cô-rinh-tô 10:4

Những Điểm Cần Suy Ngẫm:

- Kẻ mạnh sức là một con quỷ, đồn lũy là ngôi nhà của những suy nghĩ. Kẻ mạnh sức đến nhanh và thường là đi cũng nhanh. Những đồn lũy được xây dựng trong một thời gian dài thì sẽ cần thời gian dài để phá đổ.

- Bạn có thể kiểm soát tâm trí của mình, nhưng lối suy nghĩ của bạn kiểm soát bạn.

- Lẽ thật giống như xà phòng, nó chỉ có tác dụng khi được áp dụng.

- Tâm trí của chúng ta giống như một con tàu - một khi nó bị va vào những tảng băng trôi của cuộc đời, nó bị thủng nhiều chỗ và nước bên ngoài bắt đầu tràn vào bên trong, tạo nên một đồn lũy.

- Cơ đốc nhân có thể có ba tâm lý: nô lệ, người sống sót và người lính.

Nuôi Dưỡng Tâm Trí:

1. Sự khác biệt giữa bị quỷ ám và một đồn lũy là gì?

2. Hai cách chính mà Chúa Jesus nói về việc có được tự do trong sách Giăng chương 8 là gì?

3. Khi mọi thứ không suôn sẻ đối với Môi-se – Pha-ra-ôn không đếm xỉa, dân Y-sơ-ra-ên tức giận, và Môi-se thất vọng – giải pháp mà Chúa đã đưa ra cho Môi-se là gì?

4. Trong số ba lối suy nghĩ đó, bạn hiện đang ở trong lối suy nghĩ nào?

5. Bạn nên làm gì nếu bạn chỉ giành được chiến thắng một phần?

6. Đúng hay Sai. Đức Chúa Trời tạo ra con người với mục đích là được giải cứu.

HƯỚNG DẪN NGHIÊN CỨU

Chương 10 – ĐỔI MỚI TÂM TRÍ

Kinh Thánh: Rô-ma 12:2

Những Điểm Cần Suy Ngẫm:

- Tâm trí đi đâu, con người theo đó.

- Chúa muốn mang đến một phép lạ trong tâm trí của bạn trước khi Ngài sửa chữa mớ hỗn độn trong cuộc sống của bạn.

- Đức tin không phải là hy vọng, mà là sở hữu. Đó là một chứng thư cho phép lạ của bạn.

Nuôi Dưỡng Tâm Trí:

1. Đức Chúa Trời đã tạo dựng điều gì vào ngày thứ nhất? Làm thế nào lại có ánh sáng khi chưa có mặt trời?

2. Đức tin là gì?

3. Đâu là bảy bước thực tế được mô tả để đổi mới tâm trí của bạn? Bạn đã thực hiện được những bước nào rồi? Những bước nào bạn còn đang tranh chiến?

4. Đúng hay Sai. Sự đổi mới tâm trí giống như sự cứu rỗi, nó tùy thuộc vào Đức Chúa Trời.

BỨT PHÁ

Chương 11 – GIỮ LỬA

Kinh Thánh: Lu-ca 12:35

Những Điểm Cần Suy Ngẫm:

- Trước khi chúng ta làm điều gì đó sai trái, chúng ta đã thường làm nhiều việc không khôn ngoan. Lý do tại sao chúng ta bào chữa cho những điều không khôn ngoan là vì chúng thường không sai.

- Đùa giỡn với tội lỗi thường dẫn đến việc sa vào tội lỗi.

- Ân điển không phải là cái cớ để đùa giỡn với tội lỗi, mà là quyền năng để đắc thắng tội lỗi.

- Chúng ta được mời gọi chạy đến với Chúa, tránh xa tội lỗi, ở gần những người có cùng niềm tin.

Nuôi Dưỡng Tâm Trí:

1. Đâu là những cách thiết thực để tránh xa mương nước khi lái xe? Nguyên tắc đó được áp dụng cho những lựa chọn trong cuộc sống như thế nào?

2. Tại sao việc giữ lửa cho Chúa lại quan trọng?

3. Ba điều mà chúng ta phải làm để liên tục giữ lửa cho Chúa là gì?

4. Đúng hay Sai. Bạn có thể ném những con rắn của mình vào đống lửa của mục sư của bạn.

HƯỚNG DẪN NGHIÊN CỨU

Chương 12 - KHI BẠN TRƯỞNG THÀNH

Kinh Thánh: Ma-thi-ơ 11:28-29

Những Điểm Cần Suy Ngẫm:

- Có sự tự do đến khi bạn đến với Chúa Jesus, nhưng cũng có sự tự do đến khi bạn trưởng thành trong Chúa Jesus.

- Đừng để nan đề của bạn trở thành thân phận của bạn.

- Sông càng sâu khi bạn đi càng xa.

Nuôi Dưỡng Tâm Trí:

1. Cây cọ tượng trưng cho đời sống Cơ đốc nhân như thế nào?

2. Hai cách để thoát khỏi sự lo lắng là gì?

3. Lời Chúa giống như thuốc là như thế nào?

4. Hai điều chúng ta phải làm để gia tăng dòng sông của Chúa trong cuộc sống của chúng ta là gì?

5. Đúng hay Sai. Nếu bạn vẫn chưa được tự do khi ai đó cầu nguyện cho bạn, lựa chọn duy nhất của bạn là tìm kiếm người khác quyền năng hơn để cầu nguyện cho bạn.

BỨT PHÁ

Chương 13 – CÂU CHUYỆN CỦA HAI SAU-LƠ

Kinh Thánh: Ma-thi-ơ 5:29

Những Điểm Cần Suy Ngẫm:

- Hình phạt là dành cho tội nhân, kỷ luật là dành cho các thánh đồ.
- Mọi kinh nghiệm với Chúa phải dẫn đến sự ăn năn với Chúa.
- Chúng ta chiếc thắng thế gian bằng cách chạy trốn xác thịt, bằng cách nuôi dưỡng tâm linh và chiến đấu với ma quỷ bằng Lời Chúa.

Nuôi Dưỡng Tâm Trí:

1. Năm điểm khác biệt giữa hình phạt và kỷ luật là gì?

2. Nếu cả hai Sau-lơ đều có những cuộc gặp gỡ kì diệu với Chúa, thì tại sao mỗi người lại có một kết cục khác nhau?

3. Trước đây, bạn đã từng có một cuộc gặp gỡ kì diệu với Chúa như vậy chưa? Nó có làm thay đổi gì không?

4. Ba kẻ thù của chúng ta là ai (là gì) và làm thế nào để chúng ta chiến thắng chúng?

5. Những sự kỷ luật nào hiện đang thiếu trong cuộc sống của bạn đang cản trở bạn đến với thiên mệnh của mình?

6. Ai là người hiện đang kỷ luật bạn trong việc thực hiện sự kêu gọi của mình?

7. Đúng hay Sai. Bạn không thể kỷ luật một con quỷ và đuổi xác thịt đi được.

Chương 14 – DẤY LÊN ĐỂ GIẢI CỨU

Kinh Thánh: Ê-xơ-tê 4:14

Những Điểm Cần Suy Ngẫm:

- Bạn được cởi trói để bạn có thể được sử dụng.
- Tận dụng vị thế của bạn để cứu người, không phải chỉ để truyền cảm hứng.
- Sự kêu gọi của bạn là một câu trả lời cho tiếng kêu than.

Nuôi Dưỡng Tâm Trí:

1. Từ câu chuyện về con lừa, bạn nghĩ mục đích thực sự cho sự tự do của chúng ta là gì?

2. Sự kêu gọi của bạn là gì? Bạn có đang hướng đến sự kêu gọi đó không?

3. Đúng hay Sai. Sự kêu gọi dành cho mỗi Cơ đốc nhân là truyền cảm hứng cho người khác.

BỨT PHÁ

GIỚI THIỆU TÁC GIẢ

Mục sư Vladimir Savchuk là người lãnh đạo phong trào Hungry Gen và là người chăn bầy của một hội thánh đa văn hóa với khải tượng rõ ràng, tập trung để nhìn thấy sự cứu rỗi cho các linh hồn, sự chữa lành, sự giải cứu và sự dấy lên những lãnh đạo trẻ. Ông là người lãnh đạo các hội nghị "Raise to Delivery" hàng năm, thu hút hàng ngàn người từ khắp nơi trên thế giới. Ông cũng là người lãnh đạo hai kỳ thực tập khác nhau, một dành cho thanh thiếu niên và một dành cho người trưởng thành. Mục sư Vlad là một diễn giả rất được yêu thích tại các hội nghị và kỳ trại.

Vlad được sinh ra ở Ukraine và được nuôi dưỡng trong một gia đình Cơ đốc. Ông di cư đến Hoa Kỳ năm 13 tuổi và trở thành một mục sư trẻ ở tuổi 16. Gần đây, ông trở thành mục sư trưởng của Hội thánh HungryGen.

Ông đã kết hôn với người vợ xinh đẹp của mình, Lana. Hai người luôn yêu thích thời gian bên nhau và thi hành chức vụ cùng nhau.

GIỮ KẾT NỐI

Twitter.com/vladhungrygen

Facebook.com/vladhungrygen

Instagram.com/vladhungrygen

YouTube.com/hungrygeneration

Nếu bạn có một lời làm chứng từ việc đọc cuốn sách này, xin vui lòng gửi email đến địa chỉ vlad@hungrygen.com

Nếu bạn muốn đăng bài về cuốn sách này trên phương tiện truyền thông xã hội của mình, vui lòng sử dụng hashtag #pastorvlad #hungrygen #breakfreebook.

Nếu bạn cần một video hướng dẫn nghiên cứu cho một nhóm nhỏ cùng với cuốn sách này, bạn có thể tìm thấy nó tại www.hungrygen.com

GHI CHÚ

1 Bright, B. (18-02-2018). The World's Peace – Ngày 19 tháng

2. Được truy xuất từ *https:/ /www.christianity.com/devotionals/ insights-from-bill¬bright/ the-world-s-peace-feb-19.html*

2 Occult. (n.d.). Được truy xuất vào ngày 10, tháng 6, năm 2018, từ *http://www.dictionary.com/browse/occult?s=t*

3 Russian Phantom Death Care. (n.d.). Được truy xuất vào ngày 10 tháng 6 năm 2018, từ *http://www.hauntedvehicles.com/james-deanspyder.html*

4 Halloran, K. (04-06-2012). Jonathan Edwards' Powerful Example of Leaving a Godly Legacy. Được truy xuất vào ngày 8 tháng 6 năm 2018 từ *https:/ unlockingthebible.org/2012/06/jonathan-edwards¬leaving-a-godly-legacy/*

5 The Mysteries of Chappaquiddick. (01-08-1969). Được truy xuất vào ngày 8 tháng 6 năm 2018 từ *http://content.time.com/time/magazine/article/0,9171,901159-1,00.html*

6 Timeline: The Kennedy Curse. (17-05-2012). Được truy xuất vào ngày 8 tháng 6 năm 2018 từ *https://www.telegraph.co.uk/news/worldnews/northamerica/usa/9271425/Timeline-the-Kennedy-Curse.html*

7 Châm Ngôn 26. (n.d.). Được truy xuất vào ngày 8 tháng 6 năm 2018 từ 1. *https://www.biblestudytools.com/commentaries/matthew¬henry-complete/ proverbs/ 26.html*

8 Eckman, J. (22-10-2016). The Curse of Anti-Semitism. Được truy xuất vào ngày 8 tháng 6 năm 2018 từ *https://graceuniversity.edu/iip/2016/10/the-curse-of-anti¬semitism/*

9 Suchard, J., & LoVecchio, F. (17-06-1999). Envenomations by Rattlesnakes Thought to Be Dead. Được truy xuất vào ngày 10 tháng 6 năm 2018 từ *https://www.nejm.org/doi/full/10.1056/ NEJM199906173402420*

10 Chosen to Die, Destined to Live. (n.d.). Được truy xuất vào ngày 11 tháng 6 năm 2018 từ *https://candlesholocaustmuseum.org/ file_download/inline/200 73489-b76a-4f74-a7ff-630efb9b1b1a*

11 Ten Egyptian Plagues for Ten Egyptian Gods and Goddesses. (n.d.). Được truy xuất vào ngày 14 tháng 6 năm 2018 từ *http:// www.stat.rice.edu/~dobelman/Dinotech/10 Egyptian go ds 10 Plagues.pdf*

12 True Story of a Real Life Superhero: Shavarsh Karapetyan. (08-02-2014). Được truy xuất vào ngày 16 tháng 6 năm 2018 từ *https://www.peopleofar.com/2014/02/08/true-story-of-a-real¬life-superhero-shavarsh-karapetyan/*

13 Shavarsh Karapetyan - A Real Life Hero. (04-02-2014). Được truy xuất vào ngày 16 tháng 6 năm 2018 từ *https://kindnessblog. com/2014/02/04/shavarsh-karapetyan-a¬real-life-hero/*

www.ingramcontent.com/pod-product-compliance
Lightning Source LLC
Chambersburg PA
CBHW071329110526
44591CB00010B/1075